ഗ്രീൻ ബുക്സ്

ഗോമന്തകത്തെ മധുവിധു

മായാ ബാനർജി

1977 ഫെബ്രുവരി 24ന് ദുബായിൽ ജനനം.
തൃശൂർ ജില്ലയിലെ വലപ്പാട് കോഴിപ്പറമ്പ് കുടുംബത്തിലെ
കെ.കെ.എസ്. ബാനർജി പിതാവ്. മാതാവ് ഇന്ദിര.
ഇംഗ്ലീഷ് സാഹിത്യത്തിൽ ബി.എയും
മധുര കാമരാജ് യൂണിവേഴ്സിറ്റിയിൽ നിന്നും
ഗാന്ധിയൻ ദർശനത്തിൽ ബിരുദാനന്തരബിരുദവും.
'സ്നേഹപൂർവ്വം അമ്മയ്ക്ക്' എന്ന
ആത്മകഥാപരമായ കൃതി 2001ൽ പ്രസിദ്ധപ്പെടുത്തി.
ആദ്യകഥാസമാഹാരം: 'അലമേലു തുന്നുകയാണ്'.
ഇപ്പോൾ കാനഡയിൽ താമസം.

ഭർത്താവ്: സ്റ്റെർലി അറക്കൽ. മകൾ: വിഭാവരി

വിലാസം: *കാർത്തിക, വലപ്പാട് പി.ഒ., തൃശൂർ - 680 567.*
E-mail. mayabanerji@gmail.com.

നോവൽ

ഗോമന്തകത്തെ മധുവിധു

മായാ ബാനർജി

ഗ്രീൻ ബുക്സ്

green books private limited
little road, ayyanthole, thrissur- 680 003
ph: 0487-2361038
website: www.greenbooksindia.com
e-mail: info@greenbooksindia.com

(malayalam)
gomandhakathe madhuvidhu
(novel)
by
maya banerji

first published 2009
first green books edition december 2012

cover design : rajesh chalode

branches:
thrissur 0487-2422515
palakkad 0491-2546162
kannur 0497-2763038

isbn : 978-81-8423-219-6

GBPL/466/2012

ദോനപൗലയിലെ
മെർക്കുറി വിളക്കുകൾ തെളിഞ്ഞു.
അവിടമാകെ പാലാഴിയായി.
അനുരാധ കുത്തനെയുള്ള പടവുകളിറങ്ങി.
ഒന്നിൽ നിന്നും മറ്റൊന്നിലേയ്ക്ക് അമരും മുമ്പേ
അവളുടെ പാദങ്ങളിലൊന്നിൽ
ഒരു പൂവമ്പ് വന്നു തറഞ്ഞു.

കാലിടറി ഒരു പളുങ്കുഗോളംപോലെ
കരിങ്കൽപ്പടവുകളിലൂടെ ഉരുണ്ടിറങ്ങുമ്പോൾ
രണ്ടോമൽ ചിറകുള്ള നഗ്നനായൊരു കുഞ്ഞ്.
കുഞ്ഞിക്കൈയിൽ അമ്പും വില്ലുമായി ഓടിപ്പോകുന്ന
ചേതോഹരമായ കാഴ്ച അനുരാധ കണ്ടു.

ഈശ്വരാ... ക്യുപിഡ്!

ഒന്ന്

ഇതു മധുവിധു യാത്ര.

മാധുര്യമേറുന്ന ഏഴു പകലുകളും ആറു രാത്രികളും!

അപ്പോൾ ഇതുവരെ?

അതൊക്കെ വെള്ളത്തിൽ വരച്ച തെളിയാച്ചിത്രങ്ങൾ.

ആ കൈത്തെറ്റുകളെല്ലാം മാഞ്ഞു പോകട്ടെ.

ഇനി പ്രണയം മാത്രം.

ഇതുവരെ കണ്ടതെല്ലാം ജീവിതമാണ്.

ജീവിതത്തിനൊരിക്കലും പനിനീർപ്പൂക്കളുടെ മാർദ്ദവവും പരിമളവും ഇല്ല. ഞെട്ടിൽ നിന്നും താഴേക്ക് അങ്ങിങ്ങായി ഉന്തിനിൽക്കുന്ന മുള്ളുകളിൽ തട്ടി ചോരപൊടിയലാണ് ജീവിതം.

പക്ഷേ, മധുവിധു, അതൊരു സ്വർഗ്ഗം കണ്ടുമടങ്ങലാണ്.

ഒരായുഷ്കാലത്തേക്കുള്ള സ്വർഗ്ഗക്കാഴ്ച! പിന്നെ പറുദീസ ഓർമ്മകളിൽ പൂഴ്ത്തിയൊരു മടക്കം!

മടങ്ങാനാർക്കുമിഷ്ടമല്ല. പക്ഷേ, മടങ്ങാതെ വയ്യല്ലോ.

ഇനി ശരീരത്തിൽ, മനസ്സിൽ, ആത്മാവിൽ കാട്ടുതേനൂറും. പാലപ്പൂക്കൾ വിടരും. നിലാവ് പതഞ്ഞൊഴുകും.

ഇങ്ങനെയെല്ലാം ബഹുകേമമായി മനസ്സിന്റെ ഫലകത്തിൽ കൊത്തിക്കോറിയിട്ടു അനുരാധ.

നേത്രാവതി എക്സ്പ്രസ് തിരുവനന്തപുരത്തുനിന്നും ഓടിയോടി, ഷൊർണ്ണൂർ റെയിൽവേ പ്ലാറ്റ്ഫോമിലെ സിമന്റു ബെഞ്ചിൽ ഇളം വെയിൽ കാഞ്ഞിരുന്ന അനുരാധയുടെ ചിന്തകളെ മുറിച്ച് കിതപ്പോടെ നിന്നു.

ഇറങ്ങാനും കയറാനും അധികമാളില്ല.

അധിക നേരവുമില്ല.

ബാഗും പെട്ടിയും പെറുക്കിക്കൂട്ടി വസന്തും അനുരാധയും വിറളി പിടിച്ചോടി. ബോഗി കണ്ടെത്തി കയറി നിന്നതും നേത്രാവതി നിരങ്ങി ഞെരങ്ങി നീങ്ങിത്തുടങ്ങി. താണ്ടാനുള്ള ദൂരങ്ങളോർത്താൽ തീവണ്ടിക്ക് ഒന്നുനിൽക്കാനും വിശ്വർപ്പാറ്റാനും വയ്യ. ഷട്ടിൽ സർവ്വീസ് നടത്തി

ക്കൊണ്ടിരുന്ന വാഹനങ്ങളെല്ലാം അദ്ധ്യാപകരെ പോലെയാണെന്നാണ് അനുരാധയ്ക്കു തോന്നാറുള്ളത്.

ഒരിടത്ത് തുടങ്ങുന്നു. മറ്റൊരിടത്ത് അവസാനിക്കുന്നു.

വീണ്ടും അതേ തുടക്കം. അതേ അവസാനം.

അക്കാര്യത്തിൽ വാഹനങ്ങളാണ് ഭേദം. അവസാനിച്ചിടത്ത് തുടങ്ങുന്നു. തുടങ്ങിയിടത്ത് അവസാനിക്കാനും കഴിയുന്നുണ്ടല്ലോ!

എങ്കിലും...

നടുക്ക് കണ്ടു കണ്ടു മടുത്ത കാഴ്ചകൾ.

പറഞ്ഞു പറഞ്ഞ് ഉമിനീരു വറ്റിച്ച അതേ പാഠങ്ങൾ.

കയറിയിരിക്കുന്ന യാത്രക്കാർക്കും മുന്നിലിരിക്കുന്ന വിദ്യാർത്ഥികൾക്കും മാത്രം മുഖച്ഛായ മാറി മാറി വരും.

"സൂക്ഷിച്ചു പോണേ..."

തീവണ്ടിയുടെ ഞെരുക്കത്തിനിടയിൽപ്പെട്ട് അതിലേറെ ഞെരിഞ്ഞമർന്നൊരു ശബ്ദം തെറിച്ചുവീണു.

വസതിന്റെ അച്ഛന്റെ ആധിപിടിച്ച മുഖം പിന്നോട്ട് പിന്നോട്ട് പായുന്നത് അനുരാധ കണ്ടു.

ലോകം മുഴുവൻ ചിറകുവച്ച് പറക്കുന്ന സോഫ്ട്‌വെയർ ഡിവലപ്പർ ഇപ്പോഴും അതുതന്നെ കേൾക്കുന്നു.

എട്ടാം വയസ്സിൽ ആദ്യമായി റോഡിലേക്ക് സൈക്കിളോടിച്ചിറങ്ങിയപ്പോൾ കേട്ടത്.

ഒരാഴ്ചയായി അനുരാധ അത് പലതും കേൾക്കുന്നു.

"വസൂന് വിശക്ക്ണില്ലേ?"

"തല ശരിക്ക് തുവർത്തിയില്ലേ നീയ്യ്...?"

"വിളക്കു വെക്ക് വസു."

"വെയിലത്ത് നിന്ന് മാറി നിൽക്ക് മോനേ..."

വസന്തിന്റെ അമ്മ വസന്തിനു ചുറ്റും സ്നേഹത്തിന്റെ ഒരു വേലിക്കെട്ട് തീർത്തിരിക്കുന്നു. അതിനുചുറ്റും അച്ഛൻ സംരക്ഷണത്തിന്റെ മതിലുകെട്ടിയിരിക്കുന്നു. അതിനു ചുറ്റും വേണം ഇനി അനുരാധയ്ക്ക് പ്രണയത്തിന്റെ ഒരു കിടങ്ങ് കുഴിക്കാൻ. എങ്കിലും അവൾക്കിഷ്ടം വസന്തിനോടൊപ്പം മതിലിനും വേലിയ്ക്കുമകത്തുള്ള നേന്ത്രവാഴച്ചോട്ടിലെ തണലത്തിരിക്കാനാണ്. അങ്ങനെയൊരു തണലത്തു നിന്നാണ് അനുരാധ വസന്തിന്റെ ലോകത്തിലേക്കിറങ്ങിപ്പോന്നത്.

കഴിഞ്ഞൊരാഴ്ച മുമ്പുവരെ അനുരാധ പപ്പയും അമ്മയും തീർത്ത സ്നേഹക്കോട്ടയ്ക്കുള്ളിൽ ഒരു ഉണ്ണിക്കൊഞ്ചലുമായി കഴിയുകയായിരുന്നു.

എങ്കിലും ആ സ്നേഹക്കോട്ടയ്ക്ക് എപ്പോഴും തുറന്നിട്ട വാതിലുകളും കാറ്റും വെളിച്ചവും കുതിച്ചെത്തുന്ന ജനാലകളുമുണ്ടായിരുന്നു. തോന്നുമ്പോഴൊക്കെ പുറത്തേക്കു പായാനും പുറത്തെ വെയിലും മഴയും മഞ്ഞുമേറ്റു തളരുമ്പോൾ അകത്തേക്ക് ഓടിക്കയറാനും ചുരുണ്ടുകൂടാനും അനുരാധയ്ക്കു കഴിയുമായിരുന്നു.

കംപാർട്ടുമെന്റിൽ രണ്ടു ചെറുപ്പക്കാർ മാത്രമാണ് ഉണ്ടായിരുന്നത്. സീറ്റ് നമ്പർ ചോദിച്ചപ്പോൾ ജനാലയ്ക്കൽ ഇരുന്ന ആൾ മാറിയിരുന്നു. അയാളിരുന്നിടത്ത് ഇരിക്കാൻ മടിച്ച് അനുരാധ ഒരു നിമിഷം വെറുതെ നിന്നു. പിന്നെ അയാൾ ബാക്കിവെച്ച ഇളംചൂടിലേക്ക് അമർന്നു.

ബാഗുകൾ ഒതുക്കിവെച്ച് വസന്ത്, ഷട്ടർ മാത്രമായി ഉയർത്തിവെച്ചിരുന്ന ജനാലയുടെ ചില്ലും പൊക്കിവെച്ചു. അവൾക്ക് മുകളിലൂടെ കുനിഞ്ഞു നിന്ന് വസന്ത് അതു ചെയ്യുമ്പോൾ അയാളുടെ ശരീരത്തിൽ നിന്നും ഫ്രെഞ്ച് പെർഫ്യൂമിന്റെയും വിയർപ്പിന്റെയും മിശ്രഗന്ധം അനുരാധയിലേക്ക് ഒഴുകിയിറങ്ങി.

കഴിഞ്ഞ ഒരാഴ്ചയായി ഈ ഗന്ധത്തിലാണ്, അവൾ ഉറങ്ങുന്നതും ഉണരുന്നതും. വർഷങ്ങളായി അങ്ങനെ തന്നെയായിരുന്നു എന്ന മട്ടിലൊരു സ്വാതന്ത്ര്യം എപ്പോഴും അയാൾ അവളുടെ ശരീരത്തോടു കാണിച്ചു. ഇപ്പോൾ അവളുടെ ദേഹത്തോട് മുട്ടിയുരുമ്മിയിരിക്കുമ്പോഴും അയാൾ അത് തന്നെയാണ് ഭാവിക്കുന്നത്.

അനുരാധയ്ക്ക് വിശ്വസിക്കുവാൻ കഴിഞ്ഞില്ല.

അവൾ ഇരുപത് വർഷം ജീവിച്ചു.

എത്ര ആഴ്ചകൾ, എത്ര മാസങ്ങൾ, അവൾ അവൾ തന്നെയായി തുടർന്നു.

എന്നിട്ട് വെറുമൊരു ആഴ്ച,

അല്ല, വെറുമൊരു രാത്രി.

എല്ലാ വർണ്ണങ്ങളും വരകളും മായ്ച്ചെഴുതി.

പല രംഗങ്ങൾ അരങ്ങ് തകർത്തതിനുശേഷം നാടകത്തിലെ കഥയും കഥാപാത്രങ്ങളും മാഞ്ഞുപോകുന്നു!

പുതിയ കഥകളും പുതിയ കഥാപാത്രങ്ങളും രംഗത്തേക്ക് യാതൊരു മുന്നറിയിപ്പും കൂടാതെ കടന്നുവരുന്നു!

ഇത് പുതിയ പേരും പുതിയ വീട്ടുപേരും പുതിയ മാതാപിതാക്കളുമായി പുതിയൊരു അനുരാധ.

ഒരു ജന്മത്തിൽ തന്നെ പല അവതാരങ്ങൾ! അങ്ങനെയും സംഭവിക്കുമോ?

അനുരാധ കൗതുകത്താൽ വിടർന്ന കണ്ണുകൾ വസന്തിലേക്ക് നീട്ടി. ഇയാൾ ആരാണ്?

പേര് വസന്ത്. വയസ്സ് ഇരുപത്തേഴ്. നാട് ഒറ്റപ്പാലം, ജോലി കാലിഫോർണിയയിലെ ഒരു സോഫ്ട്വെയർ കമ്പനിയിൽ.

ഇതിലപ്പുറം അനുരാധയ്ക്ക് വസന്തിനെക്കുറിച്ച് എന്തറിയാം?

അറിയാം.

ഉള്ളംകാലിൽ ഒരു കറുത്ത മറുകുണ്ട്... ഇടത്തേത്തുടയിൽ ബാല്യത്തിൽ പതിഞ്ഞൊരു മുറിപ്പാടുണ്ട്... നെഞ്ചിൽ...

അനുരാധ തലകുടഞ്ഞു.

ഇയാൾ കുട്ടിക്കാലത്ത് തുമ്പികളെക്കൊണ്ട് കല്ലെടുപ്പിച്ചിട്ടുണ്ടോ?

അറിയില്ല.

ഇയാൾ മദിക്കുന്ന പരൽമീനുകളെ കല്ലെറിഞ്ഞിട്ടുണ്ടോ?

അറിയില്ല.

ഇയാൾ മെർമെയ്ഡുകളുടെ സംഗീതം കേട്ടിട്ടുണ്ടോ...?

അറിയില്ല.

ഇയാൾക്ക് ഗോട്ടിക്കായകളുടെ ശേഖരണമുണ്ടായിരുന്നോ?

ഇതൊക്കെ അറിയും മുമ്പേ അയാളുടെ തൊലിപ്പുറത്തെ വടുക്കളും പരിക്കുകളും അറിഞ്ഞിരിക്കുന്നു അനുരാധ.

ഇതൊക്കെ അറിയുംമുമ്പെ അയാളുടെ ചുണ്ടുകൾക്ക് ഞാവൽപ്പഴത്തിന്റെ ചവർപ്പ് രുചിയാണെന്നും അറിഞ്ഞിരുന്നു അനുരാധ.

ഇതൊക്ക അറിയുംമുമ്പെ അയാളുടെ കൈപിടിച്ച് ഇതുവരെ കാണാത്തൊരു തീരത്തേക്കു പുറപ്പെടുന്നു അനുരാധ.

പക്ഷേ ഇങ്ങനെയൊന്നുമായിരുന്നില്ല അനുരാധ പ്രണയിക്കപ്പെടേണ്ടിയിരുന്നത്.

“അനുരാധ എപ്പോഴെങ്കിലും പ്രേമിച്ചിട്ടുണ്ടോ...?”

ആദ്യരാത്രിയിൽ വസന്ത് അവളോടു ചോദിച്ചിരുന്നു.

പ്രേമിച്ചിട്ടില്ലെങ്കിലും അനുരാധയ്ക്ക് പ്രണയത്തെ കുറിച്ച് ഒരുപാട് പറയാൻ ഉണ്ടായിരുന്നു.

പ്രണയിക്കാനൊരാൾ കൺമുമ്പിൽ വന്നു നിന്നില്ലെങ്കിലും അനുരാധ എന്നും ഒരു പ്രണയിനിയായിരുന്നു.

“ഞാൻ കല്ല്യാണം കഴിക്കില്ല...” എട്ടാം ക്ലാസു മുതൽ കഴിഞ്ഞ മാസം വരെ അനുരാധ കൂട്ടുകാരികളോട് ഇതുതന്നെ പറഞ്ഞുകൊണ്ടിരുന്നു.

“പിന്നെ അനു സന്ന്യസിക്കാൻ പോവാണോ?” അവർ ചോദിച്ചു.

അനുരാധ സന്ന്യസിക്കുകയോ?

രാധ എപ്പോഴും കൃഷ്ണനെ കാത്തുകാത്തിരിക്കും.

അനുരാധ എപ്പോഴും പ്രണയിച്ചുക്കൊണ്ടേയിരിക്കും. പ്രണയിച്ചു കൊണ്ടു മരിക്കും. പ്രണയിക്കുന്നവനെ ഒരിക്കലും സ്വന്തമാക്കില്ല അനുരാധ. സ്വന്തമാക്കിയാൽ ആ നിമിഷം പ്രണയം തീരും.

അനുരാധയുടെ പ്രണയം ഉറവ വറ്റാത്ത ഒരു കിണർ പോലെയാകണം.

ഇത് അനുരാധ പപ്പയോടും പറഞ്ഞിട്ടുണ്ട്.

"തന്റെ മകൾ തന്നേക്കാൾ റൊമാന്റിക്കാണല്ലോ..." പപ്പ അമ്മയോടു ചിരിച്ചു.

"അല്ലാ... നീ ആരെയാണ് പ്രണയിക്കുക?" അമ്മ ചോദിച്ചു.

"ഒരു പാതി അപ്പോളോ... മറുപാതി ഹെർക്യൂലിസ്..."

വരും അങ്ങനെയൊരാൾ.

പെട്ടെന്നൊരു ദിവസം പകൽ വെളിച്ചത്തിലൊരു കീറൽ തീർത്ത് അതിലൂടെ അനുരാധയ്ക്ക് മുമ്പിൽ പ്രത്യക്ഷനാകും.

പക്ഷേ അനുരാധയുടെ സ്വപ്നങ്ങളെല്ലാം വളരെ പെട്ടെന്നു തകർത്തു കൊണ്ട് പപ്പയുടെ ഹൃദയവാൽവുകളിലോരോരൊ കൊളസ്ട്രോൾ കട്ടകൾ തെന്നി നീങ്ങാൻ തുടങ്ങി. പെട്ടെന്നവൾക്കൊരു കൂട്ടുകാരനെ കണ്ടെത്താൻ പപ്പയ്ക്കും അമ്മയ്ക്കും തിടുക്കമായി.

ആകാശംപോലെ തെളിഞ്ഞതാവണം പ്രണയം.

നിലാവ് പോലെ, നീലച്ച മഴത്തുള്ളിപോലെ അത് നെഞ്ചിലൂടെ പെയ്തിറങ്ങണം.

അങ്ങനെയെന്തൊക്കെയോ വസന്തിനോട് പറയണമെന്നുണ്ടായിരുന്നു അനുരാധയ്ക്ക്.

സംസാരിച്ചുകളയാൻ സമയമില്ലാത്തൊരാളും ഒരു സാഗരത്തോളം, സംസാരിച്ചുതീർക്കാൻ കാത്തുവെച്ചയാളും ഒരാഴ്ച ഓടിക്കൊണ്ടേയിരുന്നു.

പകലുകൾ സത്ക്കാരങ്ങൾക്കായി പതിച്ചുനൽകി.

രാത്രി വസന്തിനും.

അനുരാധയ്ക്കായി ഒന്നുമുണ്ടായിരുന്നില്ല.

ലീവ് കഴിയാൻ അധിക ദിവസമില്ല.

സമയമില്ല സമയമില്ല എന്നു വസന്തിന്റെ ഓരോ ചുംബനവും ആലിംഗനവും പറഞ്ഞു.

എത്രയും പെട്ടെന്ന് എത്രയും ദൂരമോടുക.

അനുരാധ അവൾക്ക് എതിരെ ഓടിവരുന്ന നിറങ്ങളെ നോക്കിയിരുന്നു.

ഉം.... എന്താ ആലോചിക്കുന്നത്?

വസന്ത് ചോദ്യങ്ങൾ ചോദിക്കാറുണ്ട്. പക്ഷേ, ഉത്തരങ്ങൾക്കായി അയാൾ കാക്കാറില്ല.

"ബോംബെയിലേക്കല്ലേ...?"

എതിരെ ഇരുന്ന ചെറുപ്പക്കാരിലൊരാൾ സൗഹൃദം ഭാവിച്ചു.

"അല്ല..."

വസന്തിന്റെ ശബ്ദം ഘനം വെച്ചു.

ചെറുപ്പക്കാരൻ തൃപ്തനായില്ല.. "പിന്നെ...?"

"ഗോവ..."

ചെറുപ്പക്കാരന്റെ സെൽഫോൺ ചിണുങ്ങി.

"മറ്റുള്ളവരുടെ കാര്യങ്ങളറിയാൻ ഈ മലയാളികൾക്കൊക്കെ വലിയ താത്പര്യമാണ്." വസന്ത് മുറുമുറുത്തു.

"എല്ലാ മലയാളികൾക്കും...?"

അനുരാധയുടെ ചുണ്ടിൽ പൊടിഞ്ഞ കുസൃതിച്ചിരി വസന്തിനെ ആവേശഭരിതനാക്കി.

"ഛെ... ഒരു ഈവനിങ് ഇങ്ങന്യേം വേയ്സ്റ്റ്..."

അയാൾ മുറുമുറുത്തു.

ഇന്നു രാത്രിയായിരിക്കും താൻ വസന്തിനെ ശരിക്കും പ്രണയിച്ചു തുടങ്ങുക എന്ന് അനുരാധയ്ക്കു തോന്നി.

അപ്പുറവുമിപ്പുറവുമുള്ള ബെർത്തുകളിൽ, തീവണ്ടിയുടെ സംഗീതത്തിന് മുകളിലേക്ക് അയാളുടെ ഹൃദയം സ്പന്ദിച്ചുയരുന്നത് അനുരാധയ്ക്ക് കേൾക്കാൻ കഴിയും.

കണ്ണുകൾക്കു മാത്രം പറയാൻ കഴിയുന്ന ചില കഥകൾ...!

അങ്ങനെ കഥ പറയാനായി എത്രയായി അനുരാധ കാത്തിരിക്കുന്നു. യുഗങ്ങളും പ്രളയങ്ങളും അതിജീവിച്ച് അവളുടെ കണ്ണുകളിൽ... കഥകൾ വറ്റാതിരിക്കുന്നു...

അതിദീപ്തവും പ്രണയാതുരവുമായ മറ്റു രണ്ടു മിഴികളിലേക്കു പ്രവഹിക്കുവാൻ...

ചെറുപ്പക്കാരന്റെ ഫോൺ നിരന്തരം ചിലക്കുകയും എല്ലാവരുടെയും ചിന്തകളെ ദയകൂടാതെ മുറിക്കുകയും ചെയ്തു.

വസന്തും ആർക്കൊക്കെയോ എസ്.എം.എസ്സുകൾ അയച്ചുകൊണ്ടിരുന്നു.

തീവണ്ടി ചിലപ്പോൾ ഒരു തേരട്ടയെപ്പോലെ ഇഴഞ്ഞു.

മറ്റു ചിലപ്പോൾ പഴുതാരയെപ്പോലെ പാഞ്ഞു.

അനുരാധയ്ക്ക് തീവണ്ടിയോട് കഥപറഞ്ഞ് മടിയിലിരുത്തുന്ന ഒരു മുത്തശ്ശിയോടെന്ന പോലെ സ്നേഹം തോന്നി.

ഒരുപാട് ജീവിതങ്ങളും കാഴ്ചകളും തീവണ്ടി അവൾക്കു കാണിച്ചു കൊടുത്തുകൊണ്ടിരുന്നു.

ആകാശത്തിലലയുന്ന സന്ധ്യാമേഘങ്ങളുടെ പക്കൽ ആർക്കാണ് സന്ദേശം കൊടുത്തയക്കേണ്ടതെന്ന് അനുരാധ ചിന്തിച്ചു.

പപ്പയും അമ്മയും ഇപ്പോൾ ടെറസ്സിലെ ആന്തൂറിയം ചെടികളെ ലാളിക്കുകയും നിശാഗന്ധി വള്ളികളിൽ പൂമൊട്ടുകൾ വിരിഞ്ഞിട്ടുണ്ടോ എന്നു പരിശോധിക്കുകയുമാകും. ഇതെല്ലാം ചെയ്യുമ്പോഴും അവരിപ്പോൾ അനുരാധയെക്കുറിച്ച് മാത്രം ചിന്തിക്കുകയായിരിക്കും.

മാദകഗന്ധം പരത്തി നിശാഗന്ധി ഇതളിതളായി വിടരുന്നതും പുൽക്കൂടും നക്ഷത്രവും തെളിയുന്നതും കാണാനായി എത്ര രാത്രികൾ അനുരാധ അമ്മയോടൊപ്പം ഉറക്കമൊഴിച്ചിരിക്കുന്നു. അനുരാധയുടെ പതിനാലാം വയസ്സിലാണ് വീട്ടിലാദ്യം നിശാഗന്ധി വിടർന്നത്.

അതിൽ പിന്നെ ഒരു നൂറുവട്ടം.

എന്നിട്ടും ഓരോ തവണയും ആദ്യമായി കാണുന്നതുപോലെ അവളുടെ മനസ്സ് തുളുമ്പിക്കൊണ്ടിരുന്നു.

അത് പുൽക്കൂടും നക്ഷത്രവുമാണെന്ന് അനുരാധ.

അല്ല, ശ്രീഹരിയുടെ അനന്തശയനമാണെന്ന് അമ്മ.

അമ്മയും മകളുമായി ശണ്ഠ മുറുകുമ്പോൾ "ആരായാലും ഈശ്വരനല്ലേ, ഞാനും നിങ്ങളും ഈശ്വരന്റേതല്ലേ..." എന്നു ഇതളുകൾ വിടർത്തി നിശാഗന്ധി അവർക്കിടയിലേക്ക് ഇറങ്ങിനിൽക്കും.

എല്ലാ ശണ്ഠകളും വഴിയെ കളഞ്ഞു മുറ്റത്ത് അമ്മയും മകളും ഇമകൾ ചലിപ്പിക്കാതെ കൗതുകമൂറി നിൽക്കും.

"ഇന്നു രാത്രി നിശാഗന്ധി വിരിയുമോ...?"

അനുരാധ മേഘങ്ങളോട് ചോദിച്ചു.

"ഇന്നു വിരിയും മോളൂ... നാലു ചെടിയിലും ഓരോ മൊട്ടുണ്ട്."

അനുരാധയുടെ അമ്മ മേഘങ്ങളോട് പറഞ്ഞു.

അനുരാധയ്ക്ക് കൊതിയായി. നിശാഗന്ധിപ്പൂക്കളുടെ പരിമളവും അമ്മയുടെ സ്നേഹത്തിന്റെ ഇളം ചൂടും അനുരാധയ്ക്ക് കൈമോശം വന്നുവെന്നോ?

"നിനക്ക് കാണണ്ടേ മോളേ..." അമ്മയുടെ കണ്ണു നനഞ്ഞു.

"ഞാൻ വരും..."

"എങ്ങനെ...?"

അമ്മയുടെ ശബ്ദത്തിൽ മേഘങ്ങൾ വീർപ്പടക്കി ചോദിച്ചു.

"ഒരു കാറ്റായി വരും."

“എന്താ പറഞ്ഞേ...” വസന്തിന്റെ മുഖത്ത് അദ്ഭുതം കണ്ടു. ഒന്നുമില്ലെന്ന് തലയിളക്കി അനുരാധ. ഹാൻഡ് ബാഗ് തുറന്ന് മൊബൈൽ കയ്യിലെടുത്തു.

കഴിഞ്ഞ ബർത്ത്ഡേയ്ക്ക് പപ്പ സമ്മാനിച്ചതാണ് ഈ ഹാൻഡ്സെറ്റ്. പപ്പയുടെ നമ്പറിലേക്ക് അവളൊരു എസ്.എം.എസ്. അയച്ചു.

“ഐ മിസ്സ് യൂ ബോത്ത് പപ്പാ ആന്റ് അമ്മ...”

ഞൊടിയിടയിൽ പപ്പയുടെ മറുപടി വന്നു.

“വി ഓൾ ലൗവ് യൂ മോളൂ... ടേക്ക് കെയർ...”

“ആരുടെ മെസ്സേജാണ്...” വസന്തിന്റെ ജിജ്ഞാസ അനുരാധയെ അദ്ഭുതപ്പെടുത്തി. തീവണ്ടിയിൽ കയറി ഇന്നേരം വരെ നിരന്തരമായി ആർക്കൊക്കെയോ മെസ്സേജുകൾ അയച്ചുകൊണ്ടിരുന്ന വസന്തിനോട് അനുരാധ ചോദിച്ചില്ലല്ലോ.

അനുരാധയ്ക്ക് അനുരാധയുടെ മാത്രമായ രീതികളുണ്ട്.

വസന്തിന്റെ മനസ്സിന്റെ ഒരു ഭാഗം മാത്രം മതി അനുരാധയ്ക്ക്.

ബാക്കി ഭാഗം അവൾ വസന്തിന് സ്വന്തമായി വിട്ടുകൊടുക്കും.

സ്വന്തമാക്കലല്ല വിട്ടുകൊടുക്കലാണ് സ്നേഹമെന്ന് അനുരാധ കരുതുന്നു. അനുരാധയ്ക്കും വേണം സ്വന്തമായി അങ്ങനെയൊരിടം.

പപ്പയ്ക്കും അമ്മക്കും കൂട്ടുകാർക്കും ബാല്യകാലത്തിന്റെ നന്മകൾക്കുമായി ഒരിടം.

അവിടേക്ക് വസന്ത് കടന്നുവരരുത്. കാരണം അനുരാധ എന്ന കുട്ടിക്ക് വസന്തെന്നൊരു കൂട്ടുകാരനില്ല. ടെറസ്സിലെ കുറ്റിമുല്ലകളിൽ വന്നിരിക്കുന്ന തുമ്പികളായിരുന്നു അവളുടെ കൂട്ടുകാർ. ചിങ്ങമാസത്തിലായിരുന്നു അവരധികവും വന്നിരുന്നത്.

പൂത്തുമ്പികളുടെ കുഞ്ഞുലോകം കടന്നാൽ, കള്ള നോട്ടങ്ങളുടെയും പറയാൻ കൊള്ളാത്ത കിനാക്കളുടെയും കൗമാരലോകം കടന്നാൽ, ആകാശം പോലെ പരന്ന കടൽ പോലെ ആഴ്ന്ന... നീലച്ച മഴത്തുള്ളി പോലെ കുളിർന്നൊരിടം. അത് പാതി അപ്പോളോയും പാതി ഹെർക്യുലിസുമായ ഒരാൾക്കായി അനുരാധ കരുതിവെച്ചത്.

സ്വപ്നത്തിനും ജീവിതത്തിനുമിടയ്ക്കുള്ള ദൂരം ഏതാനും ദിവസങ്ങൾകൊണ്ട് അനുരാധ അളന്നു കഴിഞ്ഞു.

അവയൊരിക്കലും കൂട്ടിമുട്ടാത്ത രണ്ടറ്റങ്ങളാണെന്ന് അനുരാധ അറിഞ്ഞുകഴിഞ്ഞു.

ഒരിക്കലും പരസ്പരം ലയിച്ചുചേരാതെ പുഴയ്ക്കപ്പുറവുമിപ്പുറവുമുള്ള രണ്ടു കരകളെപ്പോലെ.

അതിനാൽ അവളുടെ മനസ്സിന്റെ അടിത്തട്ടിലെ ഒരു സുഭഗലോകമിനി വസന്തിന് സന്തോഷപൂർവം നൽകും അനുരാധ.

അവിടത്തെ ഓരോ മണൽത്തരിയും അയാൾ ഉഴുന്നുമറിയ്ക്കണമെന്നും അയാളുടെ സ്നേഹത്തിന്റെ കലപ്പ കോറി അവിടെ മുറിവുകൾ നീറ്റണമെന്നും അനുരാധ ആഗ്രഹിച്ചു.

പക്ഷേ, വസന്ത് എന്തേ ഇനിയുമങ്ങോട്ട് കടന്നുവരാത്തത്?

അവളുടെ മനസ്സിന്റെ പുറംചട്ടയിൽ തൊട്ട് അയാളെന്തേ കൈകൾ പിൻവലിക്കുന്നു?

ആദ്യം ആത്മാവ്.

പിന്നെ മനസ്സ്.

പിന്നെ നശ്വരദേഹം.

അതായിരിക്കണം പ്രണയമെന്ന് അനുരാധയ്ക്കു തോന്നിയിരുന്നു.

പക്ഷേ, വസന്ത്?

അല്ലെങ്കിൽ വസന്തിന്റെ വഴികളാണ് ശരിയെന്ന് അനുരാധ വിശ്വസിക്കാൻ ശ്രമിച്ചു. പുറംതോട് പൊളിച്ചാലല്ലേ അകക്കാമ്പ് കാണൂ.

ചിപ്പിക്കുള്ളിൽ സമാധിയിലാണ്ടിരിക്കുന്ന മുത്തിന്റെ ഗൂഢത്തിളക്കം ഒരിക്കലും വസന്ത് കാണാതെ വന്നാൽ!

പെട്ടെന്നൊരു ഗോവൻ യാത്രയെക്കുറിച്ച് വസന്ത് പറയുന്നതുവരെ, ആത്മാവിലൊളിപ്പിച്ച മണിമുത്തുമായി അനുരാധ വഴിയെ നിർത്തിവെച്ച ബിഎ ക്ലാസ്സിലേക്കും പുറന്തോടിന്റെ മാർദ്ദവവും മിനുപ്പും മാത്രമാണ് അനുരാധയെന്ന് തെറ്റിദ്ധരിച്ച് വസന്ത് കാലിഫോർണിയായിലേക്കും മടങ്ങിപ്പോകേണ്ടിവരുമെന്ന് അവൾ ശരിക്കും ഭയപ്പെട്ടിരുന്നു.

ഇനിയത് വേണ്ട.

മലകൾ കടലുമായി സംഗമിക്കുന്ന നാട്ടിൽ വസന്തിന് അനുരാധയും അനുരാധയ്ക്ക് വസന്തും മാത്രം.

ഹൃദയത്തിലെ നീലച്ച മഴത്തുള്ളിപോലെ കുളിർന്ന ആ ഇടത്തേക്ക് വസന്തിനെ അനുരാധ കൂട്ടിക്കൊണ്ടുപോകും.

കുറ്റിപ്പുറത്ത് ചെറുപ്പക്കാർ രണ്ടുപേരുമിറങ്ങി.

ഇറങ്ങാൻ നേരം ഒരു ചെറുപുഞ്ചിരിയിലൂടെ അവർ യാത്ര ചോദിക്കുന്നുണ്ടായിരുന്നു. എങ്കിലും വസന്തിന്റെ മുഖത്ത് നേർത്ത ഞരമ്പുകൾ വലിഞ്ഞു മുറുകിത്തന്നെയിരുന്നു. വസന്തിന്റെ മുഖത്ത് സദാസമയവും ഒരു നാട്ടിൻപുറത്തുകാരന്റെ കാർക്കശ്യമുണ്ടെന്ന് അനുരാധ നേരത്തെ കണ്ടുപിടിച്ചിരുന്നു.

പക്ഷേ ആ കാർക്കശ്യത്തിനകത്ത് പൊതിഞ്ഞുവെച്ചിരിക്കുന്നത് നിഷ്കളങ്കതയുടെ ലാളിത്യമായിരിക്കുമെന്ന് അനുരാധയുടെ അമ്മ പറഞ്ഞു.

"നമ്മൾ നഗരവാസികൾക്കില്ലാത്ത ഒരു സാധനമുണ്ട്. നന്മ. അതുള്ളൊരു ചെറുപ്പക്കാരനെ കിട്ടുന്നത് ന്റെ മോൾടെ ഭാഗ്യമല്ലേ..."

വസന്തിനെ കണ്ടപ്പോൾ അമ്മ പറഞ്ഞത് അങ്ങനെയാണ്.

അനുരാധയുടെ ആദ്യത്തെ പെണ്ണുകാണലാണ് അത്.

അവസാനത്തെതും. എന്നവൾക്ക് നല്ല നിശ്ചയമുണ്ടായിരുന്നു.

കാരണം,

അനുരാധയെ കല്യാണം കഴിച്ചയക്കണമെന്നു പപ്പ തീരുമാനിച്ചതും വല്യച്ഛൻ വസന്തിനെക്കുറിച്ച് പറഞ്ഞു.

വല്യച്ഛന്റെ ഏറ്റവും നല്ലൊരു സുഹൃത്തിന്റെ മകൻ.

വല്യച്ഛനും വസന്തിന്റെ അച്ഛനും ഏറെ നാൾ ഷൊർണ്ണൂരിലൊരു സ്കൂളിൽ ഒന്നിച്ചുണ്ടായിരുന്നു.

"അയാൾക്ക് കുട്ട്യോളെ പഠിപ്പിക്കാൻ നടക്കേണ്ട യാതൊരു കാര്യവുമില്ല. പ്രതാപി. തറവാടി. കടലുപോലെ പരന്നുക്കിടക്കുന്ന ഭൂസ്വത്ത്. ആ സ്ത്രീയോ... ശുദ്ധ പാവം! വീടിന്റെ അകമാണ് അതിന്റെ ലോകം. മകനോ, അതിസമർത്ഥൻ! അത്രയ്ക്ക് എക്സലന്റ് ആണ് അയാൾടെ എക്കാഡമിക്ക് ഗ്രാഫ്. ഇത്രയും ദൂരേക്ക് ഒറ്റമകനെ പറഞ്ഞുവിടാൻ അവർക്കു താത്പര്യമുണ്ടായിരുന്നില്ല. കാമ്പസ്സ് സെലക്ഷൻ ആയതാ. ഇർറസിസ്ടബിൾ ഓഫർ. അതിന്റെ എന്തെങ്കിലും ഭാവമുണ്ടോ, ശരിക്കും ഡൗൺ ടു എർത്ത്. എന്തിന് ഇപ്പോഴത്തെ ചെറുപ്പക്കാർക്ക് പതിവുള്ള അഹംഭാവം പോലുമില്ല."

പപ്പയ്ക്കും അമ്മയ്ക്കും കൂടുതലൊന്നും ആലോചിക്കാനില്ല.

പെട്ടെന്നാർക്കും സ്വഭാവ സർട്ടിഫിക്കറ്റ് കൊടുക്കാത്ത വല്യച്ഛനാണ് നിർലോഭം പ്രശംസ ചൊരിഞ്ഞിരിക്കുന്നത്.

ഒരു വസന്തം പോലെയാണ് ഒരു ഞായറാഴ്ച വൈകുന്നേരം വസന്ത് അനുരാധയുടെ വീട്ടിലേക്കു കയറിവന്നത്.

കൂടെ അച്ഛനും അമ്മയും ഉണ്ടായിരുന്നു.

ഒരു മാസത്തെ ലീവ് പെണ്ണുകാണൽ മാമാങ്കത്തിൽ മാലപ്പടക്കം പോലെ പൊട്ടിച്ച് തീർത്ത് മടങ്ങാനൊരുങ്ങുകയായിരുന്നു അയാൾ.

തീരെ പ്രതീക്ഷ വറ്റിയ കണ്ണുകളുമായാണ് ആ കുടുംബം കയറി വന്നത്. മടങ്ങുമ്പോൾ അവയിൽ സ്വപ്നങ്ങളുണ്ടായിരുന്നു.

മുതിർന്നവർ ഡൈനിങ് ടേബിളിനു ചുറ്റും കഥ പറഞ്ഞിരിക്കെ അനുരാധയും വസന്തും പൂന്തോട്ടത്തിലേക്കിറങ്ങി.

ക്ലാസ്സിലിരിക്കുമ്പോൾ അകാരണമായി തന്റെ കൈതണ്ടയിലെ സ്വർണ്ണരോമങ്ങൾ ഉണർന്നു നിൽക്കാറുണ്ടെന്നും അത് നന്ദനവനത്തിൽ ദേവദാരു പൂക്കുമ്പോഴാണെന്ന് അമ്മ പറയുമെന്നും വസന്തിനോട് പറയാൻ കലശയായി കൊതിച്ചു അനുരാധ. പക്ഷേ, ആദ്യം മൗനം.

പിന്നെ ആന്തൂറിയം ചെടികളുടെ പരിപാലനത്തെക്കുറിച്ചും വീടിനകത്ത് ഓടിച്ചാടി നടക്കുന്ന 'സ്കൂബി-ഡുബി'യുടെ ചൈനീസ് പാരമ്പര്യത്തെക്കുറിച്ചും ചില ചോദ്യങ്ങൾ. ഉത്തരങ്ങൾ.

ഒടുവിൽ വസന്ത് സംസാരിച്ചു തുടങ്ങി.

അമേരിക്കൻ എക്സന്റുള്ള ഇംഗ്ലീഷിലാണ് അയാൾ സംസാരിച്ചത്.

നല്ല കുടുംബം, സുന്ദരിയായ പെൺകുട്ടി. ഇതൊക്കെയാണ് അച്ഛനും അമ്മയും അയാൾക്കായി സ്വപ്നം കാണുന്നത്.

ആ സ്വപ്നത്തോടൊപ്പം വസന്ത് ഒന്നുകൂടെ എഴുതിച്ചേർക്കുന്നു.

കാലിഫോർണിയയിലെ 'ഫാസ്റ്റ് ലൈഫുമായി' എളുപ്പത്തിൽ പൊരുത്തപ്പെടാവുന്ന 'ബബ്ളി ആന്റ് ബോൾഡ്' ആയ ഇംഗ്ലീഷ് ഭാഷ തടസ്സങ്ങളില്ലാതെ കൈകാര്യം ചെയ്യാനറിയുന്ന കുട്ടി. അങ്ങനെയൊരാളെ ഒറ്റപ്പാലത്തും പാലക്കാട്ടുമല്ല എറണാകുളത്തുതന്നെയാണ് കണ്ടുകിട്ടുക, എന്ന് അയാളുടെ മനസ്സ് പറഞ്ഞിരുന്നുവത്രെ!

ഉള്ളിൽ ഉറഞ്ഞുപൊട്ടുന്ന ഒരു ചിരിയോടെ അനുരാധ ഗൗരവം ഭാവിച്ചു നിന്നു.

ആളുകളെ പഠിക്കാനുള്ള വല്യച്ഛന്റെ 'സ്കിൽ' സമം 'നിൽ' എന്നവൾ മനസ്സിൽ കുറിച്ചിട്ടു. ഈ നാടൻ സായ്പോ ആ ഒറ്റപ്പാലത്തുകാരൻ 'ഡൗൺ റ്റു എർത്ത്' ശാലീനകുമാരൻ?

അല്ലെങ്കിലും ഈ മുതിർന്നവർക്ക് കാണുമ്പോൾ കാണുമ്പോൾ എഴുന്നേറ്റ് നിന്ന് ഭവ്യത കാണിക്കുന്നവരോട് വലിയ കമ്പം! മാറിനിന്നു കൊഞ്ഞനം കുത്തുന്നത് അറിയുക പോലുമില്ല.

ബി.എ. കമ്മ്യൂണിക്കേറ്റിവ് ഇംഗ്ലീഷ് പഠിക്കുവാനുള്ള കാരണം, വീട്ടിൽ നിന്നും കോളേജിലേക്കുള്ള ദൂരം- ഇങ്ങനെ പലയാവർത്തി പലരോടും ചോദിച്ചു പതം വന്നുപോയ ചില ചോദ്യങ്ങളിലൂടെ വസന്ത് അനുരാധയുടെ ആംഗലേയ വിജ്ഞാനം നിജപ്പെടുത്തി. ഫ്ളാറ്റിന്റെ അകം ചുറ്റിക്കണ്ടും പപ്പയുടെ ബിസിനസ്സ് കഥകൾ കേട്ടും വസന്തിന്റെ അച്ഛനും അനുരാധയുടെ നീണ്ട മുടിയിലേക്കും വിടർന്ന കണ്ണുകളിലേക്കും കണ്ണയച്ച് വസന്തിന്റെ അമ്മയും അവൾക്ക് തരക്കേടില്ലാത്തൊരു മാർക്കിട്ടു.

അനുരാധയുടെ വീട്ടിൽ കല്യാണ ഗന്ധം വന്നു നിറഞ്ഞു.

ജീവിതത്തിൽ കല്യാണമേ കഴിക്കില്ലെന്നു വീരവാദം പറഞ്ഞ് നടന്ന അനുരാധ കല്യാണ ക്ഷണക്കത്തുമായി കൂട്ടുകാർക്കിടയിലേക്ക് നടന്നു ചെന്നു.

"അനു, അപ്പോ ഞങ്ങളെയൊക്കെ വിട്ട് കാലിഫോർണിയയിലേക്ക് പറക്കാൻ പോകാണോ?"

നിരാശരായി അവർ ഒരേ കണ്ഠത്തിൽ ചോദിച്ചു.

"ഇല്ല. കോഴ്സ് കംപ്ലീറ്റ് ചെയ്തോളാൻ സമ്മതിച്ചിട്ടുണ്ട്..."

അനുരാധയ്ക്ക് അത് പറഞ്ഞപ്പോൾ വല്ലാത്ത ഒരു വൃത്തികേട് തോന്നി.

തീക്കട്ടയായി ജ്വലിച്ചുനിന്ന പഴയ അനുരാധയുടെ നാക്കിനിണങ്ങാത്ത വാക്കുകൾ അവൾക്കു വീണ്ടും വീണ്ടും തുപ്പേണ്ടി വന്നു.

"നാളെ ഗോൾഡ് എടുക്കാൻ പോണം..."

"പാലടയും പരിപ്പും പോര പഴപ്രഥമനും വേണമെന്ന് ഞാൻ പപ്പോട് പറഞ്ഞിട്ടുണ്ട്."

"ഇന്നലെ വസന്ത് വിളിച്ചിരുന്നു. സാരിയെടുക്കാൻ ചെല്ലാൻ പറഞ്ഞു. എനിക്കെന്തോ അവരുടെ കൂടെ നിന്നു... അവർക്കിഷ്ടമുള്ളത് എടുത്തോളാൻ പറഞ്ഞു."

ഇതൊക്കെ പറയുന്നത് അനുരാധ തന്നെയോ?

കല്യാണം കഴിഞ്ഞ്, ഉറക്കച്ചടവ് പിടിച്ച കണ്ണുകളും കഴുത്തിൽ പത്ത് പവന്റെ ചങ്ങലയും നെറ്റിയിൽ വാരിച്ചാർത്തിയ സിന്ദൂരവുമായി ക്ലാസ്സിലേക്കു കയറി വന്നിരുന്ന രണ്ടു കൂട്ടുകാരികളുണ്ടായിരുന്നു അനുരാധയ്ക്ക്.

കുറുവൻ തൊട്ട പാമ്പുകളെ പോലെ അതുങ്ങളങ്ങനെ വരാന്തയിലും ലൈബ്രറിയിലും ഇഴഞ്ഞ് നടക്കുന്നത് കാണുമ്പോൾ തന്നെ അനുരാധയുടെ കണ്ണുകൾ പുളിച്ചിരുന്നു. ഇനിയിപ്പോൾ അനുരാധയും പുള്ളികുത്തിയ കഴുതക്കുട്ടിയായി ക്ലാസു മുറിയിൽ!

ഫിലിംഫെയറിന്റെ പുറംചട്ടയിൽ കണ്ണിറുക്കി ചിരിക്കുന്ന ഋത്വിക് റോഷനെ കൊതിയോടെ നോക്കിയിരിക്കാൻ പോലും അനുവദിക്കില്ല കൂട്ടുകാർ. അനുരാധയും ദയമേതുമില്ലാതെ അങ്ങനെ പറഞ്ഞിട്ടുണ്ട്.

"എന്തിനെന്റെ ഫൗസൂ... പടോം നോക്കി വെള്ളമിറക്കിയിരിക്കുന്നു...! സുന്ദരന്മാരെയൊക്കെ ഞങ്ങൾ കന്യകമാർക്ക് വിട്ടു തരിക. നിനക്ക് കഴുത്തേൽ തൂങ്ങാൻ നല്ലൊരു കുട്ടിക്കുരങ്ങൻ ഡോക്ടറെ ഏറെ പണം മുടക്കി ഉമ്മയും ഉപ്പയും വാങ്ങിത്തന്നിട്ടുണ്ടല്ലോ..."

കോഴിക്കോട് സ്റ്റേഷനുതന്നെ കോഴിക്കോടൻ ഹൽവയുടെ മധുരിക്കുന്ന മണമാണ്. ഹൽവ വില്പനക്കാരുടെ കയ്യിലെ ബഹുവർണ്ണങ്ങളിലുള്ള ഹൽവകളിലേക്കു നോക്കിയിരുന്നു അനുരാധ.

"വേണോ..." കറുത്ത് ചടച്ച കച്ചവടക്കാരൻ അനുരാധയുടെ നേർക്കു തിരിഞ്ഞു. "വേണ്ട" എന്നു തലയിളക്കിയെങ്കിലും അവൾ തിളങ്ങുന്ന ഹൽവകളിൽ നിന്നും കണ്ണെടുത്തില്ല. അവളുടെ കണ്ണുകൾ ഹൽവയുടെ മിനുപ്പിലേക്കിറങ്ങിച്ചെന്ന് അതിലൊളിച്ചിരിക്കുന്ന അണ്ടിപ്പരിപ്പും മുന്തിരിയും വരെ വലിച്ചെടുത്തേക്കാമെന്ന പേടി തോന്നിയിട്ടാകണം വില്പനക്കാരൻ അനുരാധയുടെ കൺവെട്ടത്തുനിന്നും മാറിനിന്നു.

കുറേ പേർ അസഹ്യമായ പരിമളത്തോടെ കയറിവന്നു.

കയ്യിൽ നിറയെ പെട്ടികളും ബാഗുകളുമായി കുറെ പർദ്ദ ധരിച്ച പെണ്ണുങ്ങളും പരിഷ്കൃത കുപ്പായങ്ങളണിഞ്ഞ ആണുങ്ങളും കുട്ടികളും.

ആരൊക്കെയാണ് യാത്ര പോകുന്നത്?

ആരൊക്കെയാണ് യാത്ര അയയ്ക്കുന്നത്?

തീവണ്ടി പുറപ്പെടാനുള്ള സിഗ്നൽ വന്നതോടെ അച്ഛനും അമ്മയും നാലു കുട്ടികളും അടങ്ങുന്ന ഒരു കുടുംബത്തെ തീവണ്ടി മുറിയ്ക്കകത്താക്കി ബാക്കിയുള്ളവർ ഇറങ്ങിപ്പോയി.

"ഓ...നൂയിസൻസായി..." വസന്തിന്റെ മുറുമുറുക്കൽ കേട്ട് അനുരാധ നോക്കി.

"പിള്ളാരെക്കൊണ്ട്..." അയാൾ തലയ്ക്കു കൈകൊടുത്തിരുന്നു.

അപ്പോഴയാൾ കളിയിൽ തോറ്റൊരു കുട്ടിയെ പോലെയായിരുന്നു.

വസന്തിന്റെ നെറ്റിയിൽ നീണ്ട വിരലുകൾ ഓടിച്ച് അയാളെ സമാധാനിപ്പിക്കണമെന്ന് അനുരാധ മോഹിച്ചു.

വസന്തിന്റെ ഭയാശങ്ക വെറുതെയായില്ല.

കുട്ടികൾ കളിച്ചും ചിരിച്ചും തമ്മിലടിച്ചും കരഞ്ഞും നിരന്തരം ചോദ്യങ്ങൾ ചോദിച്ചും അയാളുടെ നെറ്റിയിൽ ചുളിവുകൾ വരച്ചു ചേർത്തുകൊണ്ടിരുന്നു. അസഹിഷ്ണുതയുടെ വരകൾ വീഴുകയും മായുകയും ചെയ്യുന്ന കൂട്ടത്തിൽ വസന്തിന്റെ നെറ്റിയിലെ കളഭക്കുറി പൊടിഞ്ഞു വീണുപോയി.

പെണ്ണുകാണാൻ വന്നപ്പോഴും അയാളുടെ നെറ്റിയിലങ്ങനെയൊരു കുറിയുണ്ടായിരുന്നു. "ചോറ്റാനിക്കര തൊഴുതിട്ടാണ് വരുന്നത്" എന്നു പറഞ്ഞപ്പോൾ അതിൽ അസ്വാഭാവികതയൊന്നും തോന്നിയില്ല.

എങ്കിലും നെറ്റിയിലെ വരമഞ്ഞളും നാക്കിൽ തുളുമ്പുന്ന ആംഗലേയവും ഒരു കൗതുകത്തോടെ അനുരാധ നോക്കിനിന്നിരുന്നു.

കല്യാണം കഴിഞ്ഞ് വസന്തിന്റെ വീട്ടിൽ കയറിച്ചെന്ന അനുരാധ ശരിക്കുമൊന്ന് അമ്പരന്നു.

ഫ്ളാറ്റിലെ ഒതുങ്ങിയ ജീവിതത്തിൽ നിന്നും വിഭിന്നമായ വിശാലമായ ലോകം. നടുമുറ്റവും കോലായകളും മുറ്റത്ത് നെല്ലുചിക്കി നിൽക്കുന്ന പെണ്ണുങ്ങളും മുല്ലത്തറയും സർപ്പക്കാവും... പ്രാചീനമായൊരു കാലഘട്ടത്തിലേക്ക് വർത്തമാന യവനിക തള്ളിനീക്കി നടക്കുകയാണോ?

കൂട്ടിൽ കിടന്നു വളർന്ന കിളി ആദ്യമായി ആകാശത്തിലെത്തിയതു പോലെ അനുരാധ പരിഭ്രമിച്ചു.

എങ്കിലും പഴമയുടെ സൗന്ദര്യത്തിനൊപ്പം പുതുമയുടെ സൗകര്യങ്ങൾ കൂടെ ഇണക്കിച്ചേർത്തിരുന്നതുകൊണ്ട് അവൾക്ക് അധികം പ്രയാസപ്പെടേണ്ടിവന്നില്ല.

വസന്തിന്റെ - ഇപ്പോൾ അനുരാധയുടെയും - ശീതീകരിച്ച മുറി മറ്റൊരു കാലിഫോർണിയയായി തോന്നിച്ചു. മുളങ്കാടുകളും പൈക്കിടാങ്ങളും മഞ്ഞച്ച സായന്തനങ്ങളും പച്ചച്ച പാടങ്ങളും എള്ളെണ്ണ മണക്കുന്ന അകത്തളങ്ങളും അങ്ങനെയൊരിടത്ത് അമേരിക്കൻ ഭൂഖണ്ഡത്തിൽ നിന്നും ഒരു നേർത്ത കഷ്ണം മുറിച്ചെടുത്ത് കൊണ്ടുവന്ന് ഒട്ടിച്ചതു പോലെ.

ഒരു കൊളാഷ്!

വസന്ത് അതിരാവിലെ ഉണർന്നെഴുന്നേറ്റു.

അവധി ദിവസങ്ങളിൽ രാവേറുവോളം എഫ് റ്റിവിയും എം റ്റിവിയും കണ്ടുകണ്ട് ഉറങ്ങി വെയിൽ മൂക്കുമ്പോൾ ഉണരുന്ന അനുരാധയ്ക്ക് വസന്തിനൊപ്പം ഉണരുക എന്നത് ശ്രമകരമായിരുന്നു.

ആയാസപ്പെട്ട് കണ്ണും മിഴിച്ച് ബ്രഷ് ചെയ്ത് "അയ്യോ... അമ്മയ്ക്ക് എന്തു തോന്നു"മെന്ന ആധിയിൽ പടികളിറങ്ങിയോടുന്ന അനുരാധയ്ക്ക് പുറകിൽനിന്നൊരു താക്കീത് കിട്ടി.

"കുളിച്ചിട്ട് പോകൂ അനൂ... കുളിക്കാതിവിടെ അടുക്കളയിൽ കയറില്ല..."

മുടിയും ദേഹവും കാച്ചെണ്ണയിൽ മുക്കിയെടുത്ത് കുളത്തിലേക്കു നടക്കുന്ന വസന്തിനൊപ്പം കുളത്തിൽ മുങ്ങിക്കുളിക്കുവാനുള്ള ആവേശവുമായി പുറപ്പെട്ടപ്പോൾ വന്നു അടുത്ത നിർദ്ദേശം.

"അനു... ബാത്ത്റൂമിൽ കുളിച്ചാൽ മതി. അച്ഛനുമമ്മയും കണ്ടാൽ എന്തു വിചാരിക്കും."

പപ്പയും അമ്മയും എന്തു വിചാരിക്കുമെന്ന് അനുരാധയ്ക്കറിയാം.

അവരുടെ വിചാരങ്ങൾ ഒരിക്കലും അനുരാധയുടെ ആഹ്ലാദങ്ങൾക്കു തടയിടുന്നതല്ല. അനുരാധ ആനന്ദത്തിന്റെ തിരമാല ഒന്നൊന്നായി നീന്തിക്കടക്കുമ്പോൾ "ഗോ എഹെഡ് മോളൂ..." എന്നൊരു പുഞ്ചിരിയുമായി ഇരിക്കുകയാണ് അവരുടെ പതിവ്.

എന്താ... എല്ലാ അച്ഛനമ്മമാരുടെയും ചിന്തകൾക്ക് ഒരേ താളമല്ലേ...?

മുല്ലത്തറയിൽ വിളക്കു കൊളുത്തി, ആവി പറക്കുന്ന പുട്ട് നെയ്യും പപ്പടവും കൂട്ടിയുണ്ട്, എഴുന്നേറ്റ് കൈകഴുകി അമ്മയുടെ സാരിത്തലയ്ക്കൽ കൈ തുടയ്ക്കുന്ന വസന്തിനെ ഒരു സത്യനന്തിക്കാടൻ നായകനെ നേരിട്ടുകാണുന്ന കൗതുകത്തോടെ അനുരാധ നോക്കിനിന്നു പലവട്ടം.

അനുരാധ വല്യച്ഛനു നൽകിയ 'നിൽ' തിരുത്തി 'ഫുൾ' എന്നു കുറിച്ചു.

വല്യച്ഛൻ പറഞ്ഞതെത്ര ശരി!

ഇവൻ എൻ പ്രിയൻ, ഒരു അസ്സൽ ഒറ്റപ്പാലത്തുകാരൻ നിഷ്കളങ്കൻ.

എങ്കിലും ആ നിഷ്കളങ്കത 'അച്ഛനെന്തു തോന്നും' 'അമ്മയ്ക്കെന്തു തോന്നും' എന്നിങ്ങനെയുള്ള പരിഭ്രമങ്ങൾ സ്ഥാനത്തും അസ്ഥാനത്തും കൊഴിച്ചിട്ട് അനുരാധയുടെ കുഞ്ഞുകുഞ്ഞു മോഹങ്ങളെ തലകീഴാക്കി മറച്ചിട്ടുകൊണ്ടിരുന്നു.

പർദ്ദയണിഞ്ഞ സ്ത്രീ ബാഗിൽ നിന്നും പുറത്തെടുത്ത പൊതികൾ ഒന്നൊന്നായി തുറന്നു.

വാട്ടിയ വാഴയിലയിൽ നിന്നും കോഴിബിരിയാണിയുടെ മണം പൊന്തി തീവണ്ടി മുറിയിലാകെ നിറഞ്ഞു. അനുരാധയുടെയും വസന്തിന്റെയും നാസികയിലൂടെ ഇരമ്പിക്കയറി. നാക്കിലെ രസമുകുളങ്ങളെ വിളിച്ചുണർത്തി.

അനുരാധയ്ക്ക് വിശന്നു തുടങ്ങി. വസന്തിനും.

നേരത്തെ ഓർഡർ ചെയ്ത പ്രകാരം ചപ്പാത്തിയും ചിക്കൻകറിയും അവർക്കു മുന്നിലെത്തി.

നേത്രാവതിയുടെ സത്ക്കാരം രുചികരമാണല്ലോ എന്നോർത്തു കൊണ്ടിരുന്ന അനുരാധയോട് വസന്ത് ചോദിച്ചു.

"വല്ലാത്തൊരു ടേയ്സ്റ്റ് അല്ലേ?"

അനുരാധ സമ്മതവും വിസമ്മതവും വേർതിരിച്ചെടുക്കാനാകാത്ത ഒരു ഭാവം എടുത്തണിഞ്ഞിരുന്നു.

ചപ്പാത്തി അപ്പാടെ ബാക്കിവെച്ച് കുട്ടികളിൽ ആരുടേയോ കയ്യിൽ നിന്നും തെറിച്ചു നിലത്തുവീണ കോഴിക്കാലിൽ നോക്കിയിരിക്കുകയായിരുന്നു വസന്ത്.

"വാ... കൈ കഴുകാം..." അയാളെ തൊട്ട് അനുരാധ എഴുന്നേറ്റു.

താളംതുള്ളിക്കൊണ്ടിരുന്ന വണ്ടിയിലൂടെ തെന്നിത്തെന്നി മുന്നോട്ടു നീങ്ങുമ്പോൾ പെട്ടെന്നീ രാത്രി ഓടിമറയാനും ഗോവയുടെ പ്രഭാതത്തിലേക്ക് കണ്ണു തുറക്കാനും അനുരാധയ്ക്ക് തിടുക്കമായി.

വരാനിരിക്കുന്നത് അവാച്യമായ പ്രണയ നിമിഷങ്ങളായിരിക്കുമെന്ന് അവളുടെ നെഞ്ചിലൊരു കിളി കുറുകി.

കൈ കഴുകി മടങ്ങിവരുമ്പോൾ കുട്ടികളെ ഉറക്കാനുള്ള തത്രപ്പാടിലായിരുന്നു പർദ്ദയണിഞ്ഞ സ്ത്രീ. അവരുടെ ഭർത്താവ് വാതിക്കൽ നിന്നും പുകവലിക്കുന്നത് കണ്ടിരുന്നു. വസന്ത് ടോയ്‌ലറ്റിലുമാണ്. പുരുഷന്മാരുടെ അഭാവത്തിൽ പെട്ടെന്നൊരു സ്വാതന്ത്ര്യം തോന്നിക്കാണണം അവർക്ക്.

"ബോംബെയിലേയ്ക്കാ?" അവർ അനുരാധയോട് ചിരിച്ചു.

"അല്ല ഗോവയിലേയ്ക്കാ...."

"ടൂർ പോകണ് ല്ലേ കണ്ടപ്പളേ തോന്നീട്ടാ നിക്കാഹ് കഴിഞ്ഞുള്ളുന്നു."

അവരുടെ ചിരിയിൽ ഗൂഢമായൊരു തിളക്കം കണ്ടു.

അതങ്ങനെയാണ് ചിരികൊണ്ട് ചതി പൊതിഞ്ഞും അഹന്ത കൊണ്ട് അപകർഷത പൊതിഞ്ഞും കനത്ത മുഖമൂടികൾക്കിടയിൽ സത്വം മൂടിവെക്കുന്നവർക്കിടയിൽ സുതാര്യമായ പ്രസന്നാത്മകതയോടെ ആർക്കും എപ്പോഴും തിരിച്ചറിയാവുന്ന ഒരു കൂട്ടരെയുള്ളൂ.

പുതുമോടി മാറാത്ത ആണും പെണ്ണും.

എത്ര കനത്ത നിസ്സംഗതയെടുത്തണിഞ്ഞാലും കാർമേഘങ്ങൾക്ക് തുളയിട്ട് ചുമന്ന സന്ധ്യ മുഖം കാണിക്കുന്നതുപോലെ കവിളുകളിൽ ചുമപ്പും കണ്ണുകളിൽ തിളക്കവുമായി അതങ്ങനെ പുറത്തേക്കു ചാടിക്കൊണ്ടിരിക്കും.

"ഞങ്ങൾക്ക് അന്ധേരീല് ബേക്കറി ബിസിനസ്സാ."

അവരുടെ ഭർത്താവ് കടന്നുവന്നപ്പോൾ അവര് ചിരിയോടെ വിശദീകരിച്ചു.

"ഇവർ ഗോവലേക്ക്ണ്."

അയാൾ സൗഹാർദ്ദപൂർവ്വം ചിരിച്ചു.

ഉമ്മയുടെ മടിയിൽ കിടന്ന് ഉറങ്ങിത്തുടങ്ങിയ ഇളയകുട്ടിയുടെ തുടകളിൽ താളംപിടിച്ച് അയാളിരുന്നു.

വീണ്ടും ഒന്നു രണ്ടു കുശലാന്വേഷണങ്ങൾ, ഉത്തരങ്ങൾ.

വസന്ത് കടന്നുവന്നതോടെ അതും നിലച്ചു.

അദ്ധ്യാപകനെ കണ്ട കുട്ടികളെ പോലെ ഓരോരുത്തരും ചുണ്ടുകൾ കൂട്ടിപ്പിടിച്ച് വീർപ്പടക്കിയിരുന്നു.

ആളുകൾ ഉറക്കത്തിലേക്കു വലിഞ്ഞുകയറുവാൻ തുടങ്ങി.

തീവണ്ടിയിൽ കയറിയാൽ പിന്നെ ആളുകൾക്കൊക്കെ തിരക്കാണ്. ഉറങ്ങാനും പിന്നെ ഉണരാനും. സമയത്തെ ഉന്തിത്തള്ളിയുള്ള ആ നടത്തത്തിൽ വിരക്തി പൊടിഞ്ഞിട്ടാകണം ആകപ്പാടെ ചെയ്യാനുള്ളത് ചെയ്യാൻ അനാവശ്യമായ തിടുക്കം.

എല്ലാവരും പടിഞ്ഞാട്ട് നടക്കുമ്പോൾ വസന്തിനും അനുരാധയ്ക്കും മാത്രമായി കിഴക്കോട്ട് നടക്കാൻ വയ്യല്ലോ. അങ്ങനെ ചില സാമൂഹ്യ നീതികളുടെ പാളത്തിലൂടെയല്ലേ തീവണ്ടി മുറിക്കുള്ളിലെ ജീവിതം മുന്നോട്ടു കുതിക്കുക.

ഉമ്മയേയും മക്കളേയും താഴത്തെ ബർത്തുകളിൽ ഉറങ്ങാൻ അനുവദിച്ച് വസന്തും അനുരാധയും സമാന്തരങ്ങളായ മിഡിൽ ബെർത്തുകളിൽ തല ചായ്ചു. വസന്തത്തിന്റെ കണ്ണുകളിലേക്കു നോക്കി നോക്കി നേരം വെളുപ്പിക്കാൻ അനുരാധ തയ്യാറെടുത്തു.

"ആർ യു നോട്ട് കംഫേർട്ടബിൾ അനു..."

ചെരിഞ്ഞ് കിടന്നുകൈകൊണ്ട് ശിരസ്സ് താങ്ങി വസന്ത് അവളെ നോക്കി. വസന്തിന്റെ ചോദ്യത്തിലെ കരുതൽ അനുരാധയുടെ നെഞ്ചിലൊരു മഞ്ഞുകട്ട വീഴ്ത്തി. അയാളുടെ കണ്ണുകളിലെ സ്നേഹസാഗരം ഒരു നിമിഷംകൊണ്ട് മൊത്തിക്കുടിച്ച് തീർക്കുവാനായി അവളുടെ മിഴികൾ ദാഹിച്ചു വരണ്ടു.

"വല്ലാതെ ടയേർഡായി. കുറച്ചു ദിവസമായില്ലേ ശരിയ്ക്കുറങ്ങീട്ട്. സോ ഗുഡ് നൈറ്റ്...!"

വസന്ത് ലൈറ്റണച്ചു മലർന്നുകിടന്ന് കണ്ണുകൾ കൂട്ടിവെച്ചു.

അനുരാധയുടെ വരണ്ട കണ്ണുകളെ നീറ്റിക്കൊണ്ട് ഉപ്പുനീരിന്റെ ഉറവ പൊട്ടി തീവണ്ടി കുതിച്ചോടുന്നതും കിതച്ചു നില്ക്കുന്നതും കേട്ടു കേട്ട് അനുരാധ ഉറങ്ങിപ്പോയി.

ഉറക്കത്തിൽ അനുരാധ കടലിന്റെ കനത്ത തിരകളിൽ ഒളിച്ചുകളിച്ചുകൊണ്ടിരുന്നു.

കടൽ ആയിരം നാക്ക് നീട്ടി അവളെ ആകമാനം നക്കിത്തുവർത്തി. വായിലിട്ട് രുചിച്ചു.

പല്ലുകൾ ആഴ്ത്തി നോവിക്കാതെ വിഴുങ്ങി.

കടലിന്റെ ആമാശയത്തിൽ അവൾ മെർമേയ്ഡുകളുടെ നൃത്തം കണ്ടു.

വശ്യമായ വന്യമായ നൃത്തം

മത്സ്യകന്യകമാരുടെ വഴുവഴുത്ത ഉടലുകൾ ഇളകിയാടി. കൊഴുന്നു മിന്നുന്ന ഉടലുകൾക്കൊപ്പം അനുരാധയും ആടി.

ആടിത്തിമർക്കവെ അവളുടെ കാൽവിരലുകളിൽ നിന്നും മുകളിലേക്ക് മുകളിലേക്ക് അരക്കെട്ടോളം ചെതുമ്പലുകൾ പൊന്തി.

രജതരേഖകൾ! അല്ല, വൈഡൂര്യത്തിന്റെ ചീളുകൾ! മാസ്മരിക തിളക്കം!

പെട്ടെന്നൊരു ഇക്കിൾ!

കടലിന്റെ കനത്ത ഇക്കിളിലൂടെ ആമാശയത്തിൽ നിന്നും പൊന്തിയുയർന്ന് അനുരാധയുടെ കരയ്ക്കൽ വന്നടിഞ്ഞു.

ചുവപ്പു തുപ്പിയ ഒരു ചണ്ടിപോലെ അവൾ തളർന്നുകിടന്നു. കടൽ കാക്കകൾ അവൾക്കു ചുറ്റും പറന്നിറങ്ങി. ഉപ്പുരസമുള്ള ചെതമ്പലുകൾ ഒന്നൊന്നായി കൊത്തിയെടുക്കുമ്പോൾ അനുരാധയ്ക്ക് വല്ലാതെ നൊന്തു. പക്ഷേ നോവിനിത്ര സുഖമോ...?

കടൽകാക്കകളുടെ കൊക്കുകളിൽ വജ്രത്തിളക്കം!

അപരിചിതങ്ങളായ സ്വരങ്ങളും പദങ്ങളും അനുരാധയെ വിളിച്ചുണർത്തുമ്പോൾ തീവണ്ടി 'കാർവാറി'ലെത്തിയിരുന്നു.

കാർവാറിൽനിന്നു കയറിയവർ അവർക്കുള്ള ഇടം കണ്ടെത്താനുള്ള തത്രപ്പാടിൽ കന്നഡയിൽ ഇടതടവില്ലാതെ സംസാരിച്ചുകൊണ്ടിരുന്നു.

അനുരാധയ്ക്ക് പിന്നെ ഉറങ്ങാൻ കഴിഞ്ഞില്ല.

ഗർഭപാത്രത്തിലെ കുഞ്ഞിനെപ്പോലെ വസന്ത് ചുരുണ്ടുകിടക്കുന്നത് അനുരാധ നോക്കിക്കിടന്നു.

മെർമേയ്ഡുകളുടെ നൃത്തവും കടലിന്റെ ആലിംഗനവും അനുരാധയുടെ മനസ്സിന്റെ മുകൾത്തട്ടിലേക്ക് തികട്ടിത്തികട്ടി വന്നു.

വസന്തിന്റെ ഉറക്കത്തിലേക്ക് കടലിന്റെ നനവ് പടർന്നേറുന്നുണ്ടാകുമോ? അയാൾ ഇപ്പോൾ എന്തായിരിക്കും സ്വപ്നം കാണുന്നത്?

മണിബന്ധത്തിൽ പറ്റിക്കിടക്കുന്ന വീതിയേറിയ സ്ട്രാപ്പുള്ള ഫാൻസി വാച്ചിന്റെ ഡയലിലേക്ക് അനുരാധ നോക്കി.

4.30 പിന്നിട്ട് ചെറിയ സൂചിയും വലിയ സൂചിയും കാലപഥത്തിലൂടെ ശയനപ്രദക്ഷിണം ചെയ്യുന്നു. ഉരുണ്ടുരുണ്ട് അവ രണ്ടും ആറു മണിയുടെ നടയ്ക്കൽ ചെന്നെത്തി നിന്നിരുന്നുവെങ്കിൽ!

അവിടെയൊരു സ്നേഹതീരം കൈത്തിരികൾ നീട്ടി വസന്തിനേയും അനുരാധയേയും പഞ്ഞിമേഘം പോലെ പതുപതുത്ത മാറിൽ ചേർത്തണയ്ക്കാനായി മാടിവിളിക്കുന്നു.

ഗോവപുരിയിലെ കടൽത്തീരത്ത് രണ്ടു വേഴാമ്പലുകളായി നിലാവുണ്ടിരിക്കുമ്പോൾ അനുരാധ വസന്തിന് തന്റെ പ്രണയത്തിന്റെ മുന്തിരിച്ചാറ് പകർന്നുകൊടുക്കും. അനുരാധ പതിയെ താഴോട്ട് നുഴഞ്ഞിറങ്ങി. താഴെ കിടന്ന കുട്ടി എഴുന്നേറ്റിരുന്ന് ഉറക്കച്ചടവോടെ അവളെ നോക്കി.

ബെർത്ത് ലോക്ക് അഴിച്ചിട്ട് അനുരാധ കുട്ടിയുടെ തലയിൽ തലോടി. “കിടന്നോളു”

ബ്രഷ് ചെയ്യാനായി വാഷ്ബേസിനരികിൽ നില്ക്കുമ്പോൾ തുറന്നിട്ട വാതിലൂടെ വന്ന തണുത്തകാറ്റ് അവളുടെ ശരീരത്തിലൂടെ തഴുകി കടന്നുപോയി. ഗോമന്തകത്തിന്റെ കാറ്റ്! ഗോമന്തകത്തിന്റെ ഗന്ധം!

വണ്ടിയോടിയോടി മഡ്ഗൗവിൽ എത്തി നിന്നു.

അനുരാധ വസന്തിനെ ഒരു നിമിഷം നോക്കിനിന്നു.

ഒരു കുഞ്ഞിനെ കരുതലോടെ ഉണർത്തുന്നതുപോലെ അവൾ കൈകൾ നീട്ടി വസന്തിനെ തൊട്ടു. “വസന്ത്....”

വളരെ മൃദുവായാണ് അനുരാധ വിളിച്ചതെങ്കിലും വസന്ത് പരിഭ്രാന്തനായി കണ്ണുകൾ മിഴിച്ചു.

“എന്തേ.... എവിടെയെത്തി....”

“ടെൻഷാനാകേണ്ട. മഡ്ഗാവ് സ്റ്റേഷനാണ്.”

വസന്തിന്റെ മുഖത്ത് വലിഞ്ഞുനിന്ന പരിഭ്രമത്തിന്റെ രേഖകൾ അയഞ്ഞയഞ്ഞു മാഞ്ഞുപോയി. അയാൾ കൈകാലുകൾ നീട്ടി കണ്ണുകൾ തിരുമ്മി എഴുന്നേറ്റു. അല്പം ഉയർത്തിവെച്ച ജനാലയിലൂടെ അനുരാധ മഞ്ഞിന്റെ മണമറിഞ്ഞു.

സ്റ്റേഷനിൽ നിന്നും കയറിയ ചുളുക്കുള്ള ഫ്രോക്കിട്ട രണ്ട് സ്ത്രീകൾ ഒരു നിമിഷം അനുരാധയുടെ മുമ്പിൽ ശങ്കിച്ചു നിന്നു മുന്നോട്ടുപോയി.

വീണ്ടും ഉറക്കത്തിലേക്ക് ആണ്ടുപോയ കുട്ടിയുടെ കാല്ക്കൽ അനുരാധ ഇരുന്നു. മുഖം കഴുകിവന്ന വസന്ത് എവിടെയിരിക്കണമെന്നറിയാതെ ചുറ്റിനും കണ്ണോടിക്കുമ്പോൾ അനുരാധ കൈകൊണ്ട് തന്റെയരികിൽ തട്ടിക്കാണിച്ചു. വസന്തിനും കൂടെയിരിക്കാൻ അവിടെയിടമുണ്ടായിരുന്നില്ല.

ഒരാൾക്കുള്ള ഇടത്തിൽ രണ്ടുപേർ. അതും സ്നേഹത്തിലായ രണ്ടുപേർ ഇരിയ്ക്കുന്നതിന്റെ രസം അനുരാധ അറിഞ്ഞു.

വസന്തിന്റെ ചൂടുള്ള കൈകൾക്കുള്ളിൽ അവളുടെ തണുത്ത വിരലുകളെ ഒതുക്കി വെച്ച് ലാളിച്ചുകൊണ്ടിരുന്നു.

അവരൊന്നും പറഞ്ഞില്ല.

വസന്ത് ആദ്യമായാണ് കിടപ്പറയ്ക്ക് പുറത്ത് അനുരാധയോട് സ്നേഹം ഭാവിക്കുന്നത്. അയാളിപ്പോൾ എന്തായിരിക്കും ചിന്തിക്കുന്നത്?

ചുറ്റുപാടുകളെ വിസ്മരിച്ച് പരസ്പരം മാത്രം ശ്രദ്ധിക്കുന്ന നിമിഷങ്ങൾ! പ്രപഞ്ചം മുഴുവനും വസന്തും അനുരാധയും മാത്രം!

വസന്തും അനുരാധയും മാത്രം! നക്ഷത്രങ്ങളും പൂക്കളും! അങ്ങനെ ചില നിമിഷങ്ങൾ അനുരാധ സ്വകാര്യമായി മോഹിച്ചിരുന്നു. വസന്തും മോഹിച്ചിരുന്നിരിക്കും. അതല്ലേ അയാൾ പെട്ടെന്നൊരു ദിവസം അങ്ങനെ പറഞ്ഞത്.

"അനു... കുറച്ച് ദിവസം നമ്മൾക്കിവിടെ നിന്നു മാറി നിന്നാലോ...? ഈ വിരുന്നും ബഹളവും... തീരെ പ്രൈവസി കിട്ടുന്നില്ല....തോന്നുന്നില്ലേ.... അനൂന്...? തോന്നുന്നുണ്ട് ഒരായിരം വട്ടം.... ഒരു കോടി വട്ടം."

"എങ്ങോട്ടുപോകും......?"

"ഗോവയിൽ പോയി വരാം. അവിടെ എന്റെ ഒരു ഫ്രൻണ്ടുണ്ട്. ആഗ്നെലോ റോഡ്രിഗിസ്. ഞങ്ങൾ ബോംബെയിൽ ഒന്നിച്ചാണ് എൻജിനീയറിങ് ചെയ്തത്."

"എന്തിനീ നേരമില്ലാത്ത നേരത്ത് ഓടിപ്പിടിച്ച് ഗോവയ്ക്കു പോകുന്നു? കുഞ്ഞമ്മായീടെ അവിടെ ഇനീം ഊണിനു ചെന്നിട്ടില്ല. വസുന്ധരച്ചിറ്റ ഇന്നുംകൂടി വിളിച്ചിരുന്നു എന്നാ അങ്ങോട്ടൊന്നു...."

വസന്തിന്റെ അച്ഛൻ ഒന്നും മനസ്സിലാകാത്തവനെപ്പോലെ വസന്തിനെ നോക്കി. നോക്കൂ അച്ഛാ.... നിങ്ങളെനിക്ക് ഈ പെൺകുട്ടിയെ തന്നത് എനിക്ക് സ്നേഹിക്കാനും എന്റെ ജീവിതം പങ്കിടാനും വേണ്ടിയാണ്. രണ്ടാഴ്ച കഴിഞ്ഞ് മടങ്ങുമ്പോൾ ഇവളുടെ മനസ്സെങ്കിലും എനിക്ക് കൂടെ കൊണ്ടുപോകണമെന്നുണ്ട്. അങ്ങനെ സംഭവിക്കണമെങ്കിൽ സ്നേഹിക്കാനുള്ള സാവകാശം കിട്ടണ്ടേ.

ഇതൊക്കെ വസന്തിന്റെ മനസ്സ് പറഞ്ഞത്.

അയാൾ പുറത്ത് പറഞ്ഞത് മറ്റൊന്നാണ്.

"അയ്യോ... അങ്ങനെ പറയല്ലേ. അച്ഛനറിയില്ലേ ആഗ്നെലോയുടെ മുത്തശ്ശിക്ക് എന്നെ എന്തു കാര്യമാണ്. ബോംബെയിലായിരുന്നപ്പോൾ അവർ വിളമ്പിത്തന്ന ഭക്ഷണം കുറച്ചൊന്നുമല്ല കഴിച്ചിരിക്കുന്നത്. പാവം... വയസ്സായി. അനുവിനെ കാണണമെന്ന ഒരാഗ്രഹം പറഞ്ഞുവത്രേ."

അന്ന് ആഗ്നേലോയുടെ കുടുംബം ബോംബെയിലായിരുന്നു. അച്ഛൻ ആന്റോണിയോ റോഡ്രിഗ്സ് കോർപ്പറേഷനിൽ ഉദ്യോഗസ്ഥനായിരുന്നു. ഹോസ്റ്റൽ ഭക്ഷണം കഴിച്ചു മനം മടുക്കുമ്പോൾ ആഗ്നെലോയുടെ കുടുംബത്തിന്റെ സത്കാരം കുറച്ചൊന്നുമല്ല വസന്തിനെ ജീവിപ്പിച്ചിരുന്നതെന്ന് അച്ഛനും അറിയാം.

"എന്നിട്ടീ കൂട്ടുകാരനെ കല്യാണത്തിനു പോലും കണ്ടില്ലല്ലോ..." അമ്മ ചോദിച്ചു.

"അയ്യോ... അമ്മേ.. അവൻ വരാനിരുന്നതാണ്. അപ്പോഴല്ലേ മുത്ത ശ്ശിക്ക് സുഖമില്ലാതായത്." അച്ഛനുമമ്മയും പരസ്പരം നോക്കി.

നീണ്ട ചിന്തയ്ക്കൊടുവിൽ കുഴിയിലേക്ക് കാലും നീട്ടിയിരിക്കുന്ന കിഴവിയുടെ അനുഗ്രഹമാണ് ചിറ്റയുടെയും അമ്മായിയുടെയും സത്ക്കാരങ്ങളേക്കാൾ പ്രധാനമെന്നു കണ്ടെത്തി അച്ഛൻ സമ്മതം മൂളി.

ഇളയകുഞ്ഞ് ഒരു കരച്ചിലിലേക്കുണർന്നു. ഉമ്മ അവനെ മടിയിലിരുത്തി. പതിയെ താളമിട്ട് ഉറക്കാൻ ശ്രമിച്ചു.

വെർണാ... സ്റ്റേഷനിൽ നിർത്താതെ വണ്ടി മുമ്പോട്ടുപാഞ്ഞു.

"അടുത്ത സ്റ്റേഷനാണ്..." റോഡ്രിഗ്സിനെ ഒന്നുകൂടി വിളിച്ച് സംശയനിവൃത്തി വരുത്തി വസന്ത് എഴുന്നേറ്റു. ലഗ്ഗേജെടുത്തു വാതിൽക്കലേക്ക് നടന്നു.

"ഞങ്ങളിവിടെ ഇറങ്ങാണ്..."

അനുരാധ, കുഞ്ഞിനെ ഉറക്കിക്കൊണ്ടിരുന്ന സ്ത്രീയോട് അല്പം സങ്കോചപ്പെട്ട് പറഞ്ഞു.

"രണ്ടുപേരും സന്തോഷമായിരിക്ക്....!"

അവരുടെ കണ്ണുകൾ തിളങ്ങുകയും ചുണ്ടുകൾ സ്നേഹനിർഭരമായൊരു ചിരിയിലേക്ക് നീളുകയും ചെയ്തു.

വെറുമൊരു രാത്രിയുടെ പരിചയം! മൂന്നാലു വാക്കുകളിലൂടെയുള്ള തിരിച്ചറിവ്! ഹൃദയം നിറഞ്ഞൊരു ആശംസയിലേക്ക് നീളുന്നത് ഒരു പൂവ് വിരിയുന്നതുപോലെ മോഹനമായി തോന്നി അനുരാധയ്ക്ക്.

അതെ. രണ്ടുപേരും സന്തോഷമായിരിക്കട്ടെ. അനുരാധ പ്രാർത്ഥിച്ചു.

ആറുമണിയുടെ നടയ്ക്കൽ വലിയ സൂചിയും ചെറിയ സൂചിയും സാഷ്ടാംഗം പ്രണമിച്ചുകിടന്നു.

മഞ്ഞയിൽ കറുത്ത അക്ഷരങ്ങൾ തെളിഞ്ഞു.

"കർമലി"

രണ്ട്

കർമലി.

വൃത്തിയും വെടിപ്പും ചന്തവുമുള്ള ഒരു കൊച്ചു സ്റ്റേഷൻ.

അനുരാധയും വസന്തും ഗോവപുരിയുടെ കുളിർന്ന പ്രഭാതത്തിലേക്കിറങ്ങി ചുറ്റും കണ്ണോടിച്ചുനിന്നു.

ഉയരം കൂടിയ ഇരുണ്ട നിറമുള്ള ചെറുപ്പക്കാരൻ ചിരിയുമായി വന്നു.

"പ്രിയപ്പെട്ട ഇണക്കുരുവികൾക്ക് സുപ്രഭാതം. ഒപ്പം ഹൃദയം നിറഞ്ഞ സ്വാഗതം."

രണ്ടുപേർക്കുമായി ഹസ്തദാനം ചെയ്തു ആഗ്നെലോ റോഡ്രിഗിസ്. സ്റ്റേഷനുപുറത്ത് പാർക്ക് ചെയ്തിരിക്കുന്ന ഹോണ്ടാസിറ്റിയിലേക്ക് അയാൾ അവരെ നയിച്ചു.

ഡിക്കിയിൽ ലഗ്ഗേജ് വെച്ചതിനുശേഷം അയാൾ പിൻവാതിൽ തുറന്ന് അനുരാധയോട് ഉപചാരപൂർവ്വം ചിരിച്ചു. "പ്ലീസ്...."

ഒരുപാട് നാളത്തെ ഇടവേളയ്ക്കുശേഷം കണ്ടുമുട്ടുന്ന ചങ്ങാതിമാർ ആഗ്നെലോയ്ക്കും വസന്തിനും പങ്കുവയ്ക്കാൻ ഒരുപാട് കഥകളുണ്ട്. മുൻസീറ്റിലിരുന്ന അവർ ചിരിച്ചുതിമിർത്തുകൊണ്ടിരിക്കെ അനുരാധ തന്റെ ലോകത്തേക്ക് ഒരു ഒച്ചിനെപ്പോലെ ചുരുണ്ടു.

പുറത്ത് പ്രകൃതിയുടെ മാസ്മരിക സൗന്ദര്യം

സൂര്യരശ്മിയുടെ പതിഞ്ഞ തലോടലേറ്റ് മഞ്ഞിന്റെ നേർത്ത ആവരണം ഉരുകിത്തീർന്നുകൊണ്ടിരിക്കുന്നു.

കൊയ്ത്തുകഴിഞ്ഞിറങ്ങുന്ന നെൽപ്പാടങ്ങൾ, തെങ്ങിൻതോപ്പുകൾ കശുമാവിൻതോട്ടങ്ങൾ.

മറ്റൊരു ഒറ്റപ്പാലത്ത് എത്തിപ്പെട്ട പോലെ.

പച്ചപ്പിന്റെ കുളിർന്ന ലോകം പിന്നിട്ട് വണ്ടി ഇടുങ്ങിയ തെരുവിലൂടെ സഞ്ചരിച്ചു.

പാതയ്ക്ക് ഇരുവശങ്ങളിലായി പ്രാചീനങ്ങളായ പോർച്ചുഗീസ് കെട്ടിടങ്ങളും ചാപ്പലുകളും. എവിടെയും മെഴുകുതിരി കത്തിച്ചുവെച്ച കുരിശിൻകൂടുകൾ. പിൻഭാഗത്ത് സ്ളിറ്റുള്ള ഇറുകിയ പാവാടയും കുപ്പായവും സ്കാർഫുമണിഞ്ഞു പള്ളിയിലേക്ക് പോകുന്ന മദ്ധ്യവയസ്ക്കരായ സ്ത്രീകൾ.

അല്ല, ഒറ്റപ്പാലമല്ല.

ഇത് പോർച്ചുഗലിന്റ ഒരു നുറുങ്ങ് കഷണം. അതെ കിഴക്കിന്റെ ലിസ്ബൺ.

"മുത്തശ്ശിക്കിപ്പോൾ ഓർമ്മ തീരെയില്ല. ആളുകളെ കണ്ടാൽ തിരിച്ചറിയില്ല. എന്നോട് തന്നെ ഒരു ദിവസം പലവട്ടം ചോദിക്കും നീ ഏതാണെന്ന്" ആഗ്നെലോ ചിരിച്ചു.

"അവിശ്വസീയം! ബോംബെയിലായിരുന്നപ്പോൾ അവർക്കെന്തു ചുറുചുറുക്കായിരുന്നു. കേട്ടോ അനു മുത്തശ്ശിയുടെ പോർക്ക് വിന്താലുവിന്റെ രുചി ഇപ്പോഴും എന്റെ നാക്കിന്റെ തുമ്പത്തുണ്ട്."

വസന്ത് പുറകിലേക്ക് തിരിഞ്ഞ് അനുരാധയെ നോക്കി.

"ഗോവയിലേക്ക് മടങ്ങുക എന്നതായിരുന്നു അന്നൊക്കെ മുത്തശ്ശിയുടെ സ്വപ്നം. പക്ഷേ ഗോവയിലെത്തി അധികം കഴിയുംമുമ്പേ അവരെല്ലാം മറന്നു. അവരെത്തന്നെ മറന്നു."

ആഗ്നെലോയുടെ മുത്തശ്ശിയെ കാണാൻ അനുരാധയ്ക്ക് തിടുക്കമായി.

ശാന്തമായൊഴുകുന്ന മാണ്ഡോവി നദി. അങ്ങിങ്ങായി ഫെറികൾ. ദിവാർ ദ്വീപിലേക്ക് കടത്തുകടക്കാൻ കാത്തുനിൽക്കുന്ന മനുഷ്യരും വാഹനങ്ങളും.

അനുരാധ സീറ്റിലേക്ക് ചാരിക്കിടന്നു.

വസന്തും ആഗ്നെലോയും കാറിന്റെ മൈലേജിനെകുറിച്ച് ചർച്ച ചെയ്യുന്നു. റേയ്ഞ്ചിന്റെ കാര്യത്തിൽ റിലൈൻസാണോ ഐഡിയ യാണോ മെച്ചമെന്നു അന്വേഷിക്കുന്നു.

എല്ലാ പുരുഷന്മാരും കണ്ടുമുട്ടുമ്പോൾ ആവേശപൂർവ്വം സംസാരി ക്കുന്നത് ഇതൊക്കെ തന്നെയാണോ?

പരന്നുകിടക്കുന്ന വീഥി കറുത്ത പുഴപോലെ തോന്നിച്ചു.

"ഓൾഡ് ഗോവ" എന്ന നനുനനുത്ത അക്ഷരങ്ങൾക്ക് പിന്നിൽ ചരിത്രം കമ്പിളിപുതച്ചുറങ്ങുന്നു.

അഫോൺസോ.ഡി. ആൽബുക്കർക്ക് ഉറച്ച കാൽവെപ്പുകളും അതി ലേറെ ഉറച്ച മനസ്സുമായി ഇവിടേയ്ക്കു കടന്നുവരുന്നതിനുമുമ്പ് ഇത് ബ്രഹ്മപുരി-ബ്രാഹ്മണരുടെ തെരുവ്.

ആൽബുക്കർക്കിന്റെ പടക്കപ്പലുകൾ കഥകൾ പൊളിച്ചെഴുതി.

പിന്നെ ഗോവപുരി വെറും ഗോവ. മാണ്ഡോവിയുടെ വടക്കൻ തീരത്ത് തളർന്നുറങ്ങിയ ബ്രഹ്മപുരി പിന്നെ തലസ്ഥാന നഗരി.

കിഴക്കൻ റോം എന്നും പൗരസ്ത്യദേശത്തിന്റെ മുത്ത് എന്നും പോർച്ചുഗീസുകാരൻ വിളിച്ചു ഊറ്റംകൊണ്ട നഗരം.

പഞ്ചിമിലേയ്ക്ക് ഭരണയന്ത്രങ്ങൾ തിരിഞ്ഞുപോയെങ്കിലും ഓൾഡ് ഗോവ ഇന്നും മായ്ച്ചാലും മായാൻ കൂട്ടാക്കാത്ത സംസ്കാരത്തിന്റെ സ്മൃതികളുമായി കാലുകൾ നീട്ടിയിരിക്കുന്നു.

"ദാ.... അതാണ് ആർക്കിയോളജിക്കൽ മ്യൂസിയം. അടുത്തുള്ളത് ഞങ്ങൾടെ വിശുദ്ധന്റെ പള്ളി. കേട്ടിട്ടില്ലേ സെന്റ് ഫ്രാൻസിസ് സേവിയർ."

ആഗ്നെലോ അനുരാധയുടെ ശ്രദ്ധ ക്ഷണിച്ചു

തെക്കുഭാഗത്ത് പ്രാചീനതയുടെ പ്രൗഢിയോടെ ബസലിക്ക ഓഫ് ബോൺജീസസും സീ കത്തീഡ്രലും വടക്കുഭാഗത്തായി സെന്റ് ഫ്രാൻ സിസ് അസീസിയുടെ പള്ളിയും മ്യൂസിയവും പരസ്പരം കണ്ണുകൾ കോർത്ത് കാലത്തെ വെല്ലുവിളിച്ചു നിന്നു.

ഗോമഞ്ചലത്തെ മനുഷ്യരെ ജ്ഞാനസ്നാനം ചെയ്ത് കുരിശിന്റെ വഴിയിലൂടെ നയിച്ചവൻ മറ്റൊരു ലോകാദ്ഭുതമായി ഇവിടെ അന്ത്യ വിശ്രമം ചെയ്യുന്നു. ലോകത്തെമ്പാടുമുള്ള ക്രിസ്ത്യാനികൾ ഭക്തിതീവ്രത യോടെ ഇങ്ങോട്ടൊഴുകുന്നത് കാലത്തിന്റെ പുഴുക്കൾ അരിച്ചുടയ്ക്കാത്ത അനശ്വരദേഹത്തിന് മുമ്പിൽ താണുവണങ്ങാൻ.

ആഗ്നെലോ പറഞ്ഞ കഥ അനുരാധയെ അതിശയിപ്പിച്ചു.

“വീട്ടിലേയ്ക്കു പോയി ബ്രേക്ക്ഫാസ്റ്റ് കഴിച്ചിട്ടു താമസസ്ഥല ത്തേയ്ക്ക് പോയാൽ പോരേ...” ആഗ്നെലോ ചോദിച്ചു.

മാണ്ഡോവിക്ക് മുകളിലൂടെ ഒഴുകുന്ന പാലം പഞ്ചിമിനെയും ബർദ്ദേ സിനെയും ബന്ധിപ്പിച്ച് നില്ക്കുന്നു.

താഴെ അലസമദാലസയായി കിടന്നു മാണ്ഡോവി.

പാലം കടന്നക്കരെയെത്തിയ വണ്ടി ഉപവഴിയിലേയ്ക്ക് തിരിഞ്ഞു. തിരിഞ്ഞും വളഞ്ഞും പോകുന്ന പാത ചെന്നെത്തിയത് ലോകത്തിന്റെ അറ്റത്ത്. ആകാശവും ഭൂമിയും കൂട്ടിമുട്ടുന്നതിവിടെ.

ഇത് ബ്രിട്ടോന ഗ്രാമം.

ആഗ്നെലോയുടെ സ്വന്തം ഗ്രാമം

ചിലപ്പോൾ അതൊരു ആൾവാസമുള്ള ഗ്രാമമാണെന്നു തോന്നിയില്ല. ഒരിക്കലും വസന്തമൊഴിയാ കാടാണ് അതെന്നു തോന്നി അനുരാധയ്ക്ക്. ആൾപ്പാർപ്പില്ലാത്ത, തൊട്ടാൽ പൊടിയുമെന്ന മട്ടിൽ നിൽക്കുന്ന പഴയ പോർച്ചുഗീസ് ഭവനങ്ങൾ. അവയ്ക്കുള്ളിൽ മരിച്ചുപോയ ഒരു കൂട്ടം പോർച്ചുഗീസ് ആത്മാക്കൾ ഇപ്പോഴും വസിക്കുന്നുണ്ടായിരിക്കും.

കനത്ത പച്ച - കനത്ത് കനത്ത് കറുപ്പായി മാറിയിരിക്കുന്നു.

ആകാശം മുട്ടെ പിളർന്നു നില്ക്കുന്ന മളങ്കാടുകളിൽ തട്ടി കാറ്റൊരു മാസ്മരഗാനമായി ഒഴുകി വന്നുകൊണ്ടിരുന്നു.

അരികെ ശാന്തമായൊഴുകുന്ന മാണ്ഡോവി പുഴ.

ആ വന്യസൗന്ദര്യത്തിന്റെ നെറുകിൽ അവിശ്വസനീയമായ ഒരു കാഴ്ച. അതിമനോഹരമായി പണികഴിപ്പിച്ച ഫ്ളാറ്റ് സമുച്ചയം.

ഇത് ഗോവക്കാരന്റെ മാത്രം രീതി.

പ്രകൃതിയുടെ മടിത്തട്ടിൽ പടുത്തുയർത്തുന്ന വില്ലകൾക്കും ഫ്ളാറ്റു കൾക്കും ആണിവിടെ ആവശ്യക്കാരേറെ.

വിഷം കലരാത്ത മണ്ണ്.

വിഷം കലരാത്ത വെള്ളം.

വിഷമയമല്ലാത്ത ശ്വാസവായു.

ഇങ്ങനെയൊന്നിനുവേണ്ടി നാഗരികതയുടെ നഖമുനയിൽ കിടന്നു പിടഞ്ഞവരൊക്കെ പൊൻപണം വാരിയെറിയും.

കാർ പാർക്ക് ചെയ്ത് മൂവരും ലിഫ്റ്റിലേക്ക് കയറി. അനുരാധക്ക് നേരിയ സംഭ്രമം തോന്നുന്നുണ്ടായിരുന്നു. ഒരു ഗോവൻ കുടുംബത്തിന്റെ സ്വീകരണം അതെങ്ങനെയായിരിക്കും?

വാതിൽ തുറന്നത് ആഗ്നെലോയുടെ അമ്മ ജാക്വിനാ ഫെർണാണ്ടസ് റോഡ്രിഗിസ്. ചെറിയ വെള്ളപൂക്കളുള്ള ഒരു വയലറ്റ് ഫ്രോക്കാണ് അവർ ധരിച്ചിരിക്കുന്നത്. വെട്ടിച്ചുരുക്കിയ തലമുടി. ചുണ്ടിൽ കടും വയലറ്റ് ചായം പുരട്ടിയ മന്ദഹാസം.

"വരൂ.... വരൂ...." അവർ ആഹ്ലാദപൂർവ്വം അകത്തേക്ക് ക്ഷണിച്ചു.

"ഹൗ ആർ യു ആന്റീ....?"

വസന്തിന്റെ പുറം ഭാഗത്ത് മെല്ലെ തഴുകി അവർ ഉറക്കെ ചിരിച്ചു.

"ഐ ആം ഫൈൻ വസന്ത്. നിനക്കല്ലേ പുതിയ വിശേഷങ്ങൾ. നിന്റെ പെൺകുട്ടിയെ എനിക്ക് പരിചയപ്പെടുത്തിയില്ലല്ലോ."

വസന്ത് ക്ഷമാപണത്തോടെ അനുരാധയെ മുമ്പിലേക്ക് നീക്കി നിർത്തി. ഹ്രസ്വമായ പരിചയപ്പെടൽ.

അവർ എല്ലാവരോടുമായി ഇരിക്കാൻ ആവശ്യപ്പെട്ട് അകത്തേക്ക് മറഞ്ഞു. ചിട്ടയായി ഒരുക്കിവെച്ചിരിക്കുന്ന സ്വീകരണമുറി. ലളിതമായ അലങ്കാരങ്ങൾ. ഇളം നിറത്തിലുള്ള തിരശ്ശീലകൾ.

ഒരു ചുമർ മുഴുവൻ പല പാളികളായുള്ള ചില്ലുവാതിൽ. ചില്ലുവാതിലിനപ്പുറം വിശാലമായ ബാൽക്കണി.

അതിനുമപ്പുറം മണ്ഡോവിയുടെ കുണുങ്ങിയുള്ള ഓട്ടം.

ആഗ്നെലോ അകത്തേക്കു പോയി.

"എന്താ, വല്ലാതെയങ്ങ് ഇഷ്ടപ്പെട്ടോ....?"

വസന്ത് ചോദിച്ചു.

"പിന്നെ! ഇവിടെയൊരു ഫ്ളാറ്റ് വാങ്ങി നമ്മൾക്ക് താമസിക്കാം.... "

വസന്ത് വലിയൊരു തമാശ കേട്ട മട്ടിൽ ഏറെ ചിരിച്ചു.

"എന്റെ ബുദ്ദൂസെ, രണ്ടു ദിവസം തങ്ങാൻ കൊള്ളാം. നീ ശ്രദ്ധിച്ചോ...

അടുത്തൊരു നല്ലൊരു ഷോപ്പിങ് സെന്റർ ഇല്ല. തിയ്യറ്ററില്ല. ഒരു സാദാ ഗ്രോസറി ഷോപ്പുപോലുമില്ല. റ്റോഡി മാത്രമുണ്ട്. ഇവനൊക്കെ എങ്ങനെ ഇവിടെ ജീവിക്കണാവോ?"

അനുരാധക്ക് വസന്തിനെ തീരെ മനസ്സിലായില്ല.

ആഗ്നെലോയുടെ കാൽപെരുമാറ്റം കേട്ട് വസന്ത് അകത്തേക്കുതന്നെ നടന്നു. മാണ്ഡോവിയിൽ വീണു ചിതറുന്ന സൂര്യകിരണങ്ങളിൽ മിഴിയുറപ്പിച്ച് അനുരാധ നിന്നു.

ഈശ്വരാ... ഇത് മാണ്ഡോവി തന്നെയോ?

മുന്നിലൂടെ ഒഴുകുന്നത് കാളിന്ദിയാണെന്ന് അവൾക്കു തോന്നി. അല്ലെങ്കിൽ അനുരാഗിണിയായ ഒരു രാധയുടെ സാന്നിദ്ധ്യമല്ലേ ഏതൊരു നദിയേയും കാളിന്ദിയാക്കി മാറ്റുന്നത്.

"അനു.... "

വസന്തിന്റെ വിളി കേട്ട് അനുരാധ അകത്തേക്കു നടന്നു. വസന്തിന്റെ മുഖത്ത് അസ്വസ്ഥത കണ്ടു.

"ഇതാണ് അനുരാധ..... "

മുന്നിലിരുന്ന അതികായൻ ആന്റോണിയോ റോഡ്രിഗിസ് പുഞ്ചിരിച്ചു. വസന്തിന്റെ അരികിൽ ചെന്നിരിക്കുമ്പോൾ അയാൾ പതിയെ മുറുമുറുത്തു.

"ഒരു വീട്ടീവന്ന പെരുമാറാനറിയില്ലേ. ഇവിടേയ്ക്കു സൈറ്റ് സീയിങ്ങിന് വന്നതാണെന്ന് വിചാരിച്ചോ.....?"

അനുരാധയുടെ ഹൃദയഭിത്തിയിലൊരു ആരുതറച്ചു കയറി. അവളത് പറിച്ചെടുക്കാൻ ശ്രമിച്ചപ്പോൾ കൂടുതൽ നൊന്തു. ആരിൽ പതിയെ തിരുപ്പിടിച്ചുകൊണ്ട് ആ മുറിയിൽ അവളൊരു അനാവശ്യവസ്തുവിനെ പോലെ ഇരുന്നു. അധികം താമസിയാതെ തീൻ മേശയിലേക്ക് ക്ഷണമെത്തി.

അനുരാധയുടെ കണ്ണുകൾ ആഗ്നെലോയുടെ മുത്തശ്ശിയെ തിരഞ്ഞു. "എന്താണ് ആലോചിച്ച് നില്ക്കുന്നത്? ഇരിക്കു.... "

ജാക്വിന അനുരാധയെ കസേരയിൽ പിടിച്ചിരുത്തി,

അവർക്കു മുമ്പിലായി റൊട്ടിയും മുട്ടയും വറുത്ത ഉരുളക്കിഴങ്ങും നിരന്നു. കത്തിയും മുള്ളും ഉപയോഗിച്ച് റോഡ്രിഗീസ് കുടുംബം അവയൊക്കെ വെടിപ്പായി തിന്നു തിന്നിരിക്കുന്നത് ഒട്ടൊരു കൗതുകത്തോടെ അനുരാധ കണ്ടു. എന്തോ കഴിച്ചെന്നു വരുത്തി അവൾ എഴുന്നേറ്റു.

മുത്തശ്ശിയെ കാണാനായി തിരക്കുകൾ മാറ്റിവെച്ചോടിയെത്തിയ വസന്ത് ഇനിയും മുത്തശ്ശിയെ അന്വേഷിക്കുന്നില്ല.

ക്ഷമ കെട്ട് അനുരാധ ചോദിച്ചു.

"മുത്തശ്ശിയെവിടെ....?"

ജാക്വിന അനുരാധയെ കിടപ്പുമുറിയിലേക്ക് കൂട്ടിക്കൊണ്ടുപോയി.

തുറന്നിട്ട അഴികളില്ലാത്ത ജനാലയ്ക്കരികിൽ ചാരുകസേരയിൽ ചാരിക്കിടന്ന് വെളുത്ത കുഷ്യൻ കവറിൽ ഇളം ചുമപ്പു പൂക്കൾ തുന്നിച്ചേർക്കുകയായിരുന്നു മുത്തശ്ശി.

വെട്ടിച്ചുരുക്കിയ തലമുടി അപ്പൂപ്പൻ താടികൾ പോലെ.

മഞ്ഞിന്റെ നിറവും മണവുമായിരുന്നു അവർക്ക്.

ജാക്വിനാ കൊങ്കണി ഭാഷയിൽ എന്തോ വിവരിച്ചപ്പോൾ മുത്തശ്ശി അനുരാധയെ നോക്കി മന്ദഹസിച്ചു. "സുഖമാണോ....?"

ഒരുപാട് കാലമായി തനിക്കീ മഞ്ഞിന്റെ മണം പരിചിതമാണെന്ന് അനുരാധക്ക് തോന്നി.

അവൾ മുത്തശ്ശിയുടെ കാൽക്കൽ മുട്ടുകുത്തിയിരുന്ന് കയ്യിൽ ചുംബിച്ചു.

"മുത്തശ്ശിക്ക് സുഖമാണോ?"

മുത്തശ്ശിയുടെ കണ്ണുകളിൽ അനന്യ സാധാരണമായ തിളക്കം.

മുത്തശ്ശിയെ കാണാതെ തന്നെ വസന്ത് റോഡ്രിഗിസ് കുടുംബത്തോട് യാത്ര പറഞ്ഞിറങ്ങി.

ആഗ്നെലോയുടെ കാറിൽ വന്ന വഴിയെ പുറകോട്ട്....

മുൻസീറ്റിലിരിക്കുന്ന വസന്തിന്റെ തടിച്ച പിൻകഴുത്തും വിടർന്ന ചെവികളും അനുരാധ കണ്ടു.

ദുഷ്ടൻ! നാക്കിൻതുമ്പിൽ തുളുമ്പി നിന്ന പോർക്ക് വിന്താലുവിന്റെ രുചി ഇത്ര പെട്ടെന്നയാൾ മറന്നതെങ്ങനെ?

പഞ്ചിം നഗരം ഉണർന്നു കഴിഞ്ഞു.

ഒരു ചിത്രകാരൻ അതിമനോഹരമായി വരച്ചെടുത്തൊരു ഛായാചിത്രം പോലെയാണ് ഈ നോവഗോവ നഗരം. എവിടെയും നിറക്കൂട്ട്. എവിടെയും അഴക്.

ഈ അടുക്കും ചിട്ടയും വൃത്തിയും വെടിപ്പും ഒരു ഇന്ത്യൻ നഗരത്തിനു സാദ്ധ്യമല്ല. വൃത്തി സമ്പന്നതയുടെ കഥ പറഞ്ഞ് നെഗളിക്കുന്ന മലയാളിക്ക് ഇതൊട്ടും സാദ്ധ്യമല്ല. മഞ്ഞയും വെള്ളയും ചായം തേച്ച് ഭംഗിയാക്കിയ കെട്ടിടങ്ങൾ.

"എവിടെയാണ് മെച്ചപ്പെട്ട താമസസൗകര്യം...?"

'മാണ്ഡോവി, പനാജി റസിഡൻസി, നോവ ഗോവ പഞ്ചമിലാണോ താമസസൗകര്യത്തിന് പഞ്ഞം?

അതിനേക്കാളൊക്കെ മെച്ചപ്പെട്ടൊരു സ്ഥലം തന്നാലോ...?"

ആഗ്നെലോ ചുണ്ടുകൾ വക്രിച്ച് ഇക്കിള് വിട്ടതുപോലെ ചിരിച്ചു.

"മീരാമാറിൽ ഞങ്ങൾടെ കുടുംബവീടുണ്ട്. കടൽക്കാറ്റുകൊണ്ട് ഇണക്കുരുവികൾക്ക് അവിടെ തങ്ങാം. പണ്ട് ലിസ്ബണിലേക്ക് മടങ്ങിയ ഒരു പോർച്ചുഗീസുകാരൻ റുമാൽഡോ അമൻസിയോ ഡി കോസ്റ്റയുടെ കയ്യിൽ നിന്നും മുത്തച്ഛൻ ചുളുങ്ങിയ വിലയ്ക്കു വാങ്ങിയതാണ്. ഭാഗം വെച്ചപ്പോൾ അത് അച്ഛനു വീണുകിട്ടി."

"അതിനെന്താ... നീ അത് പൊളിച്ച് അവിടെയൊരു ഷോപ്പിങ്ങ് മാൾ പണിതുയർത്ത്. അല്ലെങ്കിൽ സൂപ്പർ സ്പേഷ്യാലിറ്റി ഹോസ്പിറ്റൽ...."

"അത് നിങ്ങൾ മല്ലൂസിന്റെ ചിന്ത. പക്ഷേ ഒരു ഗോവക്കാരനത് പറയില്ല. ഒരു പഴഞ്ചൻ വീട്, അതും മീരാമാർ പോലൊരു ലൊക്കേഷനിൽ, സ്വന്തമായി കിട്ടാൻ മരിക്കും ഗോവക്കാര്. കടലിന്റെ കരയിലോ കുന്നിന്റെ മുകളിലോ ഒരു ഫ്ളാറ്റോ, വീടോ ഉണ്ടെങ്കിൽ ലക്ഷങ്ങൾ സമ്പാദിക്കാം. അത് പോർച്ചുഗീസ് മാതൃകയിലാണെങ്കിൽ ഡിമാന്റ് പിന്നെയുമുയരും."

റോഡിനൊരു വശത്ത് കടലിനഭിമുഖമായി തലയുയർത്തി നിൽക്കുന്ന ഫ്ളാറ്റുകളിലേയ്ക്ക് ചൂണ്ടി ആഗ്നെലോ തുടർന്നു.

"കണ്ടോ ഇവയിലധികവും അടഞ്ഞുകിടക്കുകയാണ്. ഇവയുടെ ഉടമസ്ഥർ ജർമ്മനിയിലോ ഫ്രാൻസിലോ ആയിരിക്കും. വല്ലപ്പോഴും വെക്കേഷൻ ആഘോഷിക്കാൻ ചിലരൊക്കെ വാങ്ങും. മറ്റു ചിലർ ലോങ്ങ്ലീസിനെടുത്തിടും. കൊച്ചു കൊച്ച് ആവശ്യങ്ങളാണ് വീട്

അന്വേഷിക്കുന്നവർക്ക്. ജനാല തുറന്നിട്ടാൽ കടല് കാണണം. അല്ലെങ്കിൽ പഴമയുടെ മണമുള്ള ഒന്നാകണം. അതിനെന്തു വില നൽകാനും അവർ തയ്യാർ."

"അപ്പോൾ നിന്റെ കുടുംബവീടും ലീസിനു കൊടുക്കാറുണ്ടോ?"

"പിന്നല്ലാതെ. അഞ്ചുവർഷത്തേയ്ക്ക് എടുത്തിരിക്കുകയാണ് ഒരു സ്വിസ്.

ഒരു വർഷത്തേക്ക് ത്രീ ലാക്സ്. കൊല്ലത്തിലൊരിക്കൽ ഒന്നോ രണ്ടോ മാസം ഇവിടെ കാണും."

ആഗ്നെലോ പറഞ്ഞ കഥ വസന്തിനെ ലഹരി പിടിപ്പിച്ചു.

"വെറുതെയല്ല നീ പഠിച്ച പണി ചെയ്യാതെ ബിസിനസ്സുമായി ഇവിടെ കൂടിയത്."

ആഗ്നെലോ പിന്നെയും കഥകൾ പറഞ്ഞു.

സീസണിൽ ചൂണ്ടയിൽ സ്വർണ്ണമത്സ്യങ്ങളെ കുരുക്കി കൈ നിറയെ പണം സമ്പാദിക്കുന്ന, ഓഫ് സീസണിൽ കുടിച്ചും തിന്നും നൃത്തമാടിയും ജീവിതം ആഘോഷിക്കുന്ന അനേകം ഗോവക്കാരുടെ കഥകൾ.

വെളുത്തവനും കറുത്തവനും തമ്മിലുള്ള ബന്ധത്തിന്റെ സ്വഭാവം ഇന്നും പഴയതു തന്നെ - മുതലെടുപ്പ്.

ആർ ആരെ എന്നേ ചിന്തിക്കേണ്ടതുള്ളു.

അല്ലെങ്കിൽ ആഗ്നെലോ പറഞ്ഞതാണ് ശരി.

ഒരിക്കൽ ഇവിടെനിന്നും അങ്ങോട്ടൊഴുകി. ഇപ്പോൾ കുറച്ചെങ്കിലും തിരിച്ചൊഴുകുന്നു.

മീരാമാറിൽ ആളൊഴിഞ്ഞ നേരമില്ല. പകലും രാത്രിയും സഞ്ചാരികൾക്ക് ഇത് സ്വപ്നതീരം. ശാന്തമായുറങ്ങുന്ന ജലനിരപ്പ്.

അല്പം ഉള്ളിലേക്ക് നീങ്ങിയായിരുന്നു ആഗ്നെലോയുടെ കുടുംബവീട്.

ഓടുമേഞ്ഞ ഇരുനിലവീട്. അത്ര വലുതും ഗംഭീരവുമായിരുന്നില്ല. സുന്ദരമായിരുന്നു. കേരളീയ വാസ്തുശില്പ രീതികൾ കണ്ടു ശീലിച്ചവർക്ക് കൗതുകം തോന്നാൻ ഇടയില്ല.

മേൽക്കൂരയ്ക്കു മുകളിലൊരു ചാത്തൻകോഴി തലയെടുപ്പോടെ നിന്നു.

അനുരാധ അത് ശ്രദ്ധിക്കുന്നത് കണ്ട് ആഗ്നെലോ വ്യക്തമാക്കി.

"പോർച്ചുഗീസ് വീടുകൾക്ക് മുകളിൽ ഇങ്ങനെയൊന്നു കാണും. ഇന്ത്യൻ ക്രിസ്ത്യൻ ഭവനങ്ങൾക്കു മുമ്പിൽ ഒരു കുരിശും, ഹിന്ദു ഭവനങ്ങൾക്ക് മുമ്പിൽ തുളസിത്തറയും."

പട്ടിയുണ്ട് സൂക്ഷിക്കുക എന്നു എഴുതിവെയ്ക്കുംപോലെ മതമിതാണ് താല്പര്യമുണ്ടെങ്കിൽ അടുത്താൽ മതി എന്നൊരു താക്കീത്. വസന്ത് പൊട്ടിച്ചിരിച്ചു.

പുറത്തുനിന്നു കണ്ട വീടല്ല അകത്ത് കണ്ടത്.

കാറ്റും വെളിച്ചവും നിർലോഭമൊഴുകിയെത്തുന്ന വലിയ മുറികൾ. അവയ്ക്ക് മരത്തിന്റെ മേൽത്തട്ടും ഇറ്റാലിയൻ മൊസയ്ക്ക് വിരിച്ച തിളങ്ങുന്ന തറയും. ചുമരിൽ പഴയ കുറെ പോർട്രേയ്റ്റുകൾ. മനോഹരങ്ങളായ തൂക്കുവിളക്കുകൾ. ഈട്ടിത്തടിയിൽ കടഞ്ഞെടുത്ത ഫർണീച്ചർ.

ആഗ്നെലോ നിറമുള്ള ചില്ലുകളുള്ള ജനാലകൾ തുറന്നിട്ട് കർട്ടനുകൾ വകഞ്ഞുവെച്ചു.

"മുത്തച്ഛനായിട്ട് തന്നെ അല്ലറ ചില്ലറ വ്യത്യാസങ്ങള് വരുത്തിയിട്ടുണ്ട്. ഇപ്പോ ആലോചിക്കുമ്പോ തോന്നും വേണ്ടിയിരുന്നില്ല എന്ന്..."

"ജനാലയിലൂടെ കുതിച്ചെത്തിയ കാറ്റ് ഏറ്റ് ചില്ലിന്റെ തൂക്കുവിളക്കുകൾ കുലുങ്ങിച്ചിരിച്ചു."

"മുകളിലേക്ക് ചെന്നോളൂ. അവിടെയാണ് മാസ്റ്റർ ബെഡ്റൂം. അതിനു മാത്രമാണ് പുതിയ മാതൃകയിലുള്ള ബാത്റൂമും സൗകര്യവും. അവിടെ നിന്നും ബാൽക്കണിയിലേക്ക് എൻട്രൻസുമുണ്ട്....."

അനുരാധയോട് ആഗ്നെലോ പറഞ്ഞു.

മരഗോവണിയിൽ അനുരാധയുടെ പാദങ്ങളമർന്നപ്പോൾ വേദനിച്ചിട്ടെന്നപോലെ അവ ഞരങ്ങി.

ഈശ്വരാ ഈ ഗോവണിയിലൂടെ ആരെല്ലാം സഞ്ചരിച്ചിട്ടുണ്ടാകും?

ഏതെല്ലാം തരം മനുഷ്യർ! ഏതെല്ലാം നര ജീവിതങ്ങൾ!

കിടപ്പുമുറിയിലെത്തി അനുരാധ ചുറ്റും കണ്ണോടിച്ച് നിന്നു.

ഒരു പോർച്ചുഗീസുകാരൻ തന്റെ കുടുംബത്തിനായി ശ്രദ്ധാപൂർവ്വം നിർമ്മിച്ചതല്ലേ ഇത്. കണ്ണീരണിഞ്ഞായിരിക്കും അവർ ഇവിടെ നിന്നും ഇറങ്ങിപ്പോയത്.

മുറിയുടെ നടക്കു കിടന്ന കൊത്തുപണി ചെയ്ത മരക്കട്ടിൽ വൃത്തിയായി വിരിച്ചിട്ടിരുന്നു.

ആരെല്ലാം ഇതിൽ കിടന്നു. ആരെല്ലാം കാമിച്ചു. ആരെല്ലാം വിരഹവേദന തിന്നു തിരിഞ്ഞും മറിഞ്ഞും നേരം വെളുപ്പിച്ചു. ആരെല്ലാം മരണത്തിൽ നിശ്ചലരായി.

ഇനി ഇവിടെ കിടക്കാൻ പോകുന്നത് ഒറ്റപ്പാലത്തുകാരൻ വസന്തും, എറണാകുളത്തുകാരി അനുരാധയും.

ബാത്റൂം ടൈൽസ് വിരിച്ച് നവീനമാതൃകയിൽ ചിട്ടപ്പെടുത്തിയത്. ഷവർ ബാത്ത് കഴിഞ്ഞ് അനുരാധ പുറത്തുവരുമ്പോൾ വസന്തുണ്ട് മുറിയിൽ.

"ആഗ്നെലോ പോയോ....?"

മുടിയിഴകളിൽ നിന്നും ടവലുകൊണ്ട് നനവ് ഒപ്പിയെടുത്ത് അനുരാധ ചോദിച്ചു.

"ഉം, അവൻ പോയി...."

വസന്തിന്റെ ചുണ്ടുകൾ തുടുത്തു. കണ്ണുകളിൽ ദാഹത്തിന്റെ കടലിരമ്പി. "ഇനി ഇവിടെ നമ്മൾ മാത്രം.."

അയാൾ അനുരാധയെ തന്നിലേക്കണച്ചു. അവളുടെ നനഞ്ഞ മുടിയിഴകളിൽ നനഞ്ഞ ചുണ്ടുകളിൽ ഗാഢമായി ചുംബിച്ചു. സൂര്യതാപം മഞ്ഞുതുള്ളികളെ എന്നപോലെ അവളുടെ ചുമലിലെ വെള്ളത്തുള്ളികൾ മുത്തിയെടുത്തു.

അനുരാധ ഒരു തീവണ്ടിപ്പാളം പോലെ വളഞ്ഞും പുളഞ്ഞും ചരിച്ചു. അവളിലൂടെ വസന്ത് കിതച്ചും കുതിച്ചും പാഞ്ഞു.

അയാളുടെ പ്രേമത്തിന്റെ ആയിരമായിരം ചക്രങ്ങൾ ഉരുണ്ട് അനുരാധയിലെ ശരീരത്തിലെ പാളങ്ങൾ പദമേറ്റ് പിടഞ്ഞു.

ഇതൊരിക്കലും തീരാത്ത യാത്രയാണ് എന്നു അനുരാധക്കു തോന്നി.

ഇടയ്ക്കിടെ സ്റ്റേഷനുകളില്ല.

ഇറങ്ങാനും കയറാനും ആളില്ല.

തീവണ്ടിയും പാളവും വേറിടാനാകാതെ കയറ്റങ്ങളും ഇറക്കങ്ങളും കുന്നുകളും സമതലങ്ങളും താണ്ടി ചുരങ്ങളിലൂടെ പാമ്പിനെപ്പോലെ പാഞ്ഞു കയറി പാലങ്ങളിലൂടെ ഇഴഞ്ഞിഴഞ്ഞ്.....

നിർത്താതെയുള്ള കോളിങ്ങ് ബെല്ലടി കേട്ടിട്ടാണ് അനുരാധ ഉണർന്നത്.

"വസന്ത്, ആരോ വന്നിട്ടുണ്ട്...."

അവൾ വസന്തിനെ ഉണർത്താൻ ശ്രമിച്ചു.

"ആരു വരാൻ....?" എന്നു മുറുമുറുത്ത് അയാൾ ഉണരാൻ കൂട്ടാക്കാതെ ചുരുണ്ടുകിടന്നു.

ആഗെനലോയെ പ്രതീക്ഷിച്ചാണ് അനുരാധ വാതിൽ തുറന്നത്. നന്മണിയുടെ നിറമുള്ള ഉയരം കുറഞ്ഞ ഒരു സ്ത്രീ അവളോട് ചിരിച്ചു.

"ഞാൻ പൂജ. റോഡ്രിഗസ് സാബ് പറഞ്ഞിട്ട് വന്നതാണ് ഇവിടെ സഹായത്തിന്."

അവൾ നിറഞ്ഞ ചിരിയോടെ ഒഴുകുന്ന ഹിന്ദിയിൽ പറഞ്ഞു. അനുരാധ അവളെ അകത്തേക്ക് ക്ഷണിച്ചു.

"ഊണു തയ്യാറാക്കട്ടെ...."കയ്യിൽ പ്ലാസ്റ്റിക് ബാഗുകൾ അടക്കിപ്പിടിച്ച അവൾ സ്വാതന്ത്ര്യത്തോടെ അടുക്കളയിലേക്ക് നടന്നു.

നീല കോട്ടൻസാരി മറാത്തികളുടെ രീതിയിലാണ് അവൾ ചുറ്റിയിരുന്നത്. തിരിഞ്ഞു നടന്നപ്പോൾ അവളുടെ പിന്നഴക് തെളിഞ്ഞുകണ്ടു.

സാരിയ്ക്കു വെളിയിലേക്ക് അവളുടെ തുടുത്ത കാൽവണ്ണകൾ കണ്ടു അനുരാധയ്ക്ക് അദ്ഭുതം തോന്നി.

ചിരപരിചിതയെപോലെയാണ് അവൾ ആ വീടിനോട് പെരുമാറുന്നത്.

ചുമരുകളും അലമാരകളും അവളോട് ചിരിക്കുന്നുണ്ടെന്ന് തോന്നി.

അവൾ പോയ വഴിയെ നടന്ന് അനുരാധ കുശിനിയിലെത്തുമ്പോൾ പായ്ക്കറ്റിൽ നിന്നു പുറത്തെടുത്ത വെളുത്ത ആവോലി കഴുകുകയായിരുന്നു പൂജ. അനുരാധയുടെ കാൽപെരുമാറ്റം കേട്ട് അവൾ തിരിഞ്ഞു നോക്കി മന്ദഹസിച്ചു.

“മേംസാബിന് ചപ്പാത്തി വേണോ, അതോ പൂരി വേണോ...?”

ഇവിടെ ചോറ് കിട്ടില്ലേ...? അനുരാധയ്ക്ക് തന്റെ ഹിന്ദി പരിജ്ഞാനത്തിൽ സ്വയം അത്ഭുതം തോന്നി. രാവേറുവോളം ഉറക്കമൊഴിച്ച് ഋത്വിക് റോഷനേയും, അഭിഷേക്ബച്ചനേയും വിവേക്ഒബ്റോയിയേയും അനുഗമിച്ചത് വെറുതെയായില്ല.

“പിന്നെന്താ.... ചോറും മീൻകറിയുമാണ് ഗോവക്കാരന്റെ രീതി. പുറത്തുനിന്നും വരുന്ന ഇന്ത്യക്കാർക്കൊക്കെ ചപ്പാത്തിയാണ് പ്രിയം. അതാണ് ചോദിച്ചത്.”

“ഞങ്ങൾ കേരളത്തിൽ നിന്നാണ്. അവിടെയും ചോറുതന്നെയാണ് മുഖ്യം.”

അനുരാധ പറഞ്ഞത് പൂജ ശ്രദ്ധിച്ചില്ലെന്നു തോന്നി ആദ്യം; മീൻ വെടിപ്പാക്കി കൈകൾ കഴുകി മറ്റൊരു പായ്ക്കറ്റിനുള്ളിൽ നിന്നും ഒരു സാധനം കൈവിരലിൽ പൂവിരിയിക്കുന്ന മാന്ത്രികന്റെ ഭാവത്തോടെ പുറത്തെടുത്ത് കാണിക്കും വരെ.

“നിങ്ങൾ കേരളാവാലകൾക്ക് ഇതെന്താണെന്നറിയുമോ? ഗോവക്കാർക്ക് ഇങ്ങനെയൊരു ആഹാര പദാർത്ഥമുണ്ട്.”

അവളുടെ കയ്യിലിരിക്കുന്ന അദ്ഭുതവസ്തു തിരിച്ചറിയാൻ അനുരാധയ്ക്ക് പ്രയാസമുണ്ടായില്ല. വാഴക്കൊടപ്പൻ!

“അറിയാം. ഇത് ഞങ്ങളും കഴിക്കാറുണ്ട്..” അനുരാധ പറഞ്ഞു.

പൂജയ്ക്ക് മുഖത്തെ തെളിച്ചം മങ്ങി. മത്സരത്തിൽ തോറ്റതുപോലെ അവൾ തിരിഞ്ഞു നിന്ന് പണികളിൽ മുഴുകി. കുശിനിയിൽ നിരന്നിരിക്കുന്ന മൺചട്ടികളും ചിരട്ടക്കൈലുകളും അനുരാധയെ അദ്ഭുതപ്പെടുത്തി.

“വെള്ളക്കാരൻ സാബിനെ സന്തോഷിപ്പിക്കാൻ വേണ്ടിയാണ് ഇതൊക്കെ.” പൂജ ചിരിച്ചു.

മുറിയിലേയ്ക്ക് ചെന്നപ്പോൾ വസന്ത് ഉണർന്നിരുന്നു. പൂജയുടെ വിശേഷങ്ങൾ പറഞ്ഞപ്പോൾ വസന്ത് ചിരിച്ചു. “എന്താണ് നമ്മൾക്ക് പാരയാകുമോ....?”

“എന്തു പാര......?”

“സ്വർഗ്ഗത്തിലെ കട്ടുറുമ്പേ.....” വസന്ത് അനുരാധയെ ചേർത്തുപിടിച്ച് ചുംബിക്കാനാഞ്ഞു. അയാളുടെ മുഖം കൈത്തലംകൊണ്ട് മെല്ലെ തിരിച്ചു

പിടിച്ച് അനുരാധ പറഞ്ഞു. "നന്നായി പാചകം ചെയ്യുന്ന കട്ടുറുമ്പല്ലേ സഹിച്ചേക്കാം."

ഊണുമേശയിലെത്തുമ്പോൾ പൂജയെല്ലാം ഭംഗിയായി നിരത്തിയിരുന്നു. കത്തിയും മുള്ളും കരണ്ടിയും നാപ്കിനും എല്ലാം വെള്ളക്കാരന്റെ ചിട്ടവട്ടങ്ങൾക്കൊത്ത് സമർത്ഥമായി നിരത്തിയിരിക്കുന്നത് പിന്നിലേക്ക് സാരി വലിച്ചുകുത്തി മൂക്കുത്തിയണിഞ്ഞ ഈ നാടൻ പെൺകിടാവോ?

ചോറും നുസ്തേകറിയും (മീൻകറി) വാഴക്കൊടപ്പൻ തോരൻ വെച്ചതും റവയിൽ മുക്കി വറുത്ത മുഴുത്ത പാപ്ലെറ്റും (ആവോലി) എല്ലാം പുതിയ രുചിയിൽ പുതിയ മണത്തിൽ.

"പുറത്തേക്കൊന്നിറങ്ങിയാലോ...ഇവിടെ ഇങ്ങനെ ചടഞ്ഞിരുന്നിട്ടെന്താ...?" വസന്ത് ചോദിച്ചു.

ഊണുകഴിച്ചൊന്നു വിശ്രമിക്കണമെന്നുണ്ടായിരുന്നു അനുരാധയ്ക്ക്. എങ്കിലും അവൾ പോകാൻ തയ്യാറെടുത്തു.

അണിയാതെ വെച്ചിരുന്ന ലാവന്റർ ഷോർട്ട് കുർത്തയും പാരലൽസും ബാഗിൽനിന്നും തപ്പിയെടുത്തു അനുരാധ.

മുടിയുയർത്തി പോണിടെയിൽ കെട്ടി ഐലൈനർ കൊണ്ട് കണ്ണുകളെ കറുപ്പിച്ച് ചുണ്ടിൽ വയലറ്റ് ലിപ്സ്റ്റിക് പുരട്ടി കണ്ണാടിക്ക് മുമ്പിൽ അവൾ തിരിഞ്ഞും മറിഞ്ഞും നിന്ന് ഭംഗി ഉറപ്പുവരുത്തി.

ഉടുപ്പിനിണങ്ങുന്ന പൊട്ട് തിരഞ്ഞെടുക്കുമ്പോഴാണ് വസന്ത് കുളിച്ചു പുറത്തു വന്നത്.

"നിനക്കീ കോപ്പിരാട്ടി വേഷമല്ലാതെ മറ്റൊന്നുമില്ലേ? അല്പം മോഡേണായിട്ട്."

അനുരാധയുടെ നെഞ്ചിൽ വീണ്ടുമൊരു ആര് തറഞ്ഞു. ഇത്തവണ കൂറെക്കൂടി ആഴത്തിൽ... കൂറെക്കൂടി വ്യാസത്തിൽ...

കല്യാണശേഷം വസന്തിന്റെ അമ്മയുടെ തറവാട്ടിലേക്കു പോകാനായി ചന്തമുള്ളൊരു ലോംഗ് കുർത്തയും ചുരിദാറും എടുത്തണിഞ്ഞ് നിന്ന അനുരാധയോട് വസന്ത് പറഞ്ഞിരുന്നു. "പെട്ടിയിൽ എത്രവേണമെങ്കിലും സാരിയുണ്ടല്ലോ. എല്ലാം അമ്മ കരുതലോടെ നിനക്കുവേണ്ടി തിരഞ്ഞെടുത്തത്. അതേതെങ്കിലുമൊന്നെടുത്ത് ഉടുക്കു. അമ്മയ്ക്കെന്തു സന്തോഷമാകും.... "

"ഈ വേഷത്തിനെന്താ കുഴപ്പം....?" ഒരു കുട്ടിയുടെ അമ്പരപ്പോടെ അനുരാധ ചോദിച്ചു.

"ഒരു കുഴപ്പവുമില്ല. ഇവിടെ അച്ഛനും അമ്മയും ഇത്തിരി പഴഞ്ചൻമാരാണ്. കണ്ടറിഞ്ഞ് പെരുമാറുക. ഇത് എറണാകുളമൊന്നുമല്ലാല്ലോ..."

ഈ ഒറ്റപ്പാലത്തുകാരൻ കാലിഫോർണിയയിൽ തന്നെയോ ജീവിക്കുന്നത്? അന്നുമുതൽ തീരെ പരിചയമില്ലാത്തൊരു വേഷത്തിൽ

പരിധിയ്ക്കുള്ളിൽ പാവയെപ്പോലെ ചലിച്ച് അച്ഛനേയും അമ്മയേയും ആതിഥേയരേയും സന്തോഷിപ്പിച്ചുകൊണ്ടിരുന്ന അനുരാധ ഇപ്പോൾ വസന്തിനെ വീണ്ടും വീണ്ടും കണ്ണുമിഴിച്ച് നോക്കിനിന്നു.

കടലും കരയും വെയിലേറ്റ് പഴുത്തു കിടന്നു. എന്നിട്ടും ആളുകൾ വന്നും പോയുമിരുന്നു. അർദ്ധനഗ്നരായി കടലിൽ കുളിക്കുന്നവരിൽ തൊലിവെളുത്തവർ മാത്രമല്ല തുടുത്ത ഇന്ത്യൻ പെൺകിടാങ്ങളും ഉണ്ട് ധാരാളമായി. കടല വിറ്റും കല്ലുമാല വിറ്റും നടക്കുന്ന കൊച്ചുപെൺകുട്ടികൾ. പ്രണയത്തിന്റെ ലഹരിയിൽ ചുറ്റുപാടുകൾ വിസ്മരിച്ചു നടക്കുന്നവർ. ലോ വെയ്സ്റ്റ് ട്രൗസറും ഇറുകിയ ടോപ്പുമണിഞ്ഞ നവവധുക്കൾ മൈലാഞ്ചിയും മുട്ടോളം നീളത്തിൽ കുപ്പിവളകളുമണിഞ്ഞ കൈകൾ നീട്ടി നവവരന്മാരുടെ അരക്കെട്ടിലൂടെ വട്ടംപിടിച്ച് ചുമലിലേക്ക് ചാഞ്ഞുകിടന്നു.

അനുരാധ വസന്തിനെ നോക്കി.

അയാളുടെ കണ്ണുകൾ പരിഷ്കൃത കുപ്പായങ്ങളണിഞ്ഞ് നടന്നു നീങ്ങുന്ന പെണ്ണുങ്ങൾക്ക് പുറകെ കരിവണ്ടുകളായി പാറി.

“കണ്ടോ... എന്തു ഡ്രസ്സ് സെൻസുള്ള പെൺകുട്ടികൾ! നീ എറണാകുളത്ത് വളർന്നിട്ടെന്താ കാര്യം....”

എറണാകുളത്ത് വളരുന്ന പെൺകുട്ടികൾക്കെന്താ രണ്ടു കൊമ്പുണ്ടാകുമോ...?

അനുരാധ നെഞ്ചിൽ തറഞ്ഞ ആരിൽ തിരുപ്പിടിച്ചിരുന്നു.

എവിടെ നിന്നോ ഒഴുകിയെത്തുന്ന ഗോവൻസംഗീതം. ഗോവക്കാരുടെ ധമനികളിലൂടെ ഒഴുകുന്നത് രക്തമല്ല. സംഗീതമാണ്. കൊങ്കണികൾ സംസാരിക്കുന്നതുപോലും സംഗീതത്തിന്റെ നേർത്ത അലകൾ ഒഴുകിയെത്തുന്നത് പോലെ.

കിഷോരി അമോൻക്കർ.....കേസർബായി കേർക്കർ, ദീനാനാഥ് മങ്കേഷ്കർ.... മറ്റൊരു മണ്ണിലാണ് ഇവർ ജന്മമെടുക്കുക!

നിതംബിനികൾ ഇറുകിക്കിടക്കുന്ന കുപ്പായമണിഞ്ഞ് ഒക്കത്തും വിരൽത്തുമ്പിലും ഉത്സാഹപ്രിയരായ കുഞ്ഞുങ്ങളുമായി ഇംഗ്ലീഷിലും കൊങ്കണിയിലും കഥകൾ പറഞ്ഞ് കടന്നുപോകുന്നു. എവിടെയായലും, കുട്ടികൾക്ക്, ഒരേ മുഖം. ഒരേ ഭാവം. കൊഞ്ചുന്ന ഭാഷ, എന്തു തന്നെയായാലും ഒരേ ഈണം ഒരേ താളം. അവർ മീരാമാറിന്റെ മണൽപ്പരപ്പിലൂടെ ഇക്കിളിച്ചിരിയോടെ പാറിനടന്നു. കൂട്ടുകൂടി, കളിച്ചുതിമർത്തു.

കുട്ടികൾക്ക് കളിക്കാനായി സൗകര്യങ്ങളുമൊരുക്കിയിട്ടുണ്ട്.

ഋതുക്കൾ വിരുന്നുവരാത്ത ഏതോ ഇലക്ട്രോണിക് മുറികളിലെ തടവുകാരായിരിക്കാം അവർ.

തൊണ്ട വരണ്ട് കരിയുന്നവന്റെ വായിലേയ്ക്ക് ജലകണം വീണപോലെയാണ്. അവർ ആകാശവും മണ്ണും രുചിക്കുന്നത്.

കുട്ടികളേക്കാളേറെ പട്ടികളുണ്ട്.

ഡാഷ് ഹണ്ടും ബോക്സറും ലാബ്രഡോറും നാടൻപട്ടികളോടാണ് ഉച്ചനീചത്വങ്ങളില്ലാതെ കരയുടെ സ്വാതന്ത്ര്യം പങ്കുവെയ്ക്കുന്നത്.

പട്ടികളെ കുറിച്ച് കുട്ടികളോ കുട്ടികളെ കുറിച്ച് മാതാപിതാക്കളോ വേവലാതിപ്പെടുന്നില്ല.

മോടിയായി വസ്ത്രം ധരിച്ച ആളുകൾ തെരുവുപട്ടികളെ അരികിൽ വിളിച്ച് ഓമനിക്കുകയും തലോടുകയും ചെയ്യുന്നു. അവയാണെങ്കിൽ സ്നേഹത്തിന്റെ പരകോടിയിലെത്തിച്ചത് പോലെ വാലിളക്കുകയും മൂളുകയും മുരളുകയും ചെയ്യുന്നു.

മലയാളികൾക്ക് തീരെ ദഹിക്കാനിടയില്ലാത്ത ആ കാഴ്ച അനുരാധയെ വിസ്മയംകൊള്ളിച്ചു.

അനുരാധ വസന്തിനെ നോക്കി. അയാൾ പക്ഷേ കുട്ടികളെയോ പട്ടികളെയോ കാണുന്നുണ്ടായിരുന്നില്ല.

അയാളുടെ കണ്ണുകൾ മോട്ടറോള ഫോണിന്റെ ലെൻസിലൂടെ ഒരു പെൺകിടാവിനെ നിരന്തരമായി അനുഗമിക്കുകയാണെനന് അസ്വസ്ഥതയോടെ തിരിച്ചറിഞ്ഞു അനുരാധ.

ചാരനിറത്തിലുള്ള ഷോർട്ട്സും മഞ്ഞഷോർട്ട് ടോപ്പുമണിഞ്ഞ അവൾക്ക് നീണ്ടു വെളുത്ത കാലുകളായിരുന്നു.

നിറംകൊടുത്ത് ഭംഗിയാക്കിയ സ്വർണ്ണക്കമ്പി തലമുടിക്ക് വല്ലാത്ത മാദകത്വമുണ്ടായിരുന്നു.

പൊക്കിൾക്കൊടിയിലൊരു വെള്ളറിങ്ങിന്റെ തിളക്കമുണ്ടായിരുന്നു.

അവളും കൂട്ടുകാരികളും കളിചിരികളിൽ മുഴുകി നിന്നു.

'എന്നെ നോക്കൂ... എന്നെ നോക്കൂ... "എന്നവളുടെ ചലനങ്ങൾ ഓരോന്നും വിളിച്ചു പറഞ്ഞു.

ഏതൊരു പുരുഷനും അവളെ ഒന്നു നോക്കും.

രണ്ടാമതൊന്നുകൂടി നോക്കും.

പക്ഷേ, വസന്ത്... അയാൾ അവളുടെ ചിത്രങ്ങൾ ഈ ക്യാമറയിലേയ്ക്ക് പകർത്തുകയാണെന്ന് വേദനയോടെ അറിഞ്ഞു. അനുരാധ മണൽപ്പരപ്പിൽ നിന്നും എഴുന്നേറ്റ് കടലിലേക്ക് നടന്നു. കടലല്ല. മാണ്ഡോവി കടലിനോട് സംഗമിക്കുന്നതിവിടെ. ഒഴുകിവന്ന സ്വർണ്ണമുത്തുകൾ ചിതറിക്കിടക്കുന്നത് പോലെ മാണ്ഡോവിയിലൂടെ ഒഴുകിവന്ന സഞ്ചാരനൗകകൾ തിരിഞ്ഞുപോകുന്നു.

അനുരാധയുടെ കൺകോണുകൾ നീറിപ്പിടഞ്ഞു.

കണ്ണുനീർ തുളുമ്പാതിരിക്കാൻ അവൾ പാടുപെട്ടു.

പുറകിൽ വസന്തിന്റെ ശബ്ദം. അയാൾ ആരോടോ ഫോണിൽ സംസാരിക്കുകയായിരുന്നു. പപ്പയും അമ്മയും എന്തു ചെയ്യുകയായിരിക്കും?

വിശ്രമിക്കുകയായിരിക്കും.

രണ്ടു രണ്ടരയാകും എന്നും പപ്പ ഉണ്ണാനെത്തുമ്പോൾ. മുമ്പത്തെ പോലെ ഊണു കഴിഞ്ഞാലുടൻ ഓഫീസിലേക്കോടാൻ അമ്മ പപ്പയെ അനുവദിക്കാറില്ല.

എണ്ണചേർക്കാതെ അമ്മ കരുതലോടെ ഒരുക്കുന്ന ഭക്ഷണം കഴിച്ച് കൊച്ചുവർത്തമാനങ്ങൾ പറഞ്ഞ് വെയിലാറുവോളം അവരങ്ങനെ... അങ്ങനെ... എത്രനേരമാണ് അവർ സംസാരിച്ചിരിക്കുക.

ഇരുപത്തിരണ്ടു വർഷങ്ങൾ പറഞ്ഞിട്ടും പറഞ്ഞുതീരാതെ....

ഇരുപത് വർഷങ്ങൾക്കുശേഷം അനുരാധയും വസന്തും എങ്ങനെ യായിരിക്കും?

ഒരു ചോദ്യം ഒരു മൂളൽ. പിന്നെ ആകാശത്തോളം പോന്ന മൗനം.

വസന്തിന്റെ അച്ഛനും അമ്മയും ജീവിക്കുന്ന ജീവിതം പോലെ ഒന്ന്. ചിലതൊക്കെ പറയാതെ തന്നെ അറിയാം. അപ്പോൾ പിന്നെ പറയുന്ന തെന്തിന്? ചിലതൊക്കെ പറഞ്ഞാലും അറിയില്ല. അപ്പോൾ പിന്നെ പറയു ന്നതെന്തിന്?

"അനൂ...റോഡ്രിഗീസ് വിളിച്ചിരുന്നു. ഇങ്ങോട്ട് വരാമെന്നു പറഞ്ഞു അവൻ... വസന്ത് അരികിലേയ്ക്ക് നടന്നു വന്നു.

അധികം താമസിയാതെ ആഞ്ചെലോ റോഡ്രിഗീസ് എത്തി.

"എന്താണ് അടുത്ത പരിപാടി...?" വസന്ത് ചോദിച്ചു.

"നമ്മൾക്കൊന്നു പഞ്ചിമിൽ പോയി കാപ്പികുടിച്ച് കറങ്ങിവരാം. അപ്പോഴേയ്ക്കും വെയിൽ താഴും. എന്നിട്ടു ദോനപൗലയിൽ പോകാം." ആഞ്ചെലോയുടെ ഹോണ്ടാസിറ്റിയിൽ പഞ്ചിമിലേയ്ക്ക്.

ബൈക്ക് ടാക്സിയിൽ സ്വാതന്ത്ര്യത്തോടെ ഡ്രൈവറോട് മുട്ടിയുരു മ്മിയിരുന്നു യാത്ര ചെയ്യുന്ന സ്ത്രീകളെ അനുരാധ കൗതുകത്തോടെ നോക്കി.

ചിലതിൽ ഡ്രൈവറെ കൂടാതെ രണ്ടുപേർ വരെ ഇരിയ്ക്കുന്നുണ്ട്.

അവരിൽ അധികവും പുറകിൽ സ്ലീറ്റുള്ള പാവാടയും കോട്ടുമണിഞ്ഞ മദ്ധ്യവയസ്ക്കരാണ്. വലിയ വിഭാഗം പെൺകിടാങ്ങൾ കാപ്രിയും ടോപ്പും ധരിച്ച് ടൂവീലർ ഓടിച്ചുപോയി. ജോലി കഴിഞ്ഞ് വീട്ടിലേയ്ക്ക് പോകുന്ന ആണുങ്ങളും പെണ്ണുങ്ങളും വീർത്ത പേപ്പർ ബാഗ് നെഞ്ചോട് അടക്കി പിടിച്ചിരുന്നു.

മാർക്കറ്റിന്റെ മുമ്പിലായി വണ്ടിയൊരുക്കി ആഞ്ചെലോ പറഞ്ഞു.

"കുറച്ച് പ്രോവിഷൻസ്... വീട്ടിലേയ്ക്ക് വാങ്ങാനുണ്ട്. ഒരു പത്ത് നിമിഷം അല്ലെങ്കിൽ വേണ്ട. നിങ്ങളും പോരു. മാർക്കറ്റ് കാണാമല്ലോ....."

ആഞ്ചെലോയോടൊപ്പം മാർക്കറ്റിന്റെ ബഹളങ്ങളിലേയ്ക്ക് ഇറങ്ങി നടന്നു.

ചിട്ടയായി അടുക്കിവെച്ച പച്ചക്കറികളും പഴങ്ങളും. ബേബിക്കോണും സപ്പോട്ടയും ഓറഞ്ചും പിയേസും സ്ട്രോബറിയും ഇളം പിങ്ക് നിറത്തിലുള്ള ചൈനീസ് ആപ്പിളും ഗ്രീൻ ആപ്പിളും.. കാണാൻ എന്തു ഭംഗി...!

തീപ്പെട്ടി കൂടുകൾ അടുക്കിവെച്ചതുപോലെ പലചരക്കുകൾ, തുണിക്കടകൾ, പാത്രക്കടകൾ, ലേഡീസ് സ്റ്റോർസ്, വളരെ തകൃതിയായി നടക്കുന്ന മീൻകച്ചവടക്കാരും ഇറച്ചിക്കച്ചവടക്കാരും, അതൊരു ചെറിയ ലോകം പുറംലോകത്തിന്റെ ഒരു ലഘുചിത്രം.

കഫേ കോഫിഡേയിലേക്ക് കയറിച്ചെല്ലുമ്പോൾ അവിടം ആളുകളെക്കൊണ്ട് നിറഞ്ഞിരുന്നു. ഒരു മൂലയ്ക്കായി ഇരിക്കാനുള്ള ഇരിപ്പിടം കണ്ടെത്തി. മെനുകാർഡിൽ നീണ്ടു നിരന്നു നിൽക്കുന്ന കാപ്പികളുടെ വൈവിദ്ധ്യത്തിലൂടെ കണ്ണോടിയ്ക്കവെ അനുരാധയുടെ സെൽഫോൺ കുറുകി.

"സുഖമല്ലേ മോളൂ" പപ്പ ചോദിച്ചു.

പെട്ടെന്ന് അനുരാധയ്ക്കു കരച്ചിൽ വന്നു.

ആ ആൾക്കൂട്ടത്തിനിടയ്ക്ക്, വസന്തത്തിനും ആഗ്നെലോയ്ക്കും മുമ്പിൽ കണ്ണുനിറയ്ക്കുന്നത് നാണക്കേടാണെന്നറിയായ്കയല്ല.

എന്നിട്ടും അനുരാധ കരഞ്ഞു.

"എന്താ മോളൂ..."

"ഒന്നുമില്ല..." പപ്പേനേം അമ്മേനേം... ഓർത്തപ്പോ..."

"അവൾക്ക് സംസാരിക്കാനായില്ല. തൊണ്ടയിൽ കുപ്പിച്ചില്ലിന്റെ ചീളൊന്നു തറഞ്ഞത്പോലെ.

"വൈ...? വാട്ട് ഹാപ്പൻഡ്?"

ആഗ്നെലോ ചോദിക്കാതിരുന്നില്ല.

വസന്തിന്റെ കവിളിൽ ചെന്നിമുഴ ഉരുണ്ടുയരുന്നത് കണ്ടു അനുരാധ.

"ഓ...നതിംങ്ങ്. ഷീ ഈസ് ടെറിബിളി ഹോം സിക്ക്.."

വസന്തിന്റെ കണ്ണുകളിൽ അഗ്നിശലഭങ്ങൾ പാറുന്നത് കണ്ടു അനുരാധ.

അനുരാധയ്ക്ക് ഇരുന്ന ഇരുപ്പിൽ മാഞ്ഞുപോകണമെന്നു തോന്നി.

മുന്നിൽ കൊണ്ടുവെച്ച മെക്സിക്കൻകോഫിക്ക് മുകളിൽ ക്രീം കൊണ്ട് വരച്ചുചേർത്ത് ചന്തമുള്ള ചിത്രത്തെ ഊതിയൂതി അനുരാധ ഇരുന്നു.

പ്ലേറ്റിൽ നിരത്തിയ ബ്ലാക്ക് ഫോറസ്റ്റ് സ്പൂൺകൊണ്ട് കോരി നാവിലിട്ടപ്പോൾ അത് വെണ്ണപോലെ അലിഞ്ഞുപോയി.

മൂവരും ആനന്ദംകൊണ്ട് ത്രിമിൽക്കുന്ന രസമുകുളങ്ങളെ മാത്രം ശ്രദ്ധിച്ച് മിണ്ടാതെയിരുന്നു.

തിരികെ മീരാമാറിലൂടെ സഞ്ചരിക്കുമ്പോൾ കടലിന്റെയും കടലോരത്തിന്റെയും മുഖച്ഛായ ആകെ മാറിയിരുന്നു.

മനുഷ്യൻ അലകളായി ഇരമ്പുകയാണെന്ന് തോന്നി.

മീരാമാറിപ്പോൾ ഒരു പൂരപ്പറമ്പ് പോലെ. പൂഴി വീഴ്ത്തിയാൽ നിലം തൊടാത്തപോലെ.

സഞ്ചാരികളെ കൊണ്ടുവന്ന ടൂറിസ്റ്റുബസ്സുകൾ ഹോണടിച്ചു ബഹളം വെച്ചുകൊണ്ടിരുന്നു. പാതയ്ക്കിരുവശവും രാജകീയ പ്രൗഢിയോടെ നിരന്നുകിടക്കുന്ന സുന്ദരൻകാറുകൾ. ചുട്ട ചോളവും പാനിപ്പൂരിയും ബേൽപൂരിയും തിന്നാൻ തടിച്ചുകൂടുന്ന ആൾക്കാർ.

പണ്ടെന്നോ ജീവിച്ചുമരിച്ച ദോന പൗലയുടെ പേരിലൊരു ഗ്രാമം.

വെയിൽ താഴ്ന്നിരുന്നു അവിടത്തെ ബ്രിട്ടീഷ് സിമട്രിയിൽ എത്തുമ്പോൾ. നാന്നൂറ്റി അൻപത് വർഷത്തോളം ഗോവയിലാകെ വീശിയടിച്ചിരുന്നത് ലിസ്ബണിൽ നിന്നുള്ള കാറ്റാണ്.

ഇതിനിടയിലെപ്പോഴോ കുറച്ചുകാലം കട്ടെടുത്തു ബ്രിട്ടീഷുകാരൻ. നെപ്പോളിയൻ യുദ്ധങ്ങളുടെ കാലം. ആ കാലത്തിന്റെ ഓർമ്മകളാണ് ഇവിടെ മൂടിപ്പുതച്ചുറങ്ങുന്നത്.

അനുരാധ ശവകുടീരങ്ങൾക്കിടയിലൂടെ നടന്നു.

അലൗകികമായൊരു ശാന്തത അവിടെ തുളുമ്പിനിന്നു.

ബ്രിട്ടീഷ് ഉദ്യോഗസ്ഥന്മാരും അവരുടെ ഭാര്യമാരും പെൺമക്കളും പറഞ്ഞാലും പറഞ്ഞാലും തീരാത്ത കഥകൾ അമർത്തിവെച്ച ചുണ്ടുകളിൽ തിരുകി ഉറങ്ങുന്നു.

കൗതുകത്തോടെ ജനന-മരണ തീയ്യതികളിലൂടെ കടന്നുപോയ അനുരാധ വസന്തിനോട് പറഞ്ഞു.

"നോക്കൂ വസന്ത് മിക്ക പെണ്ണുങ്ങളും പ്രായമെത്തും മുമ്പേ മരിച്ചവരാണ്.'

ചെറുപ്പത്തിന്റെ സ്വപ്നങ്ങളുടെ - നിറങ്ങളുടെ കാറ്റ് അനുരാധ നാസികയിലേക്ക് വലിച്ചെടുത്തു.

ദോനപൗലയിലെ സന്ധ്യ മാസ്മരികമാണ്.

പ്രണയസഞ്ചാരികളുടെ പ്രിയ സങ്കേതം.

എല്ലാ നാട്ടിലും കാണും ഇങ്ങനെ പ്രണയവും മരണവും മണക്കുന്ന ഒരിടം. അല്ലെങ്കിൽ പ്രണയവും മരണവും ഒന്നു തന്നെ.

അതിശക്തം! അതിമനോഹരം! അതിലേറെ അനിവാര്യം.

പ്രണയമൊരു അനിവാര്യതയാകുന്നതെങ്ങനെ?

അത് സംഭവിക്കും.

എത്ര തടഞ്ഞുവെച്ചാലും

പെട്ടെന്നൊരുനാൾ പനിച്ചു വിണ്ട മനസ്സിൽ ഒരു ഉറവ പൊട്ടി അനർഗളമായി അത് പ്രവഹിക്കാൻ തുടങ്ങും.

അറബിക്കടലിന്റെ മടിത്തട്ടിൽ സുവാരിയും മാണ്ഡോവിയും ചിരിച്ചു തിമർക്കുന്നു.

നദികളുടെ മുഖത്ത് ഉയർന്ന നാസികപോലെ ദോനപൗല നിൽക്കുന്നു.

ചുമപ്പുകലർന്ന കാവി നിറത്തിലുള്ള പാറക്കെട്ടുകളിൽ മാണ്ഡോവിയും സുവാരിയും മുഖമുരസുന്നു. കെട്ടിപ്പിടിക്കുന്നു. പൊട്ടിച്ചിതറുന്നു. ചിലപ്പോൾ ചിരിച്ചുചിരിച്ചു വീഴുന്നു. മറ്റുചിലപ്പോൾ തലതല്ലിക്കരയുന്നു.

ജലനിരപ്പിലൂടെ ഓളങ്ങളായി ഒഴുകിയെത്തുന്ന തണുത്തകാറ്റ് വീശിയടിക്കുകയാണ്. പെൺകിടാങ്ങളുടെ കുപ്പായങ്ങളും മുടിച്ചുരുളുകളും പറത്തി കുസൃതി കാണിക്കുന്നു. ശിലകളിൽ തട്ടി സ്വകാര്യം പറയുന്നു.

ദോനപൗല എന്ന പോർച്ചുഗീസ് പെൺകിടാവിനെ ചുറ്റിപ്പറ്റി ഒരായിരം കഥകൾ ഇവിടെയുറങ്ങുന്നു.

ഇവിടത്തെ കാറ്റും ശിലകളും പരസ്പരം പിറുപിറുക്കുന്നതും അക്കഥകൾ തന്നെയാണെന്ന് അനുരാധയ്ക്കു തോന്നി.

ഗാസ്പർ ഡയസ് എന്ന മുക്കുവച്ചെറുക്കനെ മോഹിച്ച് ഒരു പൂവ് പോലെ വിടരുകയും സൗരഭ്യം പടർത്തുകയും ചെയ്തവൾ.

മോഹഭംഗത്തിൽ പൊട്ടിച്ചിതറി പാറക്കെട്ടിൽ നിന്നും സുവാരിയുടെയും മാണ്ഡോവിയുടെയും വിടർന്ന കൈകളിലേയ്ക്ക് കുതറിച്ചാടിയവൾ.

ദോനപൗല ഡി മെനിസിസ്.

വൈസ്റോയിയുടെ ഓമനപുത്രി.

ആഗ്നെലോ പറഞ്ഞ കഥ കേട്ട് അനുരാധയുടെ ഹൃത്തടം വറുക്കാൻ വരഞ്ഞ മീനുകളെപ്പോലെ വടുക്കൾ നിറഞ്ഞതായി.

മെർമേയ്ഡുകളുടെ ലോകത്തേയ്ക്ക് നഗ്നാംഗിയായി അവൾ ഊളിയിട്ടിറങ്ങുന്നത് അനുരാധ കണ്ടു.

കാലത്തെ അതിജീവിച്ച് അവളുടെ പ്രണയവും വിരഹവും മരണവും സ്വപ്നസഞ്ചാരികളെ മാടിവിളിക്കുന്നു.

"ഇതൊരു വെറും കെട്ടുകഥയായി കാണേണ്ട. ദോനപൗല എന്ന കന്യകയുടെ ശവകുടീരം കബോയിലെ ചാപ്പലിൽ ഇപ്പോഴുമുണ്ട്." ആഗ്നെലോ ചിരിച്ചു. കബോയിലെ ചാപ്പലിൽ പോയി മഞ്ഞും മഴയും പുതച്ചുറങ്ങുന്ന ദോനപൗലയെ വിളിച്ചുണർത്തി അനുരാധയ്ക്ക് പറയണമെന്നു തോന്നി.

"നിന്നോടും കാലത്തെ വെല്ലുവിളിക്കുന്ന നിന്റെ പ്രണയത്തോടും

എനിക്ക് അടക്കാനാകാത്ത അസൂയതോന്നുന്നു. നിന്റെ പ്രണയവും മരണവും എന്റേതായിരുന്നുവെങ്കിൽ...

കുത്തനെയുള്ള കരിങ്കൽപ്പടവുകൾ കയറി അവർ പാറക്കെട്ടിന്റെ മുകൾ തട്ടിലെത്തി. താഴെ കണ്ട സ്ത്രീയുടെയും പുരുഷന്റെയും പ്രതിമകളിൽ ദോനപൗലയുടെയും ഗാസ്പർ ഡയസിന്റെയും മുഖങ്ങൾ തിരഞ്ഞ അനുരാധയോട് ആഗ്നെലോ പറഞ്ഞു.

"അനുരാധയെപ്പോലെ ഇവിടെ വരുന്ന സഞ്ചാരികളൊക്കെ തെറ്റിദ്ധരിക്കാറുണ്ട്. പക്ഷേ ഇത് റോബർട്ട് നോക്സും ഭാര്യയുമാണ്. അദ്ദേഹമൊരു ഫിലോസഫറായിരുന്നു."

ദോനപൗലയുടെ പ്രണയം മാത്രം തിരതല്ലേണ്ട ഈ പാറക്കെട്ടിൽ ഒരു അക്ഷരത്തെറ്റുപോലെയാണ് റോബർട്ട് നോക്സ് നില്ക്കുന്നതെന്ന് അനുരാധയ്ക്കു തോന്നി.

ചുറ്റും തല്ലിയാർക്കുന്ന ജലം.

അനുരാധയുടെ മുഖത്തേയ്ക്ക് തെറിച്ചുവീണ വെള്ളത്തുള്ളികൾ പളുങ്കുമണികളായി തിളങ്ങി.

വസന്ത് ചേതോഹരമായ ദൃശ്യങ്ങൾ ഈ ക്യാമറയിൽ പകർന്നുകൊണ്ടിരുന്നു. ആൾക്കൂട്ടത്തിനിടയിൽ അവളൊരു വെള്ളിയാനായി മിന്നി.

വർണ്ണം ചേർത്ത തലമുടി വിതറി അവൾ തലയ്ക്കു ചുറ്റുമൊരു സൂര്യഗോളമുണ്ടാക്കി.

പൊക്കിൾക്കൊടിയിലൊരു മുത്ത് കോർത്ത് അവളൊരു കുഞ്ഞു ചന്ദ്രോദയമുണ്ടാക്കി.

"ഹായ്..."

പൊടുന്നനെ അവളുടെ ചാട്ടുളിനയനങ്ങൾ തങ്ങളിലേയ്ക്ക് വന്നു വീഴുന്നത് അനുരാധ ഞെട്ടലോടെ കണ്ടു.

"ഹലോ.... വാട്ട് എ പ്ലസന്റ് സർപ്രൈസ്...."

ആഗ്നെലോ സൗഹൃദം പുതുക്കി.

കൂട്ടുകാരികളോട് "എക്സ്ക്യൂസ് മീ.... "പറഞ്ഞവൾ ഒരു രാജഹംസത്തെപ്പോലെ ഒഴുകിവന്നു.

"നീ എന്നു വന്നു....?" റോഡ്രിഗീസ് ചോദിച്ചു.

അവളുടെ ശരീരത്തിൽ നിന്നും ഇന്ദ്രിയങ്ങളെ ഉണർത്തുന്ന അഭൗമ ഗന്ധം പൊങ്ങി.

"ഇന്നലെ. ഒരാഴ്ചത്തെ ലീവ്...."

അവൾ താല്പര്യത്തോടെ വസന്തിനെയും അരുരാധയേയും നോക്കി.

"ഇതെന്റെ സുഹൃത്ത് വസന്ത്. അദ്ദേഹത്തിന്റെ പത്നി അനുരാധ..."

വസന്തിനോടായി ചിരിച്ച് റോഡ്രിഗീസ് ചേർത്ത് പറഞ്ഞു.

“അത് കത്രീന മൊൺടെയ്റോ...., മുംബെയിൽ ഒരു കോൾസെന്ററിൽ ജോലിനോക്കുന്നു.

വസന്തും അനുരാധയും കേരളത്തിൽ നിന്നാണെന്നറിഞ്ഞപ്പോൾ കത്രീന സുന്ദരമായ മുഖത്തെ പുരികക്കൊടികൾ ഉയർത്തി. വൗവ് എന്നു ചുണ്ടു വളച്ചു.

“എനിക്കൊരു നല്ല സുഹൃത്തുണ്ട് മുംബെയിൽ. വൺ മിസ്റ്റർ ദീപക് മേനോൻ. സച്ച് എ ലവബിൾ റാസ്കൽ.”

അവളുടെ ഓരോ വാക്കിലും ചലനത്തിലും പൂമരങ്ങൾ പൂത്തു. വസന്താകെ ചുമന്നു.

ദോനപൗലയിലെ അഭൗമ സന്ധ്യയേക്കാൾ ചുമന്നു.

കോൾസെന്ററിലെ ജോലിക്രമത്തെ കുറിച്ച് അവൾ വാചാലയായി. മുംബെയിലെ വിദ്യാർത്ഥി ജീവിതത്തെക്കുറിച്ച് അയാളും.

കത്രീനയുടെ ലവബിൾ റാസ്കൽ ആകാൻ അയാൾ ആവേശം കൊണ്ടു.

കത്രീന നടന്നു നീങ്ങിയിട്ടും അവൾ സൃഷ്ടിച്ച തരംഗം അടങ്ങിയിരുന്നില്ല.

“ഇവിടെ ഒരു ബോൾ ഡാൻസ് ടീച്ചറുടെ മകളാണ്. നന്നേ ചെറുപ്പം.

കൈനിറയെ പണം. ഫ്രീക്ക് ഔട്ട് ചെയ്യാൻ പിന്നെ കാരണം വേറെ വേണോ?” റോഡ്രിഗീസ് പറഞ്ഞു.

“ഓ...അവൾ ഒരു സോഷ്യലാണ്. അല്ലാതെ ഫ്രീക്കിയാണെന്നു തോന്നുന്നില്ല.”

ആദ്യമായി പരിയപ്പെട്ടൊരാൾക്കായി വസന്തിന്റെ വക്കാലത്ത്!

ചുണ്ടിൽ ചെളിപ്പുറ്റ് തെറിച്ചതായി തോന്നി അനുരാധയ്ക്ക്.

ദോനപൗലയിലെ മെർക്കുറി വിളക്കുകൾ തെളിഞ്ഞു. അവിടമാകെ പാലാഴിയായി. അനുരാധ കുത്തനെയുള്ള പടവുകളിറങ്ങി. ഒന്നിൽ നിന്നും മറ്റൊന്നിലേയ്ക്ക്. അമരും മുമ്പേ അവളുടെ പാദങ്ങളിലൊന്നിൽ ഒരു പൂവമ്പ് വന്നു തറച്ചു.

കാലിടറി ഒരു പളുങ്കുഗോളംപോലെ കരിങ്കൽപ്പടവുകളിലൂടെ ഉരുണ്ടിറങ്ങുമ്പോൾ രണ്ടോമൽ ചിറകുള്ള നഗ്നനായൊരു കുഞ്ഞ്. കുഞ്ഞിക്കൈയിൽ അമ്പും വില്ലുമായി ഓടിപ്പോകുന്ന ചേതോഹരമായ കാഴ്ച അനുരാധ കണ്ടു.

ഈശ്വരാ...ക്യൂപിഡ്!

വസന്തിനെയും ആന്റെലെയും അവിശ്വനീയവും അവർണ്ണനീയവുമായ ആ മായക്കാഴ്ചയിലേയ്ക്ക് ക്ഷണിക്കുവാൻ ആഗ്രഹിച്ചു അനുരാധ. പകച്ചു കണ്ണുകൾക്കൊണ്ട് തിരിഞ്ഞുനോക്കവേ അവരിൽ നിന്നെല്ലാം ബഹുദൂരം പിന്നിട്ടതായി അറിഞ്ഞു അനുരാധ.

ഒരു മേഘശകലത്തിന്റെ ഭാരമില്ലായ്മയോടെ താഴോട്ട് താഴോട്ട് അവൾ ഒഴുകിക്കൊണ്ടിരുന്നു. ആളുകൾ ഒച്ചയും ബഹളവുമുണ്ടാക്കി.

ആരൊക്കെയോ അവളെ പിടിച്ചുനിർത്താൻ ശ്രമിച്ചു.

ഒരു വെള്ളച്ചാട്ടമായി പാറക്കെട്ടുകളിലൂടെ ഒഴുകിയിറങ്ങുകയായിരുന്ന അനുരാധയെ പൊടുന്നനെ രണ്ടു ഹെർക്യൂലിയൻ കരങ്ങൾ ഉയർത്തിയെടുത്തു.

അതിശക്തമായ ആ കൈകളിൽനിന്ന് അനുരാധ ഒന്നു പിടഞ്ഞു.

ശരീരത്തിലൂടെ വൈദ്യുതിതരംഗങ്ങൾ പ്രവഹിക്കുന്നത് അറിഞ്ഞു അനുരാധ.

ആ കണ്ണുകളിലേക്ക് അവൾ അമ്പരപ്പോടെ നോക്കി.

നീലജലാശയങ്ങൾ...!

മാതളപ്പഴത്തിന്റെ അല്ലിപോലെ ആ ചുണ്ടുകൾ!

സൂര്യതേജസ്സ്!

അപ്പോളോയെപ്പോലെ സുന്ദരൻ..!

ഹെർക്യുലീസിനെപ്പോലെ ശക്തൻ.

അനുരാധയുടെ അടിവയറ്റിൽനിന്നും ഹൃദയത്തിലേക്കൊരു വെള്ളിടി പാഞ്ഞു കയറി.

ഒരു ഹിമകണത്തെ എന്നപോലെ കരുതലോടെ, ഉടയാതെ... ചിതറാതെ... അനുരാധയെ നിലത്തുനിർത്തി അയാൾ നിവർന്നു.

ചുറ്റും ആളുകൾ വന്നുകൂടി.

"എന്തെങ്കിലും സംഭവിച്ചുവോ...?" ആകാംക്ഷാഭരിതരായി അവർ ചോദിച്ചു. അനുരാധയുടെ കൈത്തണ്ടയിൽ നിന്നും, കാൽമുട്ടുകളിൽ നിന്നും ചോര വാർന്നൊഴുകി.

അനുരാധയ്ക്ക് വേദന തോന്നിയില്ല.

നാണക്കേടും സംഭ്രമവുമുണ്ടായില്ല.

അവിശ്വസനീതയുടെ ശ്വേതബിന്ദുക്കൾ അവളുടെ ചുമന്ന മുഖത്ത് പറ്റിക്കിടന്നു.

"ആർ യു... ഓകെ?"

മാദളമുത്തുകൾ വിടരുന്നു.

ആൾക്കൂട്ടത്തെ വകഞ്ഞുമാറ്റി വസന്തും ആഗ്നെലോയും അനുരാധയുടെ മുമ്പിലെത്തി. വസന്ത് അപഹാസ്യനായി. വിളർത്ത് വെള്ളക്കടലാസായി.

"അയ്യോ നന്നായി ബ്ലീഡ് ചെയ്യുന്നുണ്ടല്ലോ..." അതു പറഞ്ഞത് ആഗ്നെലോ.

"സൂക്ഷിച്ചു നടന്നൂടെ അനൂ... നിനക്ക്? മനുഷ്യനെ നാണംകെടുത്താൻ..."

പിറുപിറുത്തുകൊണ്ട് വസന്ത് അവളുടെ കയ്യിൽ പിടിച്ചുവലിച്ചു നടന്നു. ഇപ്പോൾ അനുരാധയ്ക്ക് ശരിക്കും നൊന്തു.

ഇരമ്പലോടെ പിരിഞ്ഞുപോകുന്ന ആൾക്കൂട്ടത്തിലേയ്ക്ക് അവൾ അമ്പരപ്പോടെ തിരഞ്ഞുതിരിഞ്ഞു നോക്കി.

എവിടെ? എവിടെയാ നീലജലാശങ്ങൾ! മാതളമുത്തുകൾ?

ഡോ. മിലാഗ്രാസ് യൂസിക്കോ ഡയസിനു മുന്നിൽ അനുരാധ സ്വപ്നത്തിൽ നിന്നുണരാൻ കൂട്ടാക്കാതെയിരുന്നു.

സ്പിരിറ്റിൽ മുക്കിയ പഞ്ഞി ശീതളസ്പർശമായി അവളുടെ മുറിവുകളിൽ തൊട്ടുതലോടി.

മരുന്നു വെച്ചപ്പോൾ അസഹ്യമായ നീറ്റലിൽ അനുരാധ അമ്പരപ്പിൽ നിന്നുണർന്നു.

"വേദനിച്ചുവോ..."

നരച്ച ബുൾഗാൻ താടിയിക്ക് മുകളിൽ ഡോ. ഡയസ്സിന്റെ പുഞ്ചിരി ഹൃദ്യമായിരുന്നു. ഇടത്തേ കാൽമുട്ടിനടിയിലും വലത്തെ കൈത്തണ്ടയിലും പ്ലാസ്റ്ററുകളുമായി അനുരാധ മീരാമാറിലെ പോർച്ചുഗീസ് ഭവനത്തിലെത്തി.

മുകളിലേക്കു കയറാൻ പ്രയാസമാണെങ്കിൽ താഴത്തെ മുറി ഉപയോഗിക്കാം...

ആഗ്നെലോ അനുതാപപൂർവ്വം പറഞ്ഞു.

"ഇല്ല... സാരമില്ല..." അനുരാധ വേച്ചു വേച്ച് പടികൾ കയറി.

ഇപ്പോഴാണ് വീഴ്ചയുടെ വേദന അനുരാധ ശരിക്കും അറിയുന്നത്.

ഇടുപ്പെല്ലും തോളെല്ലും കോച്ചിവലിച്ചു.

ഒരു തണൽ മരമായി വസന്ത് വിരിഞ്ഞു നിന്നിരുന്നുവെങ്കിൽ ഒരു മുല്ലവള്ളിയായി അതിലേയ്ക്കു ചാഞ്ഞുകിടക്കാമായിരുന്നു.

അനുരാധ മോഹിച്ചു.

മനസ്സിനൊത്ത് ദേഹം ചലിക്കാതെ വരുമ്പോഴല്ലേ ഏതൊരു സ്ത്രീയും തന്റെ പുരുഷന്റെ സ്നേഹവും സാമീപ്യവും ഏറ്റവും കൊതിക്കുക!

"ഇനിയെങ്കിലും ഒന്നു സൂക്ഷിച്ച് നടക്ക്, ഇനി അവിടെ നിന്നു കെട്ടിമറിഞ്ഞ് വീഴണ്ട...."

വസന്ത് സ്വീകരണമുറിയിലെ സോഫയിൽ ചാരിക്കിടന്നു വിളിച്ചു പറഞ്ഞു.

ഈശ്വരാ... വസന്തം പോലെ വിരുന്നു വന്നവൻ ഒരു ശിശിരമായി കിനാക്കളുടെ ഇതളുകളോരോന്നായി പൊഴിക്കുകയോ...?

പൂജ അവൾക്കരികിൽ വന്നുനിന്നു. സഹതാപം പ്രകടിപ്പിച്ചു.

"കുടിക്കാനെന്തുണ്ട് പൂജെ...? അനുരാധ ചോദിച്ചു.

പൂജ താഴേക്കിറങ്ങി പോയി. ഒരു കപ്പ് കൊക്കം പഴത്തിന്റെ നീരുമായി വന്നു.

"ഇത് നിങ്ങൾക്ക് പരിചയമുണ്ടോ?"

"ഇല്യ...." ചിരിയോടെ തലയിളക്കി അനുരാധ കട്ടിലിന്റെ ക്രാസിയിൽ തലയിണവെച്ച് ചാരിക്കിടന്നു.

പൂജയുടെ മുഖത്തെ ചുളിവുകൾ വിടർന്നു.

അവിടമാകെ പ്രകാശമാനമായി.

വെളുത്ത സാബിന് ഗോവൻ രുചികളും ഗോവൻ കഥകളും വേണ്ടുവോളം നൽകി അദ്ഭുതപരതന്ത്രനാക്കി ശീലിച്ചതു കൊണ്ടാകും പൂജക്കിപ്പോൾ ശമ്പളത്തേക്കാൾ ആവശ്യം അമ്പരക്കുന്ന മുഖങ്ങളാണെന്ന് തോന്നി.

"ഇവിടെ കോക്കം കുടിക്കാൻ മാത്രമല്ല മിക്ക പാചകത്തിലും ഉപയോഗിക്കും. പ്രത്യേകിച്ച് ഹിന്ദുക്കൾ. ക്രിസ്ത്യാനികൾ കൂടുതൽ മദ്യവും വിനിഗറും ചേർത്താണ് പാചകം ചെയ്യുന്നത്."

പൂജ സമർത്ഥയായ ഒരു ഗൈഡിനെ പോലെ വിശദീകരിച്ചു.

"നിന്റെ ഭാഷ കൊങ്കണിയല്ലേ...? നീ വളരെ നന്നായി ഹിന്ദി സംസാരിക്കുന്നുണ്ടല്ലോ.."

പൂജയുടെ മുഖത്തെ നിറഞ്ഞ ചിരിയിൽ വേദനയുടെ നിഴൽ വീണു. അതിനെ ബോധപൂർവ്വം മറയ്ക്കാനായി അവൾ കൂടുതൽ തെളിമയോടെ ചിരിച്ചു.

"അങ്ങനെ ചോദിച്ചാൽ എന്റെ മാതൃഭാഷ മറാത്തിയാണ്. കൊങ്കണിയും ഹിന്ദിയും തെറ്റുകൂടാതെ പറയും. അത്യാവശ്യം കുറച്ച് ഇംഗ്ലീഷും..."

വസന്ത് കയറി വരുന്നത് കണ്ട് പൂജ പോകാനൊരുങ്ങി.

ഗ്ലാസ്സിൽ അവശേഷിച്ച ഇത്തിരി കോക്കം കൂടെ വലിച്ചു കുടിച്ച് പൂജയുടെ കയ്യിലെ തട്ടിൽ വെച്ചുകൊടുത്തു വസന്ത്.

"അവളുടെ ഒരു സത്കാരം! ഈ കോക്കം വിളമ്പുന്നതിനു പകരം കുറച്ച് ഫെനികൊണ്ടുവന്നു തന്നുകൂടെ എന്നു ചോദിക്കുകയായിരുന്നു ഞാനവളോട്."

വസന്ത് ഇക്കിള്വിട്ട് ചിരിച്ച് കട്ടിലിലേയ്ക്കു ചാഞ്ഞു.

"അച്ഛൻ വിളിച്ചിരുന്നു. ആഗ്നെലോയുടെ മുത്തശ്ശിക്ക് എങ്ങനെയുണ്ടെന്ന്! ആഗ്നെലോയുട മുത്തശ്ശിയല്ല മരുമകളാണ് ഇപ്പോൾ കിടപ്പിലായിരിക്കുന്നത് എന്ന് മൂപ്പർക്ക് അറിയില്ലല്ലോ."

വസന്ത് വീണ്ടും കട്ടിലാടിയുലച്ചുകൊണ്ട് പൊട്ടിച്ചിരിച്ചു. അയാളാകെ സന്തോഷവാനാണെന്നു തോന്നി അനുരാധയ്ക്ക്.

അയാളുടെ മനസ്സിലിപ്പോൾ വെളുത്ത് കൊലുന്നനെയുള്ള രണ്ടു കാലുകൾ നൃത്തം വയ്ക്കുകയായിരിക്കും.

വെണ്ണയുടെ മിനുപ്പും നിറവുമുള്ള ചടുലമായ കാലുകൾ!

അനുരാധ നിറംചേർത്ത തലമുടിയും പൊക്കിൾ ചുഴിയിലെ തിളക്കവും ഓർത്ത് കിടന്നു.

പൊടുന്നനെ അനുരാധയുടെ ഹൃദയഭിത്തിയിലേക്ക് കോടാനുകോടി ആരുകൾ തള്ളിത്താഴ്ത്തിക്കൊണ്ട് അയാൾ പറഞ്ഞു.

"എന്റെ പെൺകുട്ടിക്ക് വെണ്ണയുടെ നിറവും മുട്ടോളം മുടിയും വേണമെന്നായിരുന്നു അമ്മയുടെ സ്വപ്നം. അതിനുവേണ്ടി കുറച്ചൊന്നുമല്ല തിരഞ്ഞു നടന്നത്. ഒടുക്കം മണ്ണിന്റെ നിറമുള്ള ഈ പെണ്ണിന്റെ അടുത്ത് കോംപ്രമൈസ് ചെയ്തു. അനുവിന്റെ മുടി കണ്ടപ്പോൾ അമ്മ ഫ്ളാറ്റ്. ഒരു പരിധിവരെ ഞാനും."

ശരാശരി മലയാളിപുരുഷമനസ്സിന് സ്ത്രീസൗന്ദര്യം സമം തലമുടിയാണെന്നു അനുരാധയുടെ ബുദ്ധിമതിയായ അമ്മക്ക് നേരത്തെ അറിയാമായിരുന്നു.

എത്ര തവണ വെട്ടണമെന്ന് വാശിപിടിച്ചിട്ടും അനുവദിക്കാതെ അനുരാധയെ പിടിച്ചിരുത്തി എണ്ണതേപ്പിച്ചും, കുളിപ്പിച്ചും കരുതലോടെ വിടർത്തിയിട്ട് ഉണക്കിയും അതിങ്ങനെ പെരുപ്പിച്ചെടുത്തത് അമ്മയാണ്.

അനുരാധയുടെ നടക്കാതെപോയ ഒരേയൊരു വാശി.

"പണ്ടൊരു മലയാളം ഏക്ട്രസ്സ് ഉണ്ടായിരുന്നില്ലേ... ആക്സിഡന്റിൽ മരിച്ചു. സ്ക്കൂളിൽ പഠിക്കുമ്പോൾ ടു ബി ഫ്രാങ്ക്.. ഐ ഹാഡ് എ ക്രഷ് ഓൺ ഹേർ. കാരണം സിംപിൾ. അവരുടെ നീണ്ട തലമുടി....

അപ്പോൾ തലമുടിയുടെ പിൻബലത്തിൽ അമ്മയുടെയും മകന്റെയും ജീവിതത്തിൽ കയറിപ്പറ്റിയവൾ അനുരാധ.

വെണ്ണപോലെ മിനുത്ത അവരുടെ സ്വപ്നങ്ങളെ തലകീഴായി മറിച്ചിട്ടുകളഞ്ഞ മണ്ണിന്റെ നിറമുള്ള പെണ്ണ്. അനുരാധ അപമാനിതയായി. വെണ്ണനിറമുള്ള കാലുകൾ അവളുടെ നെഞ്ചിൽ ഊക്കോടെ ചവിട്ടിക്കുത്തി മെതിച്ചിട്ടു.

അതിലോലവും സുന്ദരവുമായ കാലുകൾക്ക് ഇത്ര കാഠിന്യമോ?

"എന്താ.. ഇപ്പോ റിഗ്രറ്റ് ചെയ്യുന്നുണ്ടോ?

അനുരാധ പരുഷമായി അയാളെ നോക്കി.

"എറണാകുളം സിറ്റിയിൽ വളർന്നാലും ഒറ്റപ്പാലം ഗ്രാമത്തിലായാലും പെണ്ണെന്നും പെണ്ണു തന്നെ... കുശുമ്പി..."

വസന്ത് ആഞ്ഞു ചിരിച്ചു.

അനുരാധയ്ക്ക് ചിരി വന്നില്ല.

അവൾ കണ്ണുകൾ ഇറുക്കി അടച്ചു.

അവൾക്ക് കാതുകളും അടയ്ക്കണമെന്നുണ്ടായിരുന്നു.

കണ്ണുകൾ അടയ്ക്കുന്നതുപോലെ കാതുകളും ഇഷ്ടാനുസരണം അടച്ചുവയ്ക്കാൻ കഴിയാത്തത് മനുഷ്യശരീരത്തിന്റെ ഏറ്റവും വലിയ പോരായ്മയായി അവൾക്ക് തോന്നി.

കുറച്ച് കഴിഞ്ഞപ്പോൾ വസന്ത് വസ്ത്രം മാറി പുറത്തേയ്ക്കു പോകുന്നത് അനുരാധ അറിഞ്ഞു.

അവളൊന്നും ചോദിച്ചില്ല. അയാളൊന്നും പറഞ്ഞില്ല.

അനുരാധ തന്റെ ഹൃദയത്തിലേയ്ക്ക് നടന്നു. ഏറെ നടന്ന് അവൾ പെരുവിരലിലൂന്നി നിന്ന് എത്തിനോക്കി. കടൽപോലെ ആഴ്ന്ന ആകാശം പോലെ പരന്ന നീലിച്ച മഴത്തുള്ളിപോലെ കുളിർന്ന് ആ ഇടം ഒരിക്കലും കടന്നുവരാത്ത സഞ്ചാരിയെ കാത്ത് ഏകാന്തമായി കിടന്നു.

അനുരാധ അസഹ്യമായ വേദനയിൽ പിടഞ്ഞ് ഹൃദയവാതിൽ കൊട്ടിയടച്ചു. ജനാലയ്ക്കൽ നിന്നപ്പോൾ മീരാമാറിന്റെ ഇരമ്പൽ കേട്ടു. അഴികളില്ലാത്ത ജനാലയിലൂടെ തണുത്ത കാറ്റ് സീൽക്കാരത്തോടെ കുതിച്ചെത്തി. കാറ്റിന്റെ അലകളോടൊത്ത് പാറിപ്പറക്കാൻ ആഗ്രഹിച്ചു അനുരാധ.

പുറകിൽ കാൽപെരുമാറ്റം.

"മേംസാബ്....ഭക്ഷണം കഴിക്കേണ്ടേ... സാബ് വന്നില്ലല്ലോ..." പൂജ ചോദിച്ചു.

നീ ഇവിടെയാണോ താമസിക്കുന്നത്?

"വില്യം സാബും കുടുംബവും ഉള്ളപ്പോൾ ഞാനിവിടെയുണ്ടാകും. അവർ പുറത്ത് നിന്നു ആഹാരം കഴിക്കില്ല. വീട്ടിൽ വെച്ചുണ്ടാക്കുന്നതാണ് പ്രിയം."

"നിന്റെ വീട് എവിടെയാണ്" .... അനുരാധ കട്ടിലിലേക്കിരുന്നു.

"ബിച്ചോലിമ്മിൽ.... ഇപ്പോഴിവിടെയാണ് എന്റെ വീട്.

പൂജ തറയിൽ ചമ്രം പടിഞ്ഞിരുന്നു. കഥ പറയാൻ തയ്യാറെടുക്കുന്ന കുട്ടിയെപ്പോലെ.

"അപ്പോ മുമ്പ്"

"ഞാൻ പറഞ്ഞില്ലേ. ഞാനൊരു ഗോവക്കാരിയൊന്നുമല്ല. മഹാരാഷ്ട്രയിലെ കുഡാലിലാണ് എന്റെ വീട്. അവിടെ ജോലിതേടി വന്നതാണ് ഞാൻ.

നല്ല വെളുപ്പ്. പഞ്ചാരപുരട്ടിയ വർത്തമാനം. പതിനഞ്ച് വയസ്സുള്ള പെണ്ണിന് ഇതൊക്കെ പോരെ തലകുത്തി വീഴാൻ..."

"ആഹാ... നീയൊരു പ്രേമകഥയിലെ നായികയാണ്..."

"ആയിരുന്നു. ഇപ്പോൾ കഥയൊക്കെ മാറിപ്പോയി." പൂജ പൊട്ടിച്ചിരിച്ചു.

“തരക്കേടില്ലാണ്ട് കൃഷിയൊക്കെയായി കഴിഞ്ഞു പോന്ന കുടുംബമായിരുന്നു.

അച്ഛന്റെയും അമ്മയുടെയും ശാപമാകും. കുറച്ചുനാൾ കൂടെ കഴിഞ്ഞ് മടുത്തപ്പോൾ മച്ചിയാണെന്നും പറഞ്ഞ് അയാൾ മൂടുതട്ടി പോയി. ഇപ്പോൾ സിരിഗൗവിൽ വേറൊരുത്തിയുമായി കഴിയുന്നു. അവളും പ്രസവിച്ചിട്ടില്ല.”

“നീയെന്തേ വീട്ടിലേക്ക് മടങ്ങിയില്ല?”

പൂജ ഒരു നിമിഷം ചുണ്ടുകൾ കൂട്ടിപ്പിടിച്ചിരുന്നു. പിന്നെ പറഞ്ഞു.

“വീടിനോട് അങ്ങനെയൊരു തെറ്റുകൂടെ ചെയ്യേണ്ടെന്ന് തോന്നി...”

പരിചയമില്ലാത്തൊരു നാട്ടിൽ, ആരാരും തുണയില്ലാതെ, വ്യക്തമായൊരു മേൽവിലാസത്തിന്റെ സുരക്ഷിതത്വം പോലുമില്ലാതെ കഴിയാൻ ഇവൾക്ക് പേടിതോന്നുന്നില്ലേ.

അനുരാധയെക്കാൾ രണ്ടോ മൂന്നോ വയസ്സ് കൂടുമായിരിക്കും അവൾക്ക്. എന്നിട്ടും അനുഭവങ്ങളുടെ തീച്ചൂളയിൽ സ്ഫുടം ചെയ്തു കൊടുത്തതിന്റെ അഗ്നിത്തിളക്കം അവളുടെ മുഖത്തുണ്ടായിരുന്നു.

അവിടേയ്ക്കു നോക്കി അങ്ങനെയൊരു വിഡ്ഢിത്തം ചോദിക്കാൻ അനുരാധ അധീരയായി.

“ഇവിടെ ജോലിക്ക് പഞ്ഞമില്ല. ഇവിടെ വന്നുകൂടുന്ന വെള്ളക്കാർക്കൊക്കെ വീട് വൃത്തിയാക്കാനും ഭക്ഷണം പാകം ചെയ്യാനും പട്ടികളെ കുളിപ്പിക്കാനും ആളെ ആവശ്യമുണ്ട്.” പൂജ സന്തോഷത്തോടെ ചിരിച്ചു.

“അവരൊക്കെ എത്തരക്കാരാണെന്നു നീ എങ്ങനെ അറിയും...?

“എത്തരക്കാരായാലെന്താ? പൂജയ്ക്കറിയാം നല്ലതും ചീത്തയും. കിടന്നിട്ടുണ്ട്. ഒന്നുരണ്ടുപേരുടെ കൂടെ. ഗതികേടുകൊണ്ടൊന്നുമല്ല. അയാളൊരു ആണ്. ഞാനൊരു പെണ്ണ്. രണ്ടുപേർക്കും വേണമെന്ന് തോന്നിയാൽ...?

സഹതാപം വേണ്ടെന്ന് അവളുടെ ധീരമായ മിഴികൾ വ്യക്തമാക്കി.

“എന്നുവെച്ച് ആരുവിളിച്ചാലും കൂടെ പോവുകയൊന്നുമില്ല. അനുവാദമില്ലാതെ കൈവിരൽതുമ്പിൽ പോലും തൊട്ടാൽ ഒരുത്തനേം വെറുതെ വിടില്ല പൂജ.”

പൂജ അറുത്തുമുറിച്ചു പറഞ്ഞു.

അനുരാധ അമ്പരപ്പോടെ പൂജയെത്തന്നെ നോക്കിയിരുന്നു. അവളൊരു പാഠപുസ്തകമാണെന്ന് അനുരാധക്കു തോന്നി.

“നീ ദോനാപൗലയെക്കുറിച്ച് കേട്ടിട്ടുണ്ടോ...?” മൗനം മുറിച്ച് അനുരാധ ചോദിച്ചു.

“പിന്നെ... അവരെക്കുറിച്ച് കേൾക്കാതെ ഈ ഗോവയിൽ ജീവിക്കുന്നതെങ്ങനെ?”

പൂജ ചിരിച്ചു. പിന്നെ അനുരാധയുടെ അരികിലേക്ക് നിരങ്ങിയിരുന്ന് ശബ്ദം താഴ്ത്തി പറഞ്ഞു.

"പൗർണ്ണമി രാത്രികളിൽ ഇപ്പോഴും ദൗനപൗല ഗ്രാമത്തിലെ നൂസ്തേക്കർ* അവരെ കാണാറുണ്ടത്രേ..."

"കുറച്ചു മുമ്പ് ജീവിതംകൊണ്ട് തന്നെ പന്താടിയ പെൺകിടാവോ ഇത്...? അനുരാധ ചിരിച്ചു.

"പ്രേതമോ-? നുണ!"

"നുണയൊന്നുമല്ല മേംസാബ്. പൂർണ്ണചന്ദ്രനുദിക്കുന്ന രാത്രിയിൽ കൃത്യം പന്ത്രണ്ട് മണിക്ക് ഈ സ്ത്രീ കടലിൽനിന്നും ഉയർന്നുവരും. ദേഹത്ത് ഒന്നുമുണ്ടാകില്ല. കഴുത്തിലൊരു മുത്തുമാലയല്ലാതെ. നിലാവത്ത് കടൽത്തീരത്തുകൂടെ അവരങ്ങനെ നടക്കും..."

അനുരാധയുടെ തലയ്ക്കകത്ത് ഒരു ഇടിമിന്നിൽ തെളിഞ്ഞു മങ്ങി.

കടലിന്റെ ആമാശയത്തിൽ നിന്നും ഒരു പുളിച്ചുതികട്ടൽ മേല്പോട്ടുന്തിവന്നു. കരയ്ക്കടിഞ്ഞ അനുരാധയുടെ നഗ്നമായ ശരീരത്തിൽ ഒരു മുത്തുമാലയുടെ നനുത്ത ഭാരമുണ്ടായിരുന്നു.

"ഉടുതുണിപോലുമില്ലാതെയല്ലേ അവരെ കടലിൽ തള്ളിയിട്ട് കൊന്നത്." പൂജ ചിരിച്ചു.

"കൊല്ലുകയോ...? അവർ ചാടി മരിച്ചതല്ലേ - " അനുരാധയുടെ പെരുവിരലിൽനിന്നു മേലോട്ടു മേലോട്ട് കടലിന്റെ നനവ് അരിച്ചുകയറി.

പൂജ പറഞ്ഞു. "ഗവർണർ ജനറലിന്റെ പ്രിയ പത്നിയുടെ തോഴിയായിരുന്ന ദോനപൗലയെക്കുറിച്ച്. ഗവർണർ ജനറലിന്റെ പ്രണയവും, ഹൃദയവും സ്വന്തമാക്കിയ അവളുടെ സർപ്പസൗന്ദര്യത്തെക്കുറിച്ച്.

ഒടുക്കം പിടിക്കപ്പെട്ടപ്പോൾ ക്രൂദ്ധയായ പത്നി അവളെ നഗ്നയാക്കി കെട്ടിവരിഞ്ഞ് പാറക്കെട്ടിൽനിന്നും താഴെ ആർത്തുകളിക്കുന്ന ജലകന്യകമാർക്ക് തിന്നാനായി ഉരുട്ടിയിട്ടു കൊടുത്തു.

"ആ സ്ത്രീ... ഒരു കാര്യത്തിൽ മാത്രം ദോനപൗലയോട് കരുണ കാണിച്ചു. ഗവർണർ ജനറൽ അവൾക്ക് സമ്മാനിച്ച മുത്തുമാല മാത്രം അഴിച്ചുവാങ്ങിയില്ല."

പൂജ നെടുവീർപ്പിട്ടു.

പ്രണയത്തിൽ ഒരാൾ മാത്രം തെറ്റുകാരിയാകുന്നതെങ്ങനെ... എന്നു അനുരാധ ചിന്തിച്ചു. ജീവിതം ദോനപൗലയ്ക്ക് നൽകാത്ത നീതിയായിരിക്കാം ഇപ്പോൾ കാലം അവൾക്ക് നൽകുന്നത്.

ആഗ്നെലോ പറഞ്ഞ കഥയല്ല പൂജ പറഞ്ഞത്.

ദോനപൗലയുടെ കാമുകൻ ആരെന്ന കാര്യത്തിൽ ഇപ്പോഴും ഗോവക്കാർ തർക്കിക്കുകയാകും. പക്ഷേ, ദോനപൗല ആരെന്നുമാത്രം ആർക്കും തർക്കമില്ല.

---

* നൂസ്തേക്കർ - മുക്കുവന്മാർ

അനുരാധയ്ക്കും തർക്കമില്ല. അവൾ പ്രണയമാണ്. അവൾ മരണമാണ്.

രാവേറെയായിട്ടും വസന്തിനെ കണ്ടില്ല.

ആദ്യം കുറെ പരിഭവം ഭാവിച്ചിരുന്നു. പിന്നെ മുട്ടുമടക്കി അനുരാധ മൊബൈൽ കയ്യിലെടുത്തു.

“അനു കഴിച്ചു കിടന്നോളു. ഞാൻ പുറത്തുനിന്നും കഴിച്ചിട്ടുവരാം...”

പൂജ മുറിയിലേക്ക് ചോറും കറികളും കൊണ്ടുവന്നു.

“താഴേയ്ക്കിറങ്ങി ബുദ്ധിമുട്ടേണ്ട.”

അനുരാധ ഉണ്ണാനിരുന്നു. അവളുടെ കണ്ണുകൾ കലങ്ങിയിരിക്കുന്നത് പൂജ കണ്ടു.

“ആണുങ്ങളെല്ലാം ഇങ്ങനെയാണ് മേംസാബ്. പുറത്തിറങ്ങിയാൽ വീട്ടിൽ കാത്തിരിക്കുന്നവരെ ഓർമ്മയുണ്ടാകില്ല. പക്ഷേ മേംസാബ് ഇങ്ങനെ തൊട്ടാവാടിയായാൽ പറ്റില്ല. പോയവർ തോന്നുമ്പോൾ വരട്ടെ. ഇതൊക്കെ കഴിക്കൂ...”

പൂജ സ്നേഹപൂർവ്വം വിളമ്പി വയ്ക്കുമ്പോൾ പിന്നെ വേണ്ടന്നുപറയാൻ വയ്യ അനുരാധയ്ക്ക്.

ഉച്ചയ്ക്ക് കഴിച്ച വിഭവങ്ങൾക്ക് പുറമെ സവാളയും നാളികേരവും മല്ലിയിലയും ഉണക്കച്ചെമ്മീനും ചേർത്തൊരു രുചികരമായ ചമ്മന്തിയുണ്ടായിരുന്നു.

അനുരാധയത് വീണ്ടും വീണ്ടും വിളമ്പിക്കഴിക്കുന്നതു കണ്ടപ്പോൾ പൂജയ്ക്ക് സന്തോഷമായി.

“മേംസാബിന് സൂംഗ്ട്ടാ* ഇഷ്ടംപോലെ ഉണ്ടാക്കിത്തരാം. ഇവിടെ വലിയ സൂംഗ്ട്ടാ ധാരാളമായി കിട്ടും.”

ഒഴിഞ്ഞ പാത്രങ്ങളെടുത്ത് മുറിവിട്ടു പോകുമ്പോൾ പൂജ, അനുരാധയോട് മരുന്നുകഴിക്കാൻ ഓർമ്മപ്പെടുത്തി.

മേംസാബ് എന്ന് വിളിക്കുന്നുണ്ടെങ്കിലും ഒരു മുതിർന്ന സ്ത്രീ കുഞ്ഞിനോടെന്നപോലെയാണ് പൂജ തന്നോട് പെരുമാറുന്നതെന്ന് അനുരാധയ്ക്ക് തോന്നി.

മീരാമാറിന്റെ സംഗീതം കേട്ട് അനുരാധ കിടന്നു.

വസന്ത് മുറിയിലേക്ക് കടന്നുവന്നു.

“പൂജാ... ഒരു ഗ്ലാസ്..” അയാൾ താഴേക്ക് വിളിച്ചുപറഞ്ഞു.

“ഇവിടെ എന്തുമാത്രം റെസ്റ്റോറന്റുകളുണ്ടെന്നോ. വെറുതെ അവൾ വെച്ചുണ്ടാക്കുന്നത് തിന്ന് ദിവസങ്ങൾ പാഴാക്കണ്ട.”

അയാൾ ഏമ്പക്കം വിട്ട് കയ്യിലെ കവർ തുറന്നു പുറത്തേക്കൊരു കുപ്പിയെടുത്തു വെച്ചു. വെള്ളാരങ്കല്ലുകൾകൊണ്ട് നിർമ്മിച്ചത് പോലെ

* സൂംഗ്ട്ടാ ചെമ്മീൻ

ഭംഗിയുള്ള കുപ്പിയുടെ പുറത്ത് പ്ലാസ്റ്റിക്ക് കശുമാങ്ങകൾ പഴുത്തു കുലച്ച് ഉന്തിനിന്നു.

പൂജ കൊണ്ടുവന്ന ഗ്ലാസ്സിലേയ്ക്ക് കുപ്പിയിൽ നിന്നും ദ്രാവകം പകർന്ന് വസന്ത് അനുരാധയെ നോക്കി.

"ഫെനിയാണ്. ഒന്നു രുചിച്ചുനോക്കുന്നോ? ഗോവയിൽ വന്നു ഫെനി കുടിച്ചില്ലെന്നു പറഞ്ഞാൽ മോശമാണ്."

"ആ മോശം ഞാനങ്ങ് സഹിച്ചു."

പുകവലിക്കാത്ത, മദ്യപിക്കാത്ത... വല്യച്ഛന്റെ ഡൗൺ ടു എർത്ത് ജന്റിൽമെൻ.

അനുരാധ കണ്ണുകൾ ഇറുക്കിയടച്ചു.

അവളുടെ മുറിവുകൾ അതുവരെ ഇല്ലാത്തമട്ടിൽ നീറിക്കൊണ്ടിരുന്നു.

മെർമേയ്ഡുകളുടെ മാസ്മര സംഗീതം നേർത്ത കുമിളയായി പാറി പ്പറന്നു വന്നു. മഴവില്ലിന്റെ നിറങ്ങളേഴും പ്രതിഫലിപ്പിക്കുന്ന കുമിളകൾ.

അനുരാധ കുമിളകളുടെ പുറകെ പോയി. ആളൊഴിഞ്ഞ മീരാമറിന്റെ മണൽപ്പരപ്പിൽ നിലാവ് പതഞ്ഞൊഴുകി.

നീലിച്ച മഴത്തുള്ളികൾ അനുരാധയെ നനച്ചു കുതിർത്തു.

കടലിൽ നിന്നും നീന്തിക്കയറി കരയിൽ ഉന്മാദനൃത്തമാടുന്ന മെർമേ യ്ഡുകൾ. അവയുടെ വെള്ളിച്ചിതമ്പലുകളിൽ നിലാവ് വീണ് ഒളിയായി ചിതറി.

അവയ്ക്കിടയിൽ നിന്നും അനുരാധയുടെ അരികിലേക്ക് ഒരു മെർമേൻ നീന്തി വന്നു.

അതികായനായ മെർമേൻ. സൂര്യതേജസ്സ്!

നയനങ്ങൾ നീല ജലാശയങ്ങൾ!

ചുണ്ടുകൾ മാതളഅല്ലികൾ!

കൈകൾ നീട്ടി മെർമേൻ അനുരാധയുടെ മഞ്ഞുമാറിൽ മുത്തുഹാരം ചാർത്തി.

ഒരു കിതപ്പോടെ അനുരാധയെ നെഞ്ചിൽ ചേർത്തു.

മൂന്ന്

പനിക്കുളിര് അനുരാധയെ പൊതിഞ്ഞു.

വീർത്ത കൺപോളകളും വിണ്ടുകീറിയ ചുണ്ടുകളുമായിത്തീർന്നു അനുരാധ. വസന്തിന്റെ കൈത്തലം അവളുടെ നെറ്റിയിൽ അമർന്നു.

"മുറിവിന്റെയാണ്. മരുന്നു കഴിക്കാൻ തന്നാൽ കഴിക്കില്ല. പിന്നെങ്ങ നെയാ?" പൂജ ഓർമ്മിപ്പിച്ചിരുന്നു. എന്നിട്ടും കഴിച്ചില്ല. പനിച്ച് പനിച്ച് മരിക്കണമെന്നു തോന്നി അനുരാധയ്ക്ക്.

"മോളൂ... ഇതു കഴിക്കഡോ എന്നാലല്ലേ പനി മാറൂ..."

അമ്മ മരുന്നു നീട്ടി അനുരാധയുടെ മുമ്പിലിരുന്നു.

അപ്പോഴൊക്കെ പനി വന്നതിൽ അനുരാധ സന്തോഷിച്ചു.

ചുരുണ്ടുകൂടി കിടക്കുമ്പോൾ അമ്മയുടെ തലോടൽ അറിയാം. മരുന്നു ചുക്കുകാപ്പിയും ചുട്ടപപ്പടവുമൊക്കെ വായിലേക്കെത്തിച്ചുതരും അമ്മ.

അപ്പോൾ അനുരാധ ചെറുതായി ചെറുതായി അമ്മയുടെ പൊക്കിൾ കുഴിയിലൂടെ നൂണ്ടിറങ്ങി ഗർഭപാത്രത്തിൽചെന്നു കിടന്നുറങ്ങും.

"അനൂ... നീ മരുന്ന് കഴിച്ച് റെസ്റ്റെടുക്ക്. ഇന്നലെ പുറത്തുപോയപ്പോ ജി.റ്റി.ഡി.സി.യുടെ ഓഫീസിൽ നിന്നും നോർത്ത് ഗോവാ ട്രിപ്പിന് രണ്ടു ടിക്കറ്റെടുത്തതാണ്. ഞാൻ പോയിട്ടുവരാം. വൈകുന്നേരം ഡോ. ഡയസ്സിന്റെ അടുത്തുപോണം ഡ്രെസ്സ് ചെയ്യാൻ. പൂജയോട് പറഞ്ഞേൽപ്പിക്കാം."

ഈശ്വരാ. ഒരു വസന്തംപോലെ വിരുന്നുവന്നവൻ ഒരു വേനലായി നിന്നു കത്തുകയോ.

വസന്ത് കുളിച്ച് പുതിയ വസ്ത്രങ്ങൾ അണിഞ്ഞ് മുടിയിൽ ജെല്ല് പുരട്ടി പെർഫ്യൂം പൂശി പുറത്തേക്കിറങ്ങി.

അനുരാധ മുഖം കഴുകി വന്നപ്പോൾ പൂജ മുറിയിൽ ചായയുമായി കാത്തുനിൽക്കുന്നുണ്ടായിരുന്നു.

"വേദന എങ്ങനെയുണ്ട് മേംസാബ്?"

കൈ നിവർത്താനും മടക്കാനും അവൾക്ക് പ്രയാസമനുഭവപ്പെട്ടിരുന്നു.

എങ്കിലും "ഭേദമുണ്ട്" എന്നൊരു നുണ പറഞ്ഞ് അവൾ കട്ടിലിലേയ്ക്കിരുന്നു. ചായയ്ക്കൊപ്പം അനുരാധ മരുന്നുകളും അകത്താക്കി.

"സാബ് പുറത്തുപോയല്ലോ. ഭക്ഷണം കഴിക്കാനുണ്ടാകില്ലേ...."

അനുരാധ ചിരിച്ചു.

"നിനക്കൊരു കല്യാണം കഴിച്ചുകൂടെ പൂജേ?"

"മേംസാബ് കല്യാണം കഴിച്ചിട്ടെത്ര ദിവസമായി. അതത്ര ഗംഭീരമായ സംഗതിയൊന്നുമല്ലെന്നു ഇപ്പോഴേ തോന്നുന്നില്ലേ...."

പൂജ ഒരു മറുചോദ്യമെറിഞ്ഞു.

"വയസ്സാകുമ്പോൾ നിനക്കൊരു തുണ വേണ്ടേ...?"

"മേംസാബിനറിയാമോ ബിച്ചോലിമ്മിൽ നിബിഡ വനങ്ങളാണ്. ഇടയ്ക്കിടെ ഞങ്ങളുടെ നാട്ടിൽ പുലിയിറങ്ങും. പണി ചെയ്യാൻ പറ്റാതാകുന്ന കാലത്ത് ഒരു പുലിയെന്നെ പിടിച്ചു തിന്നുകൊള്ളും. പുലിയ്ക്ക് സന്തോഷം എനിക്കും സന്തോഷം."

"എല്ലും തൊലിയും മാത്രമായിത്തീർന്ന ഒരു കിഴവിപ്പെണ്ണിനെ പുലിയ്ക്കെന്തിനാണ്?"

പൂജ കുപ്പിവളകൾ ചിതറി വീണുടഞ്ഞതുപോലെ പൊട്ടിച്ചിരിച്ചു.

ചിരി നിർത്താൻ വയ്യാതെ അവൾ വയറ്റിൽ അമർത്തിപ്പിടിച്ചു.

പൂജ കൊണ്ടുവന്നു മുന്നിൽവച്ച സൂപ്പ് ബൗളിൽ ആവി പറക്കുന്ന കഞ്ഞി കണ്ട അനുരാധ അമ്പരന്നു. "ഇത് കഞ്ഞി. ഗോവക്കാരുടെ പ്രിയപ്പെട്ട ആഹാരമാണ്. പനിക്കുമ്പോൾ ഇതാണ് നല്ലത്..." പൂജ വിശദീകരിച്ചു.

ഗോവക്കാർക്കു മാത്രമല്ല ഞങ്ങൾ മലയാളികൾക്കും എന്നു പറഞ്ഞാൽ പൂജ പിണങ്ങുമോ എന്ന് ഭയപ്പെട്ട് അനുരാധ മിണ്ടാതെയിരുന്നു.

ചൂടുകഞ്ഞി ഊതിയൂതി കുടിക്കുമ്പോൾ സെൽഫോണൊന്നു ചിണുങ്ങി നിന്നു. അമ്മയുടെ സുഖാന്വേഷണം.

വീണതറിഞ്ഞാൽ, മുറിവുപറ്റിയതറിഞ്ഞാൽ, പനിച്ചതറിഞ്ഞാൽ അമ്മയ്ക്കു വല്ലാതെ നോവും.

ഉണ്ണാതെ ഉറങ്ങാതെ ആവലാതിപ്പെട്ടുകൊണ്ടിരിക്കും.

അല്ലെങ്കിലും അനുരാധയുടെ കൈവിരൽത്തുമ്പൊന്നു മുറിഞ്ഞാൽ നിറയുന്നത് അമ്മയുടെ കണ്ണുകളാണല്ലോ.

അനുരാധ ബാൽക്കോയിലെ മരബെഞ്ചിൽ ചെന്നിരുന്നു.

ബാൽക്കോയിൽ നിന്നും ഒരു ഗോവണി പൂന്തോട്ടത്തിലേയ്ക്ക് കാലും നീട്ടിയിരുന്നു.

പൂന്തോട്ടത്തിൽ മഞ്ഞയും ചുമപ്പും വെള്ളയും റോസാപ്പൂക്കൾ ചിരിച്ച് നിന്നു.

അപ്പുറത്ത് പുല്ല് കിളിർത്ത മൈതാനത്തിൽ കുട്ടികളും മുതിർന്നവരും പല സംഘങ്ങളായി പന്തുരുട്ടി കളിച്ചു. മൈതാനത്തിന്റെ ഒരു അതിർത്തിയിൽ അടുക്കടുക്കായി വെച്ചതുപോലെ കൊച്ചുകൊച്ച് ഓടുമേഞ്ഞ വീടുകൾ. അവയുടെ പിന്നാമ്പുറങ്ങൾ മൈതാനത്തേക്ക് തുറന്നു കിടന്നു.

രണ്ടു പെണ്ണുങ്ങൾ ഷോർട്ട്സും മേൽക്കുപ്പായവുമണിഞ്ഞ് നെല്ല് ചിക്കിക്കൊണ്ടിരുന്നു. കയ്യില്ലാത്ത കുഞ്ഞുടുപ്പിട്ട പെണ്ണ് എരുമകളെ മേയാൻ വിട്ട് വീട്ടിലേയ്ക്ക് കയറിപ്പോയി. എരുമകൾക്കിടയിലൂടെ തടിച്ചുരുണ്ട സുന്ദരിപ്പശുക്കൾ ഗർവ്വോടെ നടന്നുനീങ്ങി അപ്പുറത്തെ പൈൻമരക്കൊട്ടിലേക്ക് കയറിപ്പോയി. ആകാശം തെളിഞ്ഞിരുന്നു. കുന്നിൻ പുറത്തെ ബംഗ്ലാവിന് മുകളിലായി സ്വച്ഛമായി ഒഴുകുന്ന വെൺമേഘ ഹംസങ്ങൾ.

ഒളികണ്ണിട്ട് വെൺമേഘങ്ങൾ അനുരാധയോട് പതിയെ ചോദിച്ചു.

"അനുരാധേ... നിന്റെ മറുപടിയ്ക്കായി അമ്മ എത്രനേരമായി കാത്തിരിക്കുന്നു?"

"അമ്മയോട് പോയി പറയൂ..എനിക്ക് സുഖമാണ്.നന്മകൾ ഉള്ളൊരു ചെറുപ്പക്കാരനെ സ്വന്തമാക്കിയ അനുരാധയ്ക്ക് സുഖം തന്നെ..."

മരുന്നു രക്തത്തിലേയ്ക്ക് അലിഞ്ഞു ചേരവേ അനുരാധ അസഹ്യമായ ക്ഷീണത്തിലേക്ക് കൂപ്പുകുത്തി. പിന്നെ ഗാഢനിദ്രയിലേയ്ക്ക് നീന്തിക്കയറി.

സ്വപ്നങ്ങളില്ലാത്ത ഉറക്കം.

ശൂന്യമായ കടൽക്കരപോലെ അനുരാധയുടെ മനസ്സ് വെറുതെ ചുട്ടുപഴുത്തുകിടന്നു. പൂജ വന്നു വിളിക്കുമ്പോൾ അഗാധമായ ഗർത്തത്തിലേക്കെടുത്തിട്ടപ്പെട്ടതുപോലെ അനുരാധ നടുങ്ങി. അനുരാധയിൽ നിന്നും പനിച്ചൂട് ഉരുകിയൊലിച്ച് തീർന്നിരുന്നു.

ദേഹത്ത് നിന്നും വിയർപ്പിന്റെ അസഹ്യഗന്ധം പൊങ്ങിവരുന്നത് അവൾ അറിഞ്ഞു.

ബാത്റൂമിൽ പോയി നനഞ്ഞ ടവ്വലുകൊണ്ട് ദേഹമാകെ തുടച്ച് വൃത്തിയാക്കി അനുരാധ. മുറിവുകളിപ്പോൾ നീറ്റിക്കരയുന്നില്ല.

പതിയെ ഗോവണിപ്പടികൾ ഇറങ്ങവേ നവോന്മേഷം തോന്നി അവൾക്ക്.

പൂജ വാക്ക് പാലിച്ചിരുന്നു.

റവയിൽ മുക്കിപ്പൊരിച്ച വലിയ സുംഗ്ടകൾ അനുരാധയെ കാത്ത് തീൻമേശയിൽ ഇരുന്നു.

തേങ്ങ അരച്ചു വെച്ച ചെമ്മീൻകൂട്ടാന് സ്വാദ് തോന്നിയില്ല.

മസാലയരച്ചു വെച്ച രജ്മ കൂട്ടി ഊണു കഴിച്ചു.

പുതിന ചട്ട്ണിയിൽ മുക്കി വറുത്ത് ചെമ്മീനുകൾ കഴിച്ചു.

അനുരാധയുടെ വയർ വല്ലാതെ വീർത്തു.

അവൾ വരാന്തയിൽ ചെന്നിരുന്നു. കടലിൽ നിന്നുള്ള ഉപ്പുകാറ്റ് അനുരാധയ്ക്ക് ചുറ്റും വട്ടം കറങ്ങി നിന്നു.

ടിപ്പോയിൽ കിടന്ന 'നവ ഹിന്ദ് ടൈംസ്' അവൾ മറിച്ചു നോക്കി.

ചരമക്കുറിപ്പുകൾ, ജനനത്തിന്റെ ഉദ്ഘോഷങ്ങൾ, ജോലിപരസ്യങ്ങൾ.. അനുരാധ പത്രം മടുപ്പോടെ അടച്ചുവെച്ചു.

വെയിൽ താഴ്ന്നപ്പോൾ അനുരാധ പൂജയോടൊപ്പം ഡോ. മിലാഗ്രസ് യൂസിക്കോ ഡയസിന്റെ ക്ലിനിക്കിലേക്ക് പുറപ്പെട്ടു.

റോഡിലേക്കിറങ്ങിയതും രണ്ടു പട്ടിക്കുട്ടികൾ അതിവേഗം പാഞ്ഞു വന്ന് പൂജയോട് ലോഹ്യം ഭാവിച്ച് വാലിളക്കിയും ചെവികൾ പുറകോട്ടെടുത്തും കളിച്ചുതുടങ്ങി. അവയെ തലോടിയും ഓമനിച്ചും പൂജ മുമ്പോട്ട് നടന്നു. പട്ടിക്കുട്ടികൾ ഇടയ്ക്കിടെ അനുരാധയെ കൗതുകത്തോടെ നോക്കുന്നുണ്ട്. അവിടെയൊരു സൗഹൃദഭാവത്തിന്റെ പ്രകാശം

പരക്കുന്നുണ്ടോ...? ഉണ്ടെങ്കിൽ അവളോടും ഒന്നു കളിച്ചു തിമിർക്കാമെന്നുണ്ട് അവയ്ക്ക്.

"ആരുടെ പട്ടിയാണിത്?" അനുരാധ അതിശയത്തിൽ ചോദിച്ചു.

"ആരുടെയുമല്ല. എന്നപ്പോലെ ഉടമസ്ഥനില്ലാത്ത ആനന്ദം അറിയുന്നവരാണ്."

അനുരാധയ്ക്ക് ഇപ്പോൾ സ്വല്പം സംഭ്രമം തോന്നി.

"ഈ തെരുവുനായ്ക്കളെ തൊട്ടുതലോടാൻ പേടിയാകുന്നില്ലേ...?

"എന്തിനു പേടിക്കണം. ഏറ്റവും വിശ്വസ്തരാണ് ഇവർ. ചിരിച്ചുകൊണ്ട് ചതിക്കില്ല."

ഡോ. ഡയസ്സാണ് കൂടുതൽ പറഞ്ഞത്.

അനുരാധയുടെ മുറിവുകളെ വൃത്തിയാക്കി കെട്ടിവയ്ക്കുമ്പോൾ അവളുടെ സംശയത്തോട് അദ്ദേഹം ചിരിച്ചു.

"ഇവിടെ റാബിസൊന്നുമില്ല, മിസ്സിസ്സ് വസന്ത്. നായ്ക്കൾക്ക് വാക്സിനേഷനും സ്റ്റർലൈസേഷനും ഫലപ്രദമായി നടപ്പാക്കുന്നുണ്ട്. കൂടാതെ സുഖമില്ലാതെ കിടക്കുന്ന നായ്കകളെ കണ്ടെത്തി സൗജന്യമായി ചികിത്സിക്കുന്ന വെറ്ററിനറി ഗ്രൂപ്പുണ്ട്.. ഫെനിയും ഫുട്ബോളും മീനും മാത്രമല്ല, മൃഗസ്നേഹവും ഗോവക്കാർക്ക് മുഖമുദ്ര." തെരുവുനായ്ക്കളെ കണ്ടാൽ ഓടിയൊളിക്കുന്ന അവരെ ഒന്നടങ്കം കുരുക്കിട്ട് കൊന്ന് ആത്മരക്ഷ ഉറപ്പുവരുത്തുന്ന മനുഷ്യരുടെ ഇടയിൽ നിന്നാണ് താൻ വരുന്നതെന്നു ഡോക്ടർ ഡയസിനോട് പറഞ്ഞാലോ എന്നു അനുരാധ ചിന്തിച്ചു.

"പേടിക്കാനൊന്നുമില്ല. രണ്ടു ദിവസത്തിനകം മുറിവുണങ്ങും. നാളെയിത് അഴിച്ചു കളഞ്ഞോളു. എന്നെ കാണാൻ വരണമെന്നില്ല. മരുന്നിന്റെ കോഴ്സ് കംപ്ലീറ്റ് ചെയ്യണം."

ഡോ. ഡയസിനോട് യാത്ര പറഞ്ഞിറങ്ങുമ്പോൾ അനുരാധയ്ക്ക് വീട്ടിലേക്ക് മടങ്ങണമെന്ന് തോന്നിയില്ല.

"പൂജ പൊയ്ക്കൊള്ളു. ഞാൻ ബീച്ചിലൊന്നു നടന്നിട്ട് വരാം."

പൂജയും പൂജയുടെ സ്നേഹിതരും ചാടിത്തുള്ളിക്കൊണ്ട് പോയി.

നിരനിരയായി നിരത്തിയിട്ട ഉന്തുവണ്ടിയിൽ പലതരം ഭക്ഷണവിഭവങ്ങൾ ഒരുക്കി വില്പന നടത്തുന്ന കച്ചവടക്കാർ. അവർക്ക് ചുറ്റും തടിച്ചുകൂടി നില്ക്കുന്ന ആളുകൾ. അനുരാധ ബേൽപുരി വാങ്ങി കഴിച്ചുകൊണ്ട് ബീച്ചിലേയ്ക്ക് നടന്നു. മാണ്ഡോവിയും സുവാരിയും കളി നിർത്തി തളർന്നുറങ്ങുകയാണ് അറബിക്കടലിന്റെ മാറിൽ എന്നു തോന്നി. സൂര്യകിരണങ്ങൾ കൊണ്ട് പൊന്നരഞ്ഞാണങ്ങൾ അണിഞ്ഞ രണ്ടോമൽ കുഞ്ഞുങ്ങളെപ്പോലെ.

പൊടുന്നനെ തിരകൾക്ക് മുകളിലൂടെ ഒരു കളിയോടം കണക്കെ അവൻ ഒഴുകി വന്നു.

കയ്യിൽ പൂവമ്പുമായി ക്യൂപിഡ് കുഞ്ഞ്.

അനുരാധയ്ക്ക് മുന്നിൽ വന്നുനിന്ന് അവൻ ചിരിച്ചു.

അനുരാധ കൈനീട്ടി. അവനെത്തന്നെ തൊടാൻ. തലോടാൻ. കൂട്ടാക്കാതെ അവൻ തെന്നിമാറി. ഇക്കിളിപ്പെട്ടതുപോലെ കുണുങ്ങിച്ചിരിച്ച് അവൻ പൂഴിമണ്ണിലൂടെ ഓടി.

കയ്യിലെ ബേൽപുരി വലിച്ചെറിഞ്ഞ് അനുരാധ അവന് പുറകെ ഓടി. ക്യൂപിഡ് കുഞ്ഞ് ഇടയ്ക്കിടെ നിന്നു.

അനുരാധ അവനെ തൊട്ടുതൊട്ടില്ലെന്നാകുമ്പോൾ അവൻ വീണ്ടും കുതിച്ചോടി. അവളെ വല്ലാതെ കൊതിപ്പിച്ചുകൊണ്ട് കുഞ്ഞുപാദങ്ങൾ പെറുക്കിവെച്ച് അവൻ ഓടുമ്പോൾ വിരിഞ്ഞുനിന്ന ചിറകുകളിൽ നിന്നും ഇളംതൂവലുകൾ പൊഴിഞ്ഞു വീണുകൊണ്ടിരുന്നു.

മുറിവായ്കൾ തുറക്കുന്നതും നീറുന്നതുമറിയാതെ അനുരാധ ഓട്ടം തുടർന്നു. പെട്ടെന്നവൻ ശൂന്യതയിലേക്ക് അലിഞ്ഞലിഞ്ഞില്ലാതെയായി. അനുരാധയ്ക്ക് നിരാശയായി. അവിശ്വസനീയമായ കിതപ്പോടെ വേദനയോടെ അവൾ ചുറ്റും കണ്ണോടിച്ചു. ആൾക്കൂട്ടത്തിന്റെ ഇരമ്പലിൽനിന്നും ഏറെനേരം പിന്നിട്ടു കഴിഞ്ഞിരിക്കുന്നതായി അവളറിഞ്ഞു.

ഇളംപുൽനാമ്പുകൾ പരവതാനി വിരിച്ചെടുത്ത് മിഴികൾ അടച്ച് ചമ്രം പടിഞ്ഞ് കൈകൾ കൂട്ടിപ്പിടിച്ച് ഇരിയ്ക്കുന്നത് ആരാണ്?

ഈശ്വരാ.. അയാൾ!

പാതി ഹെർക്കുലീസ്. പാതി അപ്പോളോ. അനുരാധ അയാളെ തന്നെ നോക്കി ഏറെനേരം നിന്നു. കൂട്ടിവെച്ച മിഴിപ്പോളകൾ തുറന്ന് ആ നീല സമുദ്രങ്ങൾ കാണിച്ചു തരൂ. മാതളയല്ലികൾ വിടർത്തി എന്നോടെന്തെങ്കിലുമൊന്നു ചോദിക്കൂ. സന്ധ്യ ഇരമ്പി വന്നിട്ടും കടൽ ഉണർന്നിട്ടും അയാൾ ഉണർന്നില്ല. അനുരാധ മുറിവേറ്റ മൃഗത്തെപ്പോലെ പിടഞ്ഞു.

കരച്ചിൽ കുടിച്ചിറക്കി അവൾ തിരിഞ്ഞു നടന്നു. ആൾക്കൂട്ടത്തിനിടയിലൂടെ കാറ്റിലലയുന്ന കരിയിലപോലെ പാറി പാറി പോയി.

ചെറുപ്പക്കാരുടെ സംഘം കൂട്ടംകൂട്ടമായി നിന്നു. ആഘോഷതരംഗങ്ങൾ പുറപ്പെടുവിച്ചു. മുമ്പിലൂടെ കടന്നുപോകുന്ന പെൺകുട്ടത്തെ അവർ തിരിഞ്ഞുനോക്കിയോ, മൂളിപ്പാട്ടു പാടിയോ അമർത്തിച്ചിരിച്ചോ അലോസരപ്പെടുത്തിയില്ല. പെൺകിടാങ്ങൾ സർവ്വതന്ത്രസ്വതന്ത്രരായി കളിച്ചു തിമർത്തു.

വാഹനങ്ങളുടെ മലവെള്ളച്ചാട്ടം മുറിച്ച് അനുരാധ പാതയ്ക്കപ്പുറമെത്തി.

പകലിന്റെ ബഹളങ്ങളൊഴിഞ്ഞ് നടുനിവർത്തി കിടക്കുന്ന ശാരദാ മന്ദിർ പബ്ലിക് സ്കൂൾ. മോടിയായ വസ്ത്രം ധരിച്ച ഒരു സുന്ദരൻ

യുവാവിനെപ്പോലെ രണ്ടാമതൊരു നോട്ടം അർഹിക്കുന്ന കെട്ടിടവും പരസരവും.

ചുമപ്പും വെള്ളയും കുപ്പിവളയണിഞ്ഞ നവവധുവും വരനും പരസ്പരം ഊന്നുവടികളായി അനുരാധയുടെ മുമ്പിലൂടെ ലക്ഷ്യങ്ങളില്ലാതെ സഞ്ചാരികളായി നിരങ്ങിനീങ്ങി.

വീട്ടിൽ ചെന്നു കയറുമ്പോൾ അതിഥികൾ അനുരാധയെ കാത്തിരുന്നു. പാന്റും ജുബ്ബയും ധരിച്ച ഇരുനിറമുള്ള സ്ത്രീ എഴുന്നേറ്റ് നിന്നു. അവൾക്ക് ഹസ്തദാനം നൽകി.

"ഞാൻ ഏഞ്ചലീനോ റോഡ്രിഗീസ് ബ്രഗാൻസ്" ആഗ്നെലോയുടെ സഹോദരി. അനുരാധ പുഞ്ചിരിച്ചു.

കൂടെ നിൽക്കുന്ന ഇളം പിങ്ക് സിൽക്ക് സാരി ചുറ്റിയ സ്ത്രീയെ ചൂണ്ടി ഏഞ്ചിലീന വിശദമാക്കി.

"ഇതെന്റെ സുഹൃത്താണ്. വിമല ദേശ്പാണ്ഡെ. ഞങ്ങൾ രണ്ടുപേരും മീരാമാറിൽ അടുത്തടുത്ത ഫ്ളാറ്റുകളിൽ കുടുംബമായി കഴിയുന്നു."

തീർത്തും അപരിചിതരായ അതിഥികൾക്ക് അവരുടെ നാട്ടിൽ അവരുടെ വീട്ടിൽ ആതിഥ്യം ഒരുക്കേണ്ടതെങ്ങനെ എന്ന് അനുരാധ വല്ലാതെ സംഭ്രമിച്ചു.

രണ്ടുപേരോടുമായി ഇരിയ്ക്കാൻ ആവശ്യപ്പെട്ട് അനുരാധ അവർക്ക് മുമ്പിൽ ഒരു മൗനമായി ഉറഞ്ഞുകൂടി.

"ആഗ്നെലോയുടെ സുഹൃത്തും ഭാര്യയും ഇവിടെ ഞങ്ങളുടെ കുടുംബ വീട്ടിലുണ്ടെന്ന് ഇന്നു രാവിലെയാണ് അറിഞ്ഞത്. ജോലി കഴിഞ്ഞ് വന്നിട്ടു പരിചയപ്പെടാമെന്ന് കരുതി."

"എവിടെയാണ് ജോലി....?"

എന്തെങ്കിലും ചോദിക്കാൻവേണ്ടി അനുരാധ ചോദിച്ചു.

"ഞാൻ പോർട്ട് ട്രസ്റ്റിൽ ജോലിനോക്കുന്നു. വിമല ഡോൺ ബോസ്കോ സ്ക്കൂളിൽ അദ്ധ്യാപികയാണ്."

വിമലയുടെ നെറ്റിയിലെ വലിയ കുങ്കുമപ്പൊട്ട് തിളങ്ങി. അസാമാന്യ സൗന്ദര്യമുണ്ടായിരുന്നു അവരുടെ കണ്ണുകൾക്ക്.

"അനുരാധ എന്തുചെയ്യുന്നു...?"

പേര് ആഗ്നെലോയിൽ നിന്നും മനസ്സിലാക്കിക്കാണും.

"ഞാൻ.... ഞാൻ ഗ്രാജ്വേഷൻ ചെയ്യുന്നു."

മുമ്പിലിരുന്ന് സമപ്രായക്കാരിയോടെന്നമട്ടിൽ സംസാരിക്കുന്ന മുതിർന്ന സ്ത്രീകൾക്കു മുന്നിൽ പ്രായം വെളിപ്പെടുത്തേണ്ടി വന്നതിൽ അനുരാധ ലജ്ജിച്ചു.

രണ്ടുപേരുടെ മുഖത്തും അതിയായ അദ്ഭുതം കണ്ടു.

"എന്താണ് ഇത്ര ചെറുപ്പത്തിലെ കല്യാണം കഴിച്ചത്...?"

അനുരാധ ഒരു നേർത്ത ചിരികൊണ്ട് അപകർഷത പൊതിഞ്ഞു വെച്ചു.

"കേരളത്തിൽ എവിടെയാണ്?"

വിമലയാണ് താല്പര്യപൂർവ്വം ചോദ്യങ്ങൾ ചോദിക്കുന്നത്.

"കൊച്ചിൻ. എന്താ കേരളത്തിൽ വന്നിട്ടുണ്ടോ....?"

"ഹിസ്റ്ററിയാണ് എന്റെ വിഷയം. കുട്ടികളേയും കൊണ്ട് കാലിക്കട്ടിൽ വന്നിട്ടുണ്ട്. കാപ്പാട് ബീച്ച് കാണാൻ. ആദ്യത്തെ പോർച്ചുഗീസ് നാവിഗേറ്റർ വന്നുകയറിയ ഇടമല്ലേ. അതുകഴിഞ്ഞ് പന്ത്രണ്ടു വർഷങ്ങൾക്കു ശേഷമാണ് ആൽബുക്കർക്ക് ഗോവ പിടിച്ചടക്കുന്നത്. ഇവിടെ വാസ്കോഡിഗാമ എന്നൊരു സ്ഥലമുണ്ട് അദ്ദേഹത്തിന്റെ ഓർമ്മയ്ക്ക്. പക്ഷേ തമാശയെന്തെന്നാൽ അദ്ദേഹം ഗോവയിൽ വന്നിട്ടുപോലുമില്ല..."

ഹിസ്റ്ററി അദ്ധ്യാപിക ചരിത്രത്തിന്റെ ഏടുകൾ മറിച്ചു. ഏഞ്ചലീന വിരസതയോടെ ചുറ്റും കണ്ണോടിച്ചുകൊണ്ടിരുന്നു. വീണ്ടും സംസാരം നിലച്ചപ്പോൾ മിസ്സിസ് ബ്രഗാൻസ ചോദിച്ചു. "ഹൗ ഡു യു ലൈക്ക് ഗോവ....?"

കണ്ടതൊക്കെയും മധുരം. കാണാനിരിക്കുന്നതോ മധുരതരം എന്നാണോ പറയേണ്ടത്? അതോ ദോനപൗലയുടെയും ഗാസ്പർ ഡയസ്സിന്റെയും ഇടമുറിഞ്ഞ നിശ്വാസങ്ങൾ മരണംവരെ കൂടെയുണ്ടാകുമെന്നോ?

അനുരാധ ആലോചിക്കുമ്പോൾ അവൾക്കുവേണ്ടി വിമല മറുപടി പറഞ്ഞു.

"അനുരാധയ്ക്കിവിടം കേരളംപോലെ തന്നെ തോന്നുന്നുണ്ടാകും. കടലും, തെങ്ങും, ചോറും, മീൻകറിയും. പക്ഷേ ഇവിടെയില്ലാത്തത് ഒന്ന് കേരളത്തിൽ ധാരളമായി ഉണ്ട്....."

അതെന്താണെന്ന് ബ്രഗാൻസയും അനുരാധയും ആകാംക്ഷാഭരിതരായി. വിമല കുസൃതി പുഞ്ചിരി തൊടുത്തുവിട്ടു.

"ഈവ് ടീസിങ്ങ്!"

അല്പം നിർത്തി വിമല ദേശ്പാണ്ഡെ ചോദിച്ചു. തുറന്ന് പറഞ്ഞാൽ മിസ്സിസ്സ് വസന്തിന് വിഷം തോന്നുമോ,,,,?"

"ഒരിയ്ക്കലുമില്ല." വിറയ്ക്കുന്ന ഹൃദയത്തോടെ അനുരാധ സമ്മതം കൊടുത്തു.

"ഗോവയിൽ സ്ത്രീകൾക്ക് നേരെ അതിക്രമം നടക്കാറുണ്ട്. കൂടുതലും പെൺകുട്ടികൾക്ക് നേരെ. Culprits അധികവും പുറത്തു നിന്ന് വരുന്നവരാണ്. എന്നാലും കേരളത്തിലെ പുരുഷന്മാരുടെ സ്ത്രീകളോടുള്ള ആറ്റിറ്റ്യൂഡ്... അതെന്നെ ശരിയ്ക്കും അമ്പരപ്പിച്ചുകളഞ്ഞു. പൊതു

സ്ഥലങ്ങളിലൂടെ പെൺകുട്ടികളേയുംകൊണ്ട് നടക്കാൻ ശരിക്കും ബുദ്ധി മുട്ടി..."

അനുരാധ അട്ടയെപ്പോലെ ചുരുണ്ടു. പെൺകുട്ടികളെ കണ്ണു കൊണ്ടും വാക്കുകൊണ്ടും മാനഭംഗം ചെയ്യുന്ന മലയാളക്കരിയിലെ ആൺതരികളായ ആൺതരികളെ മുഴുവനും കഴുത്തു ഞെരിച്ച് കൊല്ല ണമെന്ന് തോന്നി അവൾക്ക്.

"ഈ ഒരു കാര്യമൊഴിച്ചാൽ കേരളമെനിക്ക് ഏറെ ഇഷ്ടപ്പെട്ടു."

പിന്നീടവർ കേരളത്തെക്കുറിച്ച് ഏറെ സംസാരിച്ചു. കേരളത്തിന്റെ കല, സാഹിത്യം, സിനിമ എല്ലാം അവർക്കറിയാം. അനുരാധയ്ക്കറിയു ന്നതിൽ ഏറെ.

ആദ്യം വിമലയോട് തോന്നിയ അകൽച്ച മഞ്ഞുരുകുന്നത് പോലെ ഉരുകിപ്പോയി. അപ്പോൾ അനുരാധ ദോനാപൗലയെക്കുറിച്ച് ചോദിച്ചു.

മുക്കുവച്ചെറുക്കനെ പ്രണയിച്ച വൈസ്റോയ് പുത്രിയാണോ ഗവർണർ ജനറലിന്റെ പ്രണയിനിയാണോ അവളെന്നു അറിയാൻ അനു രാധയ്ക്ക് വല്ലാത്ത കൗതുകം തോന്നി.

"ഓ... അതൊക്കെ ഓരോരോ മിത്തുകൾ. എങ്കിലും ദോനാപൗല യെന്നൊരു സ്ത്രീ ജീവിച്ചിരുന്നുവെന്നു തന്നെയാണ് തോന്നുന്നത്. ജാഫ് നപട്ടണത്തിലെ പോർച്ചുഗീസ് ഗവർണറുടെ പുത്രി. ധനികനായ ഒരു "ഫിദർഗോ" ആണ് അവളെ വിവാഹം കഴിച്ചത്. അങ്ങനെ വമ്പിച്ച ഭൂസ്വത്ത് അവരുടെ അധീനതയിലായി. ഈ രാജ്ഭവൻ മുതൽ കരൻസലം വരെ കിടക്കുന്ന ഭൂമി... മീരാമാറിന്റെ വലിയ ഭാഗം ഒക്കെ അവരുടെ ആയിരുന്നുവത്രെ. മരിക്കാൻ നേരം അവരുടെ സ്വത്തൊക്കെ പള്ളിക്ക് എഴുതിക്കൊടുത്തു."

അനുരാധയുടെ കണ്ണുകളിൽ നിരാശ വന്നു ചേക്കേറി.

വിമല ചിരിച്ചു.

"അനുരാധ ആഗ്രഹിച്ചതല്ല ഞാൻ പറഞ്ഞത് അല്ലേ. പക്ഷേ അതാണ് സത്യമെന്ന് എനിക്ക് തോന്നുന്നു. അന്നത്തെ കാലത്ത് ഇങ്ങനെ ദാനം ചെയ്യുന്നവർ സ്വത്തിന്റെ കൈകാര്യം ഒരു ട്രസ്റ്റിനെ ഏല്പിക്കും. മിത്ര. മിക്കവാറും മരിച്ചാലും കുടുംബത്തിനുവേണ്ടി മാസ് നടത്തുന്നത് ഈ മിത്രയായിരിക്കും. ദോനപൗലയുടെ ഭർത്താവിന്റെ സഹോദരൻ ഒരു പ്രീസ്റ്റായിരുന്നു. ഒരു ഫ്രാൻസിസ്ക്കോമേയോർ. ഈ സ്വത്ത് ഉപയോഗിച്ച് അദ്ദേഹമാണ് 'അവർ ലേഡി ഓഫ് റോസരി ചാപ്പലും" "സെന്റ് പീറ്റേഴ്സ് പള്ളിയും" നിർമ്മിച്ചിരിക്കുന്നത്. അങ്ങനെ പറയപ്പെ ടുന്നു."

വിമല പറഞ്ഞതത്രയും അനുരാധ മനസ്സിന്റെ ബ്ലാക്ബോർഡിൽ നിന്ന് ഡസ്റ്റർ ഉപയോഗിച്ച് പാടെ തുടച്ചുകളഞ്ഞു.

പള്ളിക്കും പട്ടക്കാർക്കും പ്രിയങ്കരിയായ ഒരു വിശുദ്ധയല്ല ദോനപൗല.

കാലത്തെ... കപടമൂല്യങ്ങളെ വെല്ലുവിളിക്കുന്ന പ്രണയമാണ് ദോനപൗല. മരണമാണ് ദോനപൗല.

ഇറങ്ങുമ്പോൾ മടങ്ങും മുമ്പ് വീട്ടിലേക്ക് വരണമെന്ന് രണ്ടുപേരും നിർബന്ധപൂർവ്വം ക്ഷണിച്ചു. അവരിറങ്ങിയതിനുശേഷമാണ് അവരെ വേണ്ടവിധം സൽക്കരിച്ചില്ലല്ലോ എന്നു അനുരാധയ്ക്ക് കുറ്റബോധമുണ്ടായത്.

അതിഥികൾക്ക് ചായകൊടുക്കാനും ആതിഥ്യമേകാനും ഇപ്പോൾ കൂടെ അമ്മയില്ലല്ലോ. അല്ലെങ്കിൽ അമ്മയല്ല. അനുരാധയാണ് ഗൃഹനാഥ. ഇനിയങ്ങോട്ട് അമ്മ വിരിച്ച തണലിൽനിന്നും നൂണ്ടിറങ്ങിപ്പോന്ന് സ്വയമൊരു തണലായി വിരിയേണ്ടതെങ്ങനെ എന്നു അനുരാധയ്ക്ക് അറിയാതെയായി.

വസന്ത് മടങ്ങിവന്നപ്പോൾ ദീർഘയാത്രയുടെ ക്ഷീണം അയാളുടെ മുഖത്തും ദേഹത്തും പറ്റിക്കിടന്നു.

പോയതിൽപ്പിന്നെ കയറി വരുന്നത് വരെ ഒന്നു ഫോൺ ചെയ്യുകയുണ്ടായില്ല വസന്ത്. അനുരാധയും ചെയ്തില്ല. “അനൂ... നിനക്കിപ്പോൾ എങ്ങനെയുണ്ട്?”

“പനി മാറിയോ...?”

“ഭക്ഷണം കഴിച്ചുവോ....?”

“ഡോ. ഡയസിനെ കണ്ടുവോ...?”

ഇങ്ങനെ ഒരുപാട് അന്വേഷണങ്ങൾക്കായി അനുരാധയുടെ ഹൃദയം വെറുതെ സ്പന്ദിച്ചുകൊണ്ടിരുന്നു.

“ഓ വല്ലാതെ എക്സ്ഹോസ്റ്റഡ് ആയി.” അയാൾ വസ്ത്രങ്ങൾ ഊരിയെറിഞ്ഞ് ബാത്ത് റൂമിലേക്ക് പോയി. പാമ്പുപേക്ഷിച്ച ഉറപോലെ അതവിടെ ചുരുണ്ടുകിടന്നു. അതിൽനിന്നും അനുരാധയ്ക്ക് പരിചിതമായ ജെല്ലിന്റെയും ഫ്രഞ്ച് പെർഫ്യൂമിന്റെയും മിശ്രഗന്ധത്തിൽനിന്നും തീക്ഷ്ണമായ മറ്റൊരു ഗന്ധം... ഇന്ദ്രിയങ്ങളെ ഭ്രമിപ്പിക്കുന്ന സുഗന്ധം.... പതഞ്ഞുപൊന്തിക്കൊണ്ടിരുന്നു.

“എങ്ങനെയായിരുന്നു സൗത്ത് ഗോവ ട്രിപ്പ്...?”

അനുരാധയുടെ കണ്ണുകളെ വസന്ത് ഭയപ്പെടുന്നുവോ...?

അവളുടെ നോട്ടം ചെന്നു പതിച്ചിടത്തൊക്കെ തീ കോരിയിട്ടതുപോലെ അയാൾ അസ്വസ്ഥനായി.

“ഓ... സെന്റ് സേവിയർനെ വെച്ചിരിക്കുന്ന പള്ളിയിൽ പോയി. പിന്നെ... മ്യൂസിയം...ആൻസിസ്ട്രൽ വില്ലേജ്...കോൾവ ബീച്ച്... അത്രയൊക്കെ തന്നെ....”

തീരെ താല്പര്യമില്ലാത്ത മട്ടിൽ അത്രയും പറഞ്ഞ് പൂജ കൊണ്ടുവന്ന ചായ മൊത്തിക്കുടിച്ചുകൊണ്ട് അയാൾ സെറ്റിയിൽ ചാരിക്കിടന്നു.

"നിനക്കൊരു നഷ്ടബോധത്തിന്റെ കാര്യമൊന്നുമില്ല. വെരി എഫോർഡബിൾ റ്റു മിസ്സ്."

ചായക്കപ്പ് സൈഡ് ടേബിളിലേയ്ക്ക് വെച്ച് വസന്ത് കട്ടിലിൽ അനുരാധയ്ക്ക് അരികിൽ ഇരുന്നു.

അവളുടെ കണ്ണുകളെ അവഗണിക്കുവാൻ വേണ്ടി വസന്ത് അയാളത് ചുംബനങ്ങൾ കൊണ്ട് കൊട്ടിയടയ്ക്കാൻ ശ്രമിച്ചു.

കുളിച്ചപ്പോൾ അഴുക്കും വിയർപ്പും മാത്രമല്ല ക്ഷീണവും വസന്ത് കഴുകിക്കളഞ്ഞിരുന്നു.

അയാളുടെ കരുത്തിൽ, ഉണങ്ങാൻ ഭാവിച്ച അനുരാധയുടെ മുറിവുകൾ, ഉണർന്നു നീറി. നെഞ്ചിലെ മുറിവുകൾ അതിലേറെ നീറി.

അയാളുടെ കൈകളെ തടഞ്ഞ് അനുരാധ പറഞ്ഞു.

"വേണ്ട... വേണ്ട എനിക്ക് വേദനിക്കും..."

അനുരാധയ്ക്ക് വേദനിക്കണം. അനുരാധയുടെ മുറിവുകൾ ഞെരുങ്ങിക്കരയണം. അനുരാധയുടെ കണ്ണുകളിൽ ജ്വലിച്ച് നിൽക്കുന്ന എല്ലാം അറിയുന്ന ഭാവം തകർത്തുടച്ച് പൊടിക്കണം. ആ വൃത്തികെട്ട നോട്ടവുമായി വസന്തിന്റെ ജീവിതത്തിന്റെ ഉള്ളറകളിലേയ്ക്ക് ഇനിയുമവൾ കടന്നുവരരുത്.

അതിനാൽ വസന്ത് ഉണർന്നു. ശക്തിയാർജ്ജിച്ച ഘനശ്യാമമേഘമായി ഉരുണ്ടു. മിന്നൽപ്പിണരായി കത്തി.

ഹുങ്കാരനാദമായി വെട്ടി. കാലവർഷമായി അനുരാധയിലേക്ക് കുത്തിപെയ്തിറങ്ങി.

ഈശ്വരാ! ഒരു വസന്തം പോലെ വിരുന്നുവന്നവൻ കാലവർഷമായി രൗദ്രഭാവണിഞ്ഞാടുന്നുവോ?

ഊണുമേശകളിൽ മൗനം തളംകെട്ടി നിന്നു.

കത്തിയും മുള്ളും കരണ്ടിയും പരസ്പരം അടക്കം പറഞ്ഞു.

പൂജയും നിശ്ശബ്ദമായിരുന്നു. അവൾ വിളമ്പിയ ചപ്പാത്തിയും തൂർദാൽക്കറിയും കക്ക തൊണ്ടോടെ കറി വെച്ചതും അച്ചാറും ചുട്ടപപ്പടവും അച്ചടക്കമുള്ള കുട്ടികളെപ്പോലെ വസന്തും അനുരാധയും കഴിച്ചു.

ഇറച്ചി ഈമ്പിയെടുത്ത് ഒഴിഞ്ഞ കക്കകൾ വേയ്സ്റ്റ് പ്ലേറ്റിലേയ്ക്ക് നിക്ഷേപിച്ചുകൊണ്ടിരിക്കേ വസന്തിന്റെ സെൽഫോൺ കുണുങ്ങി ചിരിച്ചു.

നമ്പറിലേക്ക് പാറി വീണ മിഴികൾ ഒരുനിമിഷം അനുരാധയിലേക്ക് നീണ്ടു.

പൊടുന്നനെ അവയെ പിൻവലിച്ച് വസന്ത് കൈകുടഞ്ഞെഴുന്നേറ്റു. പുറത്തേക്ക് കടന്ന് വാതിൽ ചാരി.

അനുരാധ ഭക്ഷണം കഴിഞ്ഞ് എഴുന്നേറ്റു. കൈകഴുകി ലിവിങ്ങ് റൂമിലെ സോഫയിൽ ചാരിക്കിടന്നു.

“മേം സാബിന് സുഖമായില്ലേ...?”

പൂജയുടെ തണുത്ത കൈത്തലം അവളുടെ നെറ്റിയിൽ അമർന്നു. ഒന്നുമില്ലെന്നു അനുരാധ തലയിളക്കി.

“അല്പം വൈൻ തരട്ടെ. മേംസാബ് കുടിയ്ക്കുമോ...?”

പൂജ കൊണ്ടുവന്ന മുന്തിരിവൈൻ മൊത്തിമൊത്തി അനുരാധ ഇരുന്നു. പൂജ വിലക്കുന്നത് വരെ അനുരാധ പിന്നെയും പിന്നെയും മുന്തിരിച്ചാറ് പകരുകയും കുടിയ്ക്കുകയും ചെയ്തു.

അവളുടെ അടിവയറ്റിൽ ഒരു ചെറുകടൽ ഇരമ്പി. കൈകാലുകൾ തളർന്നു.

ചാരിയ വാതിലിനപ്പുറം ചിരിത്തിരകൾ ഉയരുന്നു, താഴുന്നു.

അനുരാധ മുകളിലെ മുറിയിലേയ്ക്ക് പോയി.

അഴികളില്ലാത്ത ജനാലയിലൂടെ കാറ്റ് ഓടിയെത്തി. അവളെ വട്ടം ചുറ്റിപ്പിടിച്ചു. കാറ്റിന്റെ കൈകൾ പതിയെ വിടുവിച്ച് അനുരാധ പറഞ്ഞു.

“ചെല്ല്...ചെന്ന് അമ്മയെന്ത് ചെയ്യുന്നുവെന്ന് നോക്ക്....”

“അമ്മയ്ക്ക് ഉറക്കം വരണില്ല മോളെ...മോൾടെ കല്യാണ സിഡി കണ്ടുകൊണ്ടിരിക്യാ... ന്റെ കുട്ടിനെ കാണാൻ എന്തൊരു ചന്താ...”

അനുരാധയുടെ അമ്മ കാറ്റിനോട് പറഞ്ഞു.

കാറ്റു വന്നു പറയുന്ന വിശേഷങ്ങൾ കേട്ട് മണ്ണിന്റെ നിറമുള്ള വൾ...അനുരാധ ഒന്നു പിടഞ്ഞു.

റോഡ്രിഗീസിന്റെ ഹോണ്ടാസിറ്റി ഗേയ്റ്റിലേക്ക് വെളിച്ചം നീട്ടി വന്നു താഴത്തെ മുറിയിൽ ചിരിയും ബഹളങ്ങളും.

ഗ്ലാസ്സും ഐസ് ക്യൂബുമായി പൂജ ഓടി നടക്കുന്നത് അനുരാധ കാണാതെ കണ്ടു.

സത്യനന്തിക്കാടൻ നായകൻ അങ്ങനെ ഷാജികൈലാസ് നായകന്റെ കത്തിവേഷമണിഞ്ഞ് താണ്ഡവമാടിക്കൊണ്ടിരിക്കെ അനുരാധ മെർമേയ്ഡുകളുടെ കൈപിടിച്ച് നൃത്തം തുടങ്ങി.

നാല്

പിറ്റേന്ന് രാവിലെ പ്രാതൽ കഴിഞ്ഞ് അനുരാധയും വസന്തും ആഗ്നെലോയുടെ കൂടെ കലൻഗുട്ടിലേക്ക് പുറപ്പെട്ടു.

പഞ്ചിം നഗരത്തിലെത്തിയപ്പോൾ ആഗ്നെലോ ചോദിച്ചു. “പള്ളിയിലൊന്നു കേറിയാലോ...?”

നഗരത്തിന്റെ തിരക്കുകളും ബഹളങ്ങളും തൊട്ട് വിശുദ്ധി കളയാതെ

നഗരമദ്ധ്യത്തിൽ തന്നെ സമാധിയിലാണ്ടു നില്ക്കുകയാണ് ധവളഗോപുരങ്ങൾ.

പടവുകൾ ഏറെ കയറി പള്ളിമുറ്റത്തെത്തുമ്പോൾ മുന്നിൽ, ശാന്തഗംഭീരമായി ദിവ്യഗർഭത്തിന്റെ, മാതൃസ്നേഹത്തിന്റെ സ്വച്ഛശീതളഛായയിലേയ്ക്ക് അടുക്കിപ്പിടിക്കുന്ന "ചർച്ച് ഓഫ് ഇമാക്യുലേറ്റ് കൺസെപ്ഷൻ" പിന്തിരിഞ്ഞുനോക്കുമ്പോൾ താഴെ പഞ്ചിംനഗരം പ്രാചീന പ്രൗഢിയോടെ. പള്ളിയുടെ അകത്തളങ്ങൾക്ക് മരണത്തിന്റെ തണുപ്പും നിശ്ശബ്ദതയും. ഉണ്ണിയേശുവിനെ മുലയൂട്ടുന്ന കന്യാമറിയം.

ആഗ്നെലോയും അനുരാധയും മരബെഞ്ചിലിരുന്ന് കൈകൾകൂപ്പി. വസന്തിന്റെ ക്യാമറ പള്ളിയുടെ സൗന്ദര്യമാകെ ഒപ്പിയെടുത്തു. പള്ളിയിൽ നിന്നിറങ്ങിയപ്പോൾ ആഗ്നെലോ അടുത്ത് തന്നെയുള്ള മഹാലക്ഷ്മിക്ഷേത്രത്തെക്കുറിച്ച് പറഞ്ഞു.

"അപ്പോൾ ഗോവയിൽ പള്ളികൾ മാത്രമല്ല. അമ്പലങ്ങളുമുണ്ട്?"

സെന്റ് ഫ്രാൻസിസ് സേവ്യറിനു മുമ്പ്, ആദിൽഷായ്ക്കു മുമ്പ് ഗോവയ്ക്കൊരു ചരിത്രമുണ്ടെന്ന് മറന്നതുപോലെ അനുരാധ ചോദിച്ചു.

"പിന്നെ.... ധാരാളമുണ്ട്. ഗോവയെന്നാൽ ക്രിസ്ത്യൻ പള്ളികളും പോർച്ചുഗീസ് സംസ്ക്കാരവും മാത്രമാണെന്ന് പുറത്തുള്ളവരുടെ തെറ്റിദ്ധാരണയാണ്. ഇവിടത്തെ പോപ്പുലേഷന്റെ അറുപത്തഞ്ച് ശതമനവും ഹിന്ദുക്കളാണെന്നു പറഞ്ഞാൽ നിങ്ങൾ വിശ്വസിക്കുമോ?"

അനുരാധയുടെ അനുചിതമായ ചോദ്യം ആഗ്നെലോയെ ശുണ്ഠിപിടിപ്പിച്ചു എന്നു തോന്നി.

"പോണ്ടയിൽ പ്രസിദ്ധമായ അഞ്ചു ക്ഷേത്രങ്ങളുണ്ട്. ഗോവ ചെറിയൊരു സ്ഥലമാണെന്നു കരുതി ഒരാഴ്ചകൊണ്ട് എല്ലാം കണ്ടു തീർക്കാമെന്നു വിചാരിക്കേണ്ട. കണ്ടാലും കണ്ടാലും തീരാത്ത കാഴ്ചകളാണിവിടെ....."

ആഗ്നെലോയുടെ രക്തത്തിലെ അഭിമാനതരംഗം എല്ലാ ഗോവക്കാരന്റെയും ധമനികളിലുണ്ട്.

പലതവണ തകർക്കപ്പെടുകയും പുനർനിർമ്മിക്കപ്പെടുകയും ചെയ്തതുകൊണ്ടാകും ഗോവയിലെ ക്ഷേത്രങ്ങൾക്ക് പ്രാചീനതയുടെ സൗന്ദര്യമായിരുന്നില്ല. മഹാലക്ഷ്മിക്ഷേത്രവും അങ്ങനെതന്നെ. നവനീതമായ മുഖഛായ. അത് പക്ഷേ താരതമ്യേന പുതിയതാണ്.

പോർച്ചുഗീസ് ഭരണകാലത്ത് നിർമ്മിക്കപ്പെട്ട ആദ്യത്തെ ഹൈന്ദവ ആരാധനാലയം. ഒരു സംഘം വിദേശ സഞ്ചാരികൾ സമർത്ഥയായ ഗൈഡ് കാർവാറിൽ നിന്നും പതിനാറാം നൂറ്റാണ്ടിൽ വന്ന ലക്ഷ്മിവിഗ്രഹത്തിന്റെ കഥ പറഞ്ഞുകൊടുത്തിരുന്നു.

ഭരണകൂടത്തിന്റെ പീഡനം ഭയന്ന് പല സ്ഥലങ്ങളിലായി മാറി മാറി പ്രതിഷ്ഠിച്ചതിനുശേഷമാണ് ലക്ഷ്മിവിഗ്രഹം ഇവിടെ സ്ഥാപിതമായത്.

പൂജാരി നൽകിയ റോസാപ്പൂക്കളും കളഭക്കൂട്ടുമായി അനുരാധ പുറത്തേക്കിറങ്ങി.

പള്ളിയും ക്ഷേത്രവും ജുമാമസ്ജിദും ഒരേ വീഥിയിൽ ഗോവക്കാരന്റെ സഹിഷ്ണുതയുടെ, സ്നേഹത്തിന്റെ പ്രതീകങ്ങളായി നിന്നു.

"കാര്യം ബിജാപൂർ സുൽത്താനേറ്റ് ഭരിച്ചിരുന്ന ഇടമാണ് ഇതെങ്കിലും ഗോവയിൽ മുസ്ലീംസ് താരതമ്യേന കുറവാണ്. അതുപോലെ അവരുടെ പള്ളികളും..." ആഗ്നെലോ വിശദമാക്കി.

അയാൾ സിഡികളിലൊന്നു തിരഞ്ഞെടുത്ത് സിഡി പ്ലേയറിലേക്ക് തള്ളി. ബ്രിട്ട്നി സ്പിയേർസിന്റെ മാദകഗന്ധം സ്ഫടികഗ്ലാസ്സിലൊഴിച്ച് സ്കോച്ച് വിസ്ക്കിപോലെ പതഞ്ഞുപോയി.

വസന്തിന്റെ സിരകളിൽ ലഹരിനിറയുകയും ഇന്ദ്രീയാനുഭവമായി നവ്യഗന്ധത്തിന്റെ ഓർമ്മയിൽ അയാളൊന്നു കുളിരുകയും ചെയ്തു.

അനുരാധ അയാളുടെ തടിച്ച പിൻകഴുത്തും എഴുന്നുനില്ക്കുന്ന ചെവികളും നോക്കിയിരുന്നു. ആദ്യമറിഞ്ഞ വസന്തിന് ഈ പാവത്താൻ ചിഹ്നങ്ങൾ ഏറെ ഇണങ്ങിയിരുന്നു.

കദംബ ബസ്സ് സ്റ്റാൻഡിൽനിന്നും പുറപ്പെട്ട് മപ്സയിലേക്കും ടിവിമ്മിലേക്കും പോകുന്ന കണക്ടിങ്ങ് ബസ്സുകളിൽ ജനത്തിരക്ക് കണ്ടു. മാണ്ഡോവി പുഴ കടന്ന് അപ്പുറമെത്തിയപ്പോൾ ആഗ്നെലോയുടെ ബ്രിട്ടോന ഗ്രാമത്തിലേക്ക് തിരിയുന്ന വഴി കണ്ടു.

"മുത്തശ്ശിക്ക് അനുരാധയെ ഏറെ ഇഷ്ടപ്പെട്ടിട്ടുണ്ട്..."

ആഗ്നെലോ അനുരാധയെ തിരിഞ്ഞുനോക്കി.

"ഇടയ്ക്കിടെ ചോദിക്കും കയ്യിൽ ഉമ്മവെച്ച ആ പെൺകുട്ടി ആരാണെന്ന്.?"

കലൻഗൂട്ടിൽ എത്തിയപ്പോൾ ഉച്ചയോടടുത്തു

മീരാമാറിൽ കണ്ടതൊന്നുമല്ല കലൻഗൂട്ടിൽ കണ്ടത്.

അല്ലെങ്കിൽ ഗോവയിലെ ഓരോ ബീച്ചിനും ഓരോ മുഖമാണ്. മണ്ണിനും ആകാശത്തിനുപോലും വെവ്വേറെ നിറങ്ങൾ... ഈശ്വരന്റെ തൂലിക എഴുതിച്ചേർക്കാത്ത നിറങ്ങളൊന്നും ഈ ഗോവപുരിയിലില്ല. പൂഴി വീഴാനിടമില്ലാത്ത പോലെ വില്പനശാലകൾ.... ഭോജനശാലകൾ. കരകൗശല വസ്തുക്കളുടെ വലിയ എമ്പോറിയങ്ങൾ.

കഴുത്തിലും കാതിലും കൈകളിലും പിച്ചളയാഭരണങ്ങൾ വാരിയണിഞ്ഞ്, പുറംഭാഗം അപ്പാടെ നഗ്നമാക്കിയ, കണ്ണാടിച്ചില്ലുകൾ പതിച്ച ചോളിയണിഞ്ഞ ഉത്തരേന്ത്യക്കാരികൾ തകൃതിയായി കച്ചവടം നടത്തുന്നു.

തുകൽ സഞ്ചികളും, കല്ലുമാലകളും, പായത്തൊപ്പികളും, കോട്ടൻ വസ്ത്രങ്ങളും, അലങ്കാരച്ചെരുപ്പുകളും തകൃതിയായി കച്ചവടം

നടത്തുന്നു. വില കേട്ടപ്പോൾ കൈ പൊള്ളിയതുപോലെ എടുത്ത സാധനങ്ങൾ അവിടെത്തന്നെ കുടഞ്ഞിട്ടു.

പിയേഴ്സിങ്ങ് സെന്ററുകൾ എന്ന പേരിൽ ചില ഓലക്കുടിലുകൾ. മൂക്കിലും ചെവിയിലും പൊക്കിൾച്ചുഴിയിലും തുള വീഴ്ത്തി പൊന്നും വെള്ളിയുമണിയാൻ ആവേശത്തോടെ കയറിപ്പോകുന്ന മദാമകൾ. ചില ഉന്മാദിനികൾ പുരികവും കൺപോളകളും മാറിടംപോലും തുളച്ച് അലങ്കാരമുത്തുകൾ കോർക്കും. ഗോവൻ സംഗീതത്തിന്റെ ചടുലതാളം ഓളങ്ങളായി ഒഴുകിയെത്തി. ആരുമൊന്നു ചുവടുവെച്ച് പോകും. ഏതൊരസ്വസ്ഥ ഹൃദയത്തിലും ആനന്ദത്തിന്റെ ഒരു തിരപൊന്തുമത്രേ. ഗോവൻ സംഗീതം കേട്ടാൽ.

"സോസാ ലോസാ"യിലേക്ക് കയറി. അകത്ത് വെയിൽപ്പൂക്കൾ വിടരുന്ന കടലിനെ നോക്കിയിരുന്ന് മദ്യപിക്കുന്ന വിദേശീയരും സ്വദേശീയരും. മദ്യത്തേക്കാൾ വലിയൊരു സ്ഥിതി-സമത്വവാദിയുണ്ടോ?"

ആഗ്നെലോയും വസന്തും ബീവറേജുകളിലേതിനോ ഓർഡർ കൊടുത്തു. "വിത്ത് യുവർ പെർമിഷൻ...." ആഗ്നെലോ അനുരാധയോട് പുഞ്ചിരിച്ചു. വസന്ത് മദ്യപിക്കുമ്പോഴും വറുത്ത കൂന്തൾവലയങ്ങൾ അകത്താക്കുമ്പോഴും അനുരാധയെ നോക്കാതിരിക്കാൻ പാടുപെട്ടു.

ആവി പറക്കുന്ന സീഫുഡ് സൂപ്പ് ഊതിയൂതി കുടിക്കുന്ന അനുരാധയുടെ കണ്ണുകളുമായി വസന്തിന്റെ കണ്ണുകൾ പലതവണ കോർത്തു, എത്ര ശ്രദ്ധിച്ചിട്ടും വേണ്ടെന്ന് വെച്ചിട്ടും.

വെയിൽ കൈകൾ കരിനീലകടൽപ്പരപ്പിലും കരയിലും പായ നെയ്തു വിരിച്ചുകൊണ്ടിരുന്നു. എന്നിട്ടും ജനങ്ങളുടെ ഇരമ്പൽ കൂടിക്കൂടി വന്നതേയുള്ളു. കടൽക്കരയിൽ കെട്ടിയ ഷാക്കുകളിൽ ആണുങ്ങളും പെണ്ണുങ്ങളും കുട്ടികളും ഭക്ഷണം കഴിച്ചുകൊണ്ടിരുന്നു.

ഷാക്കുകൾക്ക് മുമ്പിലായി നിവർത്തിയിട്ട ചൂരൽ കട്ടിലുകളിൽ അർദ്ധനഗ്നരായ വെള്ളക്കാർ. ചിലരുടെ കാൽക്കൽ കറുത്ത പെണ്ണുങ്ങൾ എണ്ണതേച്ചു പിടിപ്പിച്ചും ഗോവൻ കഥകൾ വിളമ്പിയും നില്ക്കുന്നു.

വൃദ്ധരായ രണ്ടു വെള്ളക്കാർ നീന്തൽവേഷത്തിൽ പരസ്പരം കെട്ടിപ്പുണർന്ന് കടലിലേയ്ക്ക് നടന്നു.

"കിഴവനേയും കിഴവിയേയും കണ്ടോ... നമ്മുടെ നാട്ടിലാണെങ്കിൽ ഈ പ്രായമെത്തിയാൽ പരസ്പരം കടിച്ചുകീറാൻ നില്ക്കും..."

വസന്ത് അനുരാധയോട് ചിരിച്ചു.

"അത് നോക്കണ്ട. കണ്ടും കേട്ടും മടുക്കുമ്പോഴാണ് കടിച്ചുകീറാൻ തോന്നുക. ഇവർ ഹണിമൂണേഴ്സാകാനാണ് തരം...."

ആഗ്നെലോ വസന്തിനെ തിരുത്തി. പാരച്ചൂട്ടിൽ കയറി ആകാശത്തിനും കടലിനും ഇടയ്ക്ക് പറവകളെപ്പോലെ പാറിനടക്കുന്നവരിൽ

ആണുങ്ങളേക്കാളേറെ ധൈര്യവതികളായ പെണ്ണുങ്ങളാണ്. "ബോട്ടിങ്ങിന് വരുന്നില്ലേ..." എന്നു തുരുതുരെ അന്വേഷണമുണ്ടായി.

ഒടുവിൽ ലൈഫ് ജാക്കറ്റുകളണിഞ്ഞ് ബോട്ടിലേയ്ക്ക് പിടിച്ചു കയറി. "നിങ്ങൾ പോയിട്ടുവരൂ..." ആഗ്നെലോ ഒഴിഞ്ഞുമാറി. അകക്കടലിലേക്കുള്ള സഞ്ചാരം. കരയും കരയിലെ മനുഷ്യനും അകന്നകന്ന് ഒരേ പൊട്ടുകളായി തീർന്നു. തിരകളോടൊത്ത് ആടിയും കുലുങ്ങിയും താളം തുള്ളിയും അനുരാധയും വസന്തും. തിരകൾ കുറുമ്പുകാട്ടി, ഉയരത്തിൽ പൊങ്ങിവന്നു അവരെ കുളിപ്പിച്ചു.

പരസ്പരം കെട്ടിപ്പിടിച്ചും പൊട്ടിച്ചിരിച്ചും സ്നേഹംകൊണ്ട് പൊറുതിമുട്ടി ലോകത്തെ വെല്ലുവിളിക്കുന്ന നിമിഷങ്ങൾ....

എന്നിട്ടും അനുരാധയും വസന്തും തീരെ പരിചയമില്ലാത്തവരെപ്പോലെ സ്വയമോരോ കരിനീലക്കടൽ തീർത്ത് അതിൽ വേറെ വേറെ തോണിയിൽ ഏതോ മായാതീരത്തേക്ക് ഒഴുകിക്കൊണ്ടിരുന്നു.

ഗോവൻ കടൽത്തീരങ്ങളായ റാണിയോട് യാത്ര പറഞ്ഞ് ബാഗയിലെത്തിയപ്പോൾ പൂരം കഴിഞ്ഞ ക്ഷേത്രവളപ്പ് എന്ന പോലെ മനസ്സ് ശാന്തമായി.

തെക്കുഭാഗത്ത് മരക്കാടുകളുടെ വന്യസൗന്ദര്യം പച്ചപ്പിനിടയിലൂടെ പതഞ്ഞൊഴുകുന്ന ബാഗാനദി. അറബിക്കടലിന്റെ വിരഞ്ഞ കൈകളിലേക്ക് അനുരാഗവതിയായ ബാഗാനദി ഓടിക്കയറുന്ന കാഴ്ച അനുരാധയെ വിവശയാക്കി.

അവളുടെ നെഞ്ചിലൊരു തൂമിന്നലുണ്ടായി. അനുരാധയുടെ നീണ്ട പാവാടത്തുമ്പിൽ പിടിച്ചു വലിച്ച് ക്യൂപിഡ് കുഞ്ഞ് ചിരിച്ചു. അവനെ പിടിക്കാനോ ലാളിക്കാനോ ശ്രമിക്കാതെ അനുരാധ ക്യൂപിഡിനെ അനുഗമിച്ചു. പൊടുന്നനെ അന്തരീക്ഷത്തിൽ ഒരു കീറൽ തീർത്തതിലൂടെ കടന്നുവന്നതുപോലെ അയാൾ.

നീല ജലാശയങ്ങൾ അനുരാധയിലേക്ക് ഒഴുകി വരികയും അവളെ ആകമാനം നനയ്ക്കുകയും ചെയ്തു.

മാതളയല്ലികൾ വിടർന്നു.

"ഹലോ..."

"ഹലോ..." അനുരാധയുടെ ഹൃദയം തൊണ്ടയിൽതന്നെ തടഞ്ഞു വെച്ചതുപോലെ നിന്നു.

"മുറിവിപ്പോൾ എങ്ങനെയുണ്ട്...."

അയാളുടെ ചോദ്യം പെട്ടെന്ന് അനുരാധയ്ക്ക് മനസ്സിലായില്ല. അവളുടെ പകച്ച നോട്ടം കണ്ട് അയാൾ ഓരോ വാക്കും ശ്രദ്ധാപൂർവ്വം തിക്കും തിരക്കുമില്ലാതെ അടുക്കും ചിട്ടയുമായി അവളുടെ മുമ്പിലേക്ക് നീക്കിവെച്ചു.

അനുരാധയ്ക്ക് ഒന്നും പറയാൻ കഴിഞ്ഞില്ല.

പറയാനുള്ളത് ഒരു സാഗരത്തോളം. അത് ഹൃദയഭിത്തികളിൽ ആഞ്ഞടിച്ചു. എന്നിട്ട് ഒരു തുള്ളിപോലും പുറത്തേക്ക് തെറിച്ചില്ല.

അനുരാധ കൈമുട്ട് ഉയർത്തി കാട്ടി. ഉണങ്ങാൻ മടിച്ചുനില്ക്കുന്ന മുറിവായ.

നീലമിഴികൾ ആർദ്രങ്ങളായി. കുനിഞ്ഞ് നിന്ന് അയാൾ നനഞ്ഞ മണ്ണ് വാരിയെടുത്തു. അനുരാധയുടെ മുറിവിലേക്ക് പുരട്ടി.

അനുരാധയ്ക്ക് നീറി. കണ്ണുകൾ നിറഞ്ഞു.

"ഔഷധഗുണമുള്ള മണ്ണാണ്. ബാഗയുടേത്...."

അയാൾ ചിരിച്ചുകൊണ്ട് തിരിഞ്ഞ് നടന്നു. അപ്പോഴാണ് വസന്തും ആഗ്നെലോയും അനുരാധയ്ക്കരികിൽ എത്തിക്കഴിഞ്ഞത് അവളറിഞ്ഞത്.

"ആരാണയാൾ? എന്താണ് പറഞ്ഞത്....?"

വസന്ത് ചോദിച്ചു.

"ഒന്നുമില്ല... വെറുതെ... എവിടെ നിന്നാണെന്ന് ചോദിക്കുകയായിരുന്നു."

അനുരാധ കുറ്റബോധത്തിൽ പൊതിയാത്തൊരു കള്ളം ജീവിതത്തിലാദ്യമായി പറഞ്ഞു.

"കണ്ട വായ്നോക്കികൾ അതുമിതും ചോദിക്കുമ്പോൾ നീ എന്തിനാ മിണ്ടാൻ നില്ക്കുന്നത്? സായ്പ്പാണ്. എന്താണ് ഉദ്ദേശ്യമെന്ന് ആർക്കറിയാം...?"

വസന്ത് വല്ലാതെ ക്ഷോഭിക്കുന്നത് കണ്ട് അനുരാധയുടെ ഉള്ളമാകെ പൊട്ടിത്തളിർത്തു.

വാഗത്തോറിലെ പാറക്കെട്ടുകളിലൂടെ തെന്നി തെന്നി നടക്കുമ്പോൾ അനുരാധയുടെ മനസ്സിൽ തുമ്പികൾ പാറി.

അവൾ വെള്ളത്തിലൊറ്റപ്പെട്ടു നിൽക്കുന്ന പാറക്കല്ലിൽ ചെന്നിരുന്നു. ഘനശ്യാമസുന്ദരിയായ വാഗത്തോർ അവളെ ഭ്രമിപ്പിച്ചു. കടൽ തണുത്ത കൈകൾ നീട്ടി അനുരാധയുടെ പാദങ്ങളെ തൊട്ട് ഇക്കിളികൂട്ടി ഉമ്മവെച്ചു.

കൈത്തണ്ടയിൽ പറ്റിക്കിടക്കുന്ന മണൽത്തരികളിലേക്ക് നോക്കി നോക്കി അവൾ പുളകംകൊണ്ടു.

വെള്ളിനിറമാർന്ന കടൽ അവളോട് ചോദിച്ചു.

"എന്താണ് അനുരാധ ചിന്തിക്കുന്നത്...?"

"നീലമിഴികൾ കൊണ്ടെന്നെ നോക്കി.
മാതളമുത്തുകൾ വിടർത്തി എന്നോട് മിണ്ടി.
നീൾവിരൽത്തുമ്പാലെന്റെ മുറിവിൽ തൊട്ടു.
നീ കണ്ടതല്ലേ...."

കടലൊന്നിരമ്പി ചിരിച്ചു. പിന്നോട്ടോടിയും മുന്നോട്ടോടിയും അനുരാധയെ കളിക്കാൻ ക്ഷണിച്ചു. ഭീമാകാരങ്ങളായ പാറകൾ കടലിലേക്ക് നിഴലുകളായി വീണ്ടു.

വസന്ത് പാറക്കെട്ടുകളിലേക്കിഴഞ്ഞ് കയറി. സുന്ദരചിത്രങ്ങൾ ക്യാമറയിലേക്ക് ഒപ്പിയെടുത്തു.

ആഗ്നെലോ മേൽക്കരയിൽ നിന്നു വാങ്ങിയ ഉപ്പും മുളകും പുരട്ടിയ വെള്ളരിക്കാക്കഷ്ണങ്ങളുമായി വന്നു.

അനുരാധ അതിലൊന്നു വാങ്ങി കഴിച്ചു.

കറുത്ത കരയിലേക്കും പച്ചക്കുന്നിലേയ്ക്കും ഇടയിൽ അലതല്ലുന്ന ചെറിയ തിരക്കുളങ്ങളിലേക്കും കുന്നിൻപുറത്തെ ചെപോര കോട്ടയിലേക്കും സന്ധ്യ ഇഴഞ്ഞിറങ്ങി.

കടൽ, സൂര്യനെ തിന്നുകൊണ്ടിരിക്കേ അവർ തിരിച്ചുനടന്നു.

അഞ്ജുന ഒരു വെളുത്ത പെണ്ണിനെപ്പോലെ ചടഞ്ഞുകിടന്നു.

മണ്ണല്ല, മഞ്ഞാണ് കരയാകെ എന്നു തോന്നി അനുരാധയ്ക്ക്.

മണ്ണിന്റെ നിറമുള്ള പെണ്ണ് ഉള്ളാലെ ഒന്നു ഊറിച്ചിരിച്ചു.

വെണ്ണയേക്കാൾ വെണ്മയാർന്ന മണൽ കൈക്കുമ്പിളിൽ കോരിയെടുത്ത് അവൾ വല്ലാതെ ചിരിച്ചു.

കൈക്കുമ്പിളിൽ നിന്നും മണൽത്തരികൾ പഞ്ചാരത്തരികളായി ഒലിച്ചിറങ്ങി പോകവേ വെള്ളാരംകല്ലുകൾ കൽക്കണ്ടത്തുണ്ടുപോലെ ഉള്ളം കയ്യിൽ അവശേഷിച്ചു.

പല നിറമുള്ള കല്ലുകൾ പെറുക്കിക്കൂട്ടി അനുരാധ ഹാൻഡ് ബാഗിലേക്ക് തിരുകി. അഞ്ജുന ഒരു ചന്തദിവസത്തിന്റെ അവസാനത്തിലേക്ക് കൂപ്പുകുത്തുന്നു. അന്നു പൗർണ്ണമി.

അമ്പിളി, ശുഭ്രവസ്ത്രമണിഞ്ഞ നവവധുവിനെപ്പോലെ സ്വപ്നാടനം ചെയ്യുന്നു. അവളുടെ ശിരോവസ്ത്രം നിലാവായി താഴേക്കൊഴുകി.

ആൽബുക്കർക്ക് മന്ദിരത്തിന്റെ മംഗലാപുരം ഓടുമേഞ്ഞ മേൽക്കൂരയിൽ തട്ടി നിലാവ് ചിതറി വീണു.

ഗോവൻ സംഗീതത്തിന്റെ ചടുല താളത്തിനൊത്ത് തീക്കുണ്ഡത്തിന് ചുറ്റും നൃത്തം ചവിട്ടുന്ന സ്ഥലം.

"ഇന്ന് ഫുൾ മൂണല്ലേ. അതാണീ ഏസിഡ് ഹൗസ് പാർട്ടി. പാതിരാത്രിയായാലും തീരില്ല ഇവരുടെ ആഘോഷക്രീഡകൾ." ആഗ്നെലോ ചിരിച്ചു. "തിന്നുക....കുടിക്കുക...സന്തോഷിക്കുക... പഴയ യൂട്ടിലിറ്റേറിയൻ സങ്കല്പമാണ് ഞങ്ങൾ ഗോവക്കാരെ നയിക്കുന്നത്...."

ആഗ്നെലോ നൃത്തമാടുന്ന സംഘത്തോട് ചേർന്നു.

"കമോൺ വസന്ത്..." നിർബന്ധിച്ചപ്പോൾ വസന്തും കൂടി.

കേളിയാടുന്ന തീനാളങ്ങൾക്കൊത്ത് തീക്കനൽത്തിളക്കമുള്ള ഉടലുകളും ഇളകിയാടി. അത് നോക്കി അനുരാധ പഞ്ചാരമണലിൽ ചമ്രം പടിഞ്ഞിരുന്നു.

അവളുടെ കൈത്തണ്ട സ്വർണ്ണവർണ്ണമായി തീർന്നു.

അത് മടക്കിവെച്ച് അവൾ തീനിറമുള്ള മണൽത്തരികളെ ഊതി പറത്തി. മുറിവായ കൂടി, ഉണങ്ങി, കരിഞ്ഞു, ഒരു വടുമാത്രമായി കിടക്കുന്നത് അനുരാധ ഉയർന്ന ഹൃദയത്താളത്തോടെ കണ്ടു.

അയാൾ ശരിയ്ക്കും അപ്പോളോ....!

സൂര്യതേജസ്സ് മാത്രമല്ല, ഔഷധങ്ങളുടെ ദേവത.

മടക്കയാത്രയിൽ എല്ലാവരും നിശ്ശബ്ദരായിരുന്നു. ബ്രിട്നി സ്പിയേർസ് മാത്രം മുക്തകണ്ഠമായി പാടി. പഞ്ചിം നഗരം മെർക്കുറി വെളിച്ചത്തിൽ കുളിച്ചുനിന്നു. വെള്ളിയാഭരണങ്ങൾ അണിഞ്ഞൊരു കറുത്ത സുന്ദരിയെപ്പോലെ.

മാണ്ഡോവിയിലൂടെ ഒഴുകുന്ന സഞ്ചാരനൗകകൾ വെള്ളിച്ചെപ്പുകളായി വെള്ളത്തിൽ ചിതറിക്കിടന്നു.

എങ്ങും പ്രഭ. എങ്ങും തിളക്കം. പാതയോരത്ത് നില്ക്കുന്ന ഗുൽമോഹർ മരങ്ങൾക്കുപോലും വൈദ്യുതിയുടെ പൊന്നരഞ്ഞാണം!

വിദ്യുച്ഛക്തി നിർമ്മിക്കുന്നില്ല ഗോവ, പണം കൊടുത്ത് വാങ്ങുകയാണ്. എന്നിട്ടും....!

ആദിൽഷായുടെ വേനൽക്കാല വസതി നിലാവിന്റെ കമ്പിളി വാരിച്ചുറ്റി നിന്നു. പിന്നീടത് പോർച്ചുഗീസ് വൈസ്റോയിയുടെ ഔദ്യോഗിക വസതി. അതും കഴിഞ്ഞ് സ്വതന്ത്രഗോവയുടെ സെക്രട്ടേറിയറ്റ്. ഇപ്പോഴതിന്റെ നരച്ച പേര് പഴയ സെക്രട്ടേറിയേറ്റ്. എങ്കിലും ഇപ്പോഴും അതിന്റെ അകത്തളങ്ങൾ പഴയ സുൽത്താനും അന്തഃപുരത്തിലെ സുന്ദരികളായ തുർക്കിപ്പെണ്ണുങ്ങളും പൂശിയിരുന്ന അത്തറിന്റെ മണമായിരിക്കുമെന്ന് അനുരാധയ്ക്ക് തോന്നി. അപ്പോഴാണ് ആഗ്നെലോ ആ കഥ പറഞ്ഞത്.

ആൽബുക്കർക്കിന്റെ കനിവിന്റെ കഥ.

ആൽബുക്കർക്കിന്റെ പടക്കപ്പലുകൾ ഗോവപുരി പിടിച്ചെടുത്തു.

യുദ്ധത്തിൽ തോറ്റ പ്രഭുക്കന്മാരുടെ അന്തപുര സ്ത്രീകൾ നിരാലംബരായി തെരുവിലിറങ്ങി.

മാനഭംഗം ഭയന്ന് അവരിൽ പലരും ഒരു പൊട്ടക്കിണറിൽ ചാടിയൊളിച്ചു ശ്വാസം മുട്ടി മരിച്ചു.

വിജയലഹരിയിൽ ഉന്മത്തരായി നഗരത്തിൽ റോന്തുചുറ്റുന്ന പടയാളികൾക്ക് കടിച്ചുകീറാൻ വിട്ടുകൊടുക്കാതെ ബാക്കിവന്ന അന്തഃപുര സ്ത്രീകളെ തന്റെ പടക്കപ്പലിലേക്ക് വിളിച്ചുവരുത്തി ആൽബുക്കർക്ക്. അടുത്ത പ്രഭാതം പൊട്ടിവിടർന്നത് ആൽബുക്കർക്കിന്റെ വിജ്ഞാപന

ത്തോടെയാണ്. ഈ നിരാലംബരായ സ്ത്രീകളെ വിവാഹം ചെയ്ത് മാന്യമായി സംരക്ഷിക്കാൻ തയ്യാറുള്ള പട്ടാളക്കാർക്ക് പെൻഷനും ഭൂസ്വത്തും പാരിതോഷിതം. മണവാട്ടികൾക്കാകട്ടെ അലങ്കാരച്ചമയങ്ങളും സ്വർണ്ണ മോതിരവും സമ്മാനം. ആൽബുക്കർക്കിന്റെ നീതി! ഏറെ കൊട്ടിഘോഷിക്കപ്പെട്ട നീതി! ആ നീതി അനുരാധയ്ക്ക് മനസ്സിലായില്ല. ദേശവും ഭാഷയും സംസ്ക്കാരവും സ്വഭാവവും അറിയാത്ത ഏതോ ഒരുത്തനുവേണ്ടി കിടക്കവിരിയ്ക്കുമ്പോൾ ഒരായിരം വട്ടം മനസ്സുകൊണ്ട് പൊട്ടക്കിണറിൽ ചാടിമരിച്ചിട്ടുണ്ടാകും ആ പെണ്ണുങ്ങൾ.

"തന്റെ നടപടിയെ വിശദീകരിച്ചുകൊണ്ട് പോർച്ചുഗലിന്റെ ഭരണാധികാരികൾക്ക് അയച്ച കുറിമാനത്തിൽ അൽബുക്കർക്ക് ഈ സ്ത്രീകളെക്കുറിച്ച് എന്താണ് പറഞ്ഞതെന്നോ....?"

ആഗ്നെലോ അനുരാധയെ തിരിഞ്ഞുനോക്കി.

"സുന്ദരികളും കുലീനകളും."

പോർച്ചുഗീസുകാരന് ഇന്ത്യ, അന്നു ഗോവ അവർക്ക് ഇന്ത്യയായിരുന്നു, സുന്ദരിമാരുടെ നാടായിരുന്നു.

മംസ് കിച്ചണിൽ നിന്നും പോർക്ക് വിന്താലുവും ബട്ടർ നാനും കഴിച്ച് വീട്ടിലെത്തുമ്പോൾ അനുരാധയുടെ കാലുകൾ ഒരടി മുന്നോട്ടു വെയ്ക്കാൻ കഴിയാത്ത വിധം കുഴഞ്ഞുപോയിരുന്നു.

ഏറെനേരം ഷവറിന്റെ ചുവട്ടിൽ കണ്ണുകളടച്ച് നിന്നു. നീർത്തുള്ളികളുടെ പരിലാളനമേറ്റ് അനുരാധയുടെ ദേഹമുണർന്നു. ദേഹിയുണർന്നു. കരിഞ്ഞ മുറിവായകളിൽ അപ്രാപ്യമായൊരു സ്വപ്നത്തിന്റെ സുഖമുള്ള നോവുണർന്നു.

വസന്തിനെ കുളിക്കാനയച്ച് കട്ടിലിൽ ചാഞ്ഞുകിടക്കുമ്പോൾ തണുത്ത കാറ്റിന്റെ ഓളങ്ങൾ പുതുങ്ങിവന്നു അനുരായുടെ കണ്ണുകൾ പൂട്ടിവെച്ചു. അതിലോലമായ നീർത്തുള്ളി ഇലത്തുമ്പിൽനിന്നടർന്നു വീഴുന്നതുവരെ സുഭഗമായൊരു മയക്കത്തിലേക്ക് വീഴാൻ ഭാവിക്കേ, വസന്തിന്റെ സെൽഫോൺ ഒന്നു ചിരിച്ചു.

അനുരാധ അത് കയ്യിലേക്കെടുത്ത് സന്ദേശം വായിച്ചു.

"ഐ മിസ്സ് യു സോ ടെറിബ്ളി വസന്ത്. ഹോപ്പു യു മീറ്റ് മി അറ്റ് "ടിറ്റോസ്"

വിരഹാഗ്നിയിൽ ചവുട്ടിനിന്നുകൊണ്ട് നൈറ്റ്ക്ലബ്ബിൽ ഒത്തുചേരാമെന്നൊരു പ്രതീക്ഷയിലേക്ക് നീളുന്ന അജ്ഞാതസുന്ദരിയുടെ സന്ദേശം. അനുരാധ നേർത്ത ചിരിയോടെ ഫോൺ സൈഡ് ടേബിളിലേക്ക് വെച്ചു.

എത്ര പെട്ടെന്ന്....എത്ര പെട്ടെന്ന്.... വസന്ത് കത്രീനാ മൊൺടെയ്റോയുടെ പ്രിയങ്കരനായ തെമ്മാടിയായി...!

അന്നു രാത്രി അനുരാധയുടെ സ്വപ്നത്തിലേക്ക് മെർമേയ്ഡുകൾ വന്നില്ല. മുഖമില്ലാത്ത മെർമാനും വന്നില്ല.

മുഖമുള്ളൊരാൾ,

നീലസമുദ്രത്തെ നയനങ്ങളിലൊളിപ്പിച്ച് ഒരാൾ

മാതളമുത്തുകളിൽ ചിരിയുള്ള ഒരാൾ

അനുരാധയുടെ ഒതുങ്ങിയ ദേഹം തന്റെ വിരിഞ്ഞ നെഞ്ചിലേക്ക് അമർത്തിവെച്ച് പാരച്ച്യൂട്ടിലേറി സഞ്ചരിക്കുകയായിരുന്നു. അവ ആകാശത്തോടൊട്ടിയും കടലിനെ തൊടാതെ തൊട്ടും മുകളിലേക്കും താഴേക്കും... സ്വർണ്ണമുകിലുകളോടൊപ്പം....

അഞ്ച്

പിറ്റേന്ന് വസന്ത് ആഗ്നെലേയോടൊപ്പം വാസ്ക്കോയിലേയ്ക്ക് പോകാനൊരുങ്ങി. എൻജിനീയറിംഗ് കോളേജിൽ ഒന്നിച്ചുണ്ടായിരുന്ന രണ്ടു സുഹൃത്തുക്കൾ വാസ്ക്കോയിലാണ് താമസം. വിൽഫ്രഡ് റെബല്ലോയും അനുപം സാവന്തും.

ബാൽകോയിലിരുന്ന് മൈതാനത്തേക്ക്. അതിനുപുറമേയുള്ള പൈൻമരങ്ങളിലേയ്ക്ക്. അതിനുമപ്പുറമുള്ള കുന്നിൽമുകളിലുള്ള നരച്ച ബംഗ്ലാവിലേക്കു നോക്കുകയായിരുന്ന അനുരാധയോട് വസന്ത് ചോദിച്ചു.

"അനു വരുന്നില്ലേ.....?"

ഇല്ല. അനുരാധ വരുന്നില്ല.

അനുരാധക്ക് ഒരുപാട് ദൂരങ്ങൾ താണ്ടാനുണ്ട്. വിഹായസ്സിലും വസുന്ധരയിലുമായി അനേകം കാതം!

അനുരാധ ഒരു സ്വപ്നസഞ്ചാരത്തിലെന്നപോലെ ഇറങ്ങി നടന്നു. വീഥിക്കിരുവശവും നിശ്ശബ്ദരായി പരസ്പരം കൈകൾ ചേർത്ത് നിന്ന അക്കേഷ്യ മരങ്ങളോടും ഗുൽമോഹർ മരങ്ങളോടും അനുരാധ ചോദിച്ചു. എവിടെയാണവൻ?

എവിടെ എൻ പ്രിയൻ?

അറബിക്കടലിലെ കുഞ്ഞുതിരകളോടും മണൽപ്പരപ്പിനോടും തെങ്ങോലകളോടും അവൾ പരിഭവിച്ചു.

അവൻ മറഞ്ഞിരിക്കുന്നത് എവിടെയാണെന്ന് നിങ്ങൾക്കറിയില്ലേ...?

പെട്ടെന്ന് മുമ്പിൽ പ്രത്യക്ഷനായി, വല്ലാതെ കൊതിപ്പിച്ച്

മറയുന്നതെങ്ങോട്ടാണ്. അറിയില്ലേ നിങ്ങൾക്ക്?

മേഗ്സൺ സൂപ്പർ മാർക്കറ്റിൽ നിന്നും വിമല ദേശ്പാണ്ഡെ മാറോടടുക്കിപ്പിടിച്ച വീർത്ത പേപ്പർ ബാഗുമായി പാർക്ക് ചെയ്തിട്ട ആൾട്ടോയിലേക്ക് നടക്കുന്നത് കണ്ടു.

പെട്ടെന്നവരുടെ ദൃഷ്ടി അനുരാധയിലേക്ക് വന്നു.

"ഹലോ അനുരാധേ..."

അവർ, ചിരിച്ചുകൊണ്ട് അരികിലേക്ക് വന്നു.

"ഇന്ന് സ്കൂളിൽ പോയില്ല...."

"ഇല്ല്യ. ഇന്നെന്റെ മകന്റെ ജന്മദിനമാണ്. ഇന്നത്തെ ദിവസം അവനോടൊപ്പം ആകാമെന്നു വിചാരിച്ചു. വൈകീട്ട് അക്വാറിയസ് പാർട്ടി ഡെക്കിൽ ചെറിയൊരു പാർട്ടിയുണ്ട്. അനുരാധ വസന്തിനേയും കൂട്ടി വരണം...."

അനുരാധ ഒഴിയാൻവേണ്ടി പറഞ്ഞു

"അറിയില്ല. വസന്ത് മറ്റെന്തെങ്കിലും പ്രോഗ്രാം പ്ലാൻ ചെയ്തിട്ടുണ്ടോ എന്ന്...."

"ഉണ്ടാകാൻ വഴിയില്ല. മിനിഞ്ഞാന്നാണെന്നു തോന്നുന്നു. വസന്തിനെ ഞങ്ങൾ കണ്ടിരുന്നു. ബോംബെ ബസാറിൽവെച്ച് ഞാനും ഏഞ്ജലീനയും കുട്ടികൾക്ക് ഡ്രസ്സെടുക്കാൻ പോയതാണവിടെ. ഏഞ്ജലീന വസന്തിനെ തിരിച്ചറിഞ്ഞു.

ബോംബെയിൽവെച്ചറിയാമല്ലോ. പരിചയപ്പെടുത്തി. പാർട്ടിക്ക് ക്ഷണിക്കുകയും ചെയ്തു. കൂടെ ഒരു ഫ്രണ്ടുണ്ടായിരുന്നു. വൺ മിസ്സ്. മൊൻടെയ്റോ അവരേയും ക്ഷണിച്ചു. പറഞ്ഞില്ലേ.....?"

അനുരാധ വല്ലാതെയായി. "ഒരുപക്ഷേ പറയാൻ മറന്നതാവും."

"അനുരാധയ്ക്കൊരു സർപ്രൈസ് ഗിഫ്റ്റ് വാങ്ങുകയാണെന്നു പറഞ്ഞു. എന്താ വസന്തിന്റെ സെലക്ഷൻ ഇഷ്ടമായില്ലേ? ഇഷ്ടമാകാതെ വരില്ല. ഹണിമൂണേഴ്സിന്റെ ഇടയിൽ അങ്ങനെയൊരു മാജിക് വർക്ക് ഔട്ട് ചെയ്യും. ഒരേ ടെയ്സ്റ്റ്. ഒരേ ആഗ്രഹങ്ങൾ. നടത്തത്തിനു പോലും ഒരേ താളം...."

ദേശ്പാണ്ഡെ യാത്രചോദിച്ച് കാറിൽ കയറി വേഗത്തിൽ ഡ്രൈവ് ചെയ്ത് പോയി.

പെട്ടെന്നാണ് ഇന്റർനെറ്റ് കഫെയിൽ നിന്നും അയാളിറങ്ങി അനുരാധയുടെ മുമ്പിലേക്ക് നടന്നുവന്നത്. അനുരാധയുടെ മുഖത്തെപോലെ അയാളുടെ മുഖത്തും ആനന്ദത്തിന്റെ ഒരു വേലിയേറ്റമുണ്ടായി.

"എന്താണിവിടെ?"

അയാൾ, അതികായൻ, മുമ്പിലൊരു തണൽമരംപോലെ വിരിഞ്ഞു നിന്നു. ആ ശീതളച്ഛായയിലേക്ക് കയറിനിന്ന് അനുരാധ പറഞ്ഞു.

"ഒന്നുമില്ല, വെറുതെ...."

അതു പറയുമ്പോൾ അനുരാധയുടെ കവിൾതടങ്ങളിൽ മുരിക്കിൻപൂക്കൾ വിരിഞ്ഞു. ദേവതാരു പൂത്തുലയുന്നതോടൊപ്പം കൈത്തണ്ടയിലെ സ്വർണ്ണരോമങ്ങൾ ഉണർന്നു.

"വളരെ ഭംഗിയായിരിക്കുന്നു?"

"എന്ത്? എന്ന് ഉദ്വേഗത്തോടെ അനുരാധ നോക്കി.

"നിങ്ങളുടെ ഈ കോസ്റ്റ്യൂം. ഇന്ത്യൻ പെൺകുട്ടികളുടെ വസ്ത്രധാരണം എനിക്ക് വലിയ ഇഷ്ടമാണ്. അവരുടെ നടത്തത്തിനും ചലനങ്ങൾക്കും പ്രത്യേക താളമുണ്ട്. യൂറോപ്പ്യൻ കുപ്പായമണിഞ്ഞ് റാമ്പിലൂടെ ചുവടുവയ്ക്കുന്ന ഇന്ത്യൻ മോഡലുകൾക്കു പോലുമുണ്ട് എത്ര മായ്ച്ചാലും മാഞ്ഞുപോകാത്തൊരു ശാലീനത."

അനുരാധ അയാളെ കേൾക്കുകയായിരുന്നില്ല, കാണുകയായിരുന്നു.

അന്തസ്സുറ്റ നോട്ടം. അന്തസ്സുറ്റ ചലനങ്ങൾ. മുമ്പിൽ നിൽക്കുന്ന വ്യക്തി ഏറെ ആദരവ് അർഹിക്കുന്നവളാണെന്ന മട്ടിൽ അല്പം വളഞ്ഞു നിന്നു ഭവ്യതയോടുള്ള സംസാരം.

"ബൈ ദ ബൈ... ഞാൻ എന്നെ പരിചയപ്പെടുത്തിയില്ല. ഞാൻ അപ്പോളോ ഹെർക്യുലിസ് എല്ലിസൺ... ടൊറാന്റോവിൽ നിന്നും വരുന്നു..." ഹസ്തദാനം ചെയ്യാതെ ഇന്ത്യൻ മാതൃകയിൽ കൈകൂപ്പി നിന്നു അപ്പോളൊ. അനുരാധയുടെ കാൽകീഴിലെ മണ്ണ് ഒലിച്ചിറങ്ങിപ്പോയി. അവളുടെ ശ്വാസകോശം ശ്വാസത്തിനായി ഒരു നിമിഷം അതിതീക്ഷ്ണമായി പിടഞ്ഞു.

"എന്റെ പേര് കേട്ടിട്ടാണോ നിങ്ങളിങ്ങനെ അതിശയപ്പെടുന്നത്? പേടിക്കേണ്ട. ഞാനൊനു ഗ്രീക്ക് ദേവനൊന്നുമല്ല. സാധാരണ മനുഷ്യനാണ്." അപ്പോളോ മാതളമുത്തുകൾ വിടർത്തി മൃദുവായി ചിരിച്ചു.

"എന്നെ ഗർഭം ധരിക്കുമ്പോൾ അമ്മ ഗ്രീക്ക് പുരാണങ്ങളും, റോമൻ ഇതിഹാസങ്ങളും ധാരാളമായി വായിക്കുമായിരുന്നു. ജനിക്കുന്നത് മകനായിരിക്കണമെന്നും അപ്പോളോയെപ്പോലെ സുന്ദരനും കലാകാരനുമായിരിക്കണമെന്നും അമ്മ മോഹിച്ചുതുടങ്ങി. ഹെർക്യുലീസിനെപ്പോലെ ധീരനും, ശക്തനുമായിരിക്കണമെന്നച്ഛനും. ഒടുവിൽ വിചിത്രമായ ഈ പേര് എനിക്ക് ചാർത്തിത്തന്ന് അവരൊരു കോംപ്രമൈസിലെത്തി."

ജനനത്തിനപ്പുറത്ത് നിന്ന് മരണത്തിനപ്പുറത്തുനിന്ന് ജന്മങ്ങൾക്കപ്പുറത്തുനിന്ന് ഒരു പ്രണയക്കാറ്റ് നേർത്ത് സീൽക്കാരത്തോടെ വീശിയെത്തി.

അനുരാധ പിടഞ്ഞുണർന്നു. "ഞാൻ അനുരാധ... കേരളത്തിൽനിന്നും വരുന്നു..."

"കേരളത്തിൽ ഞാൻ വന്നിട്ടുണ്ട്. അവിടൊരു സംഭവമില്ലേ...? നിറയെ ആനകളും വെടിക്കെട്ടും. എന്താണത്? അതെ. തൃശൂർപൂരം. ഞാനത് കണ്ടിട്ടുണ്ട്...."

അപ്പോളോ 'സുശ്ശൂർപൂരം' എന്ന ബദ്ധപ്പെട്ടുച്ചരിക്കുമ്പോൾ അയാളുടെ മാദളമുത്തിൽ വന്നു നിറയുന്ന ഓമനത്തം കണ്ടു അനുരാധ.

പറയുന്ന ഭാഷ ഒന്നുതന്നെ.

എന്നിട്ടും ഒന്ന് ഫ്രഞ്ചിന്റെ ഈണത്തിൽ.... മറ്റൊന്ന് മലയാളത്തിന്റെ താളത്തിൽ മേല്സ്ഥായിയും കീഴ്സ്ഥായിയുംപോലെ രണ്ടു ധ്രുവങ്ങളിൽ.

എന്നിട്ടും പരസ്പരം പറഞ്ഞും അറിഞ്ഞും നടന്നു അവർ മീരാമാറിലേക്ക് വളരെ പഴയ കൂട്ടുകാരെപ്പോലെ. അപ്പോളോയുടെ താമസം കുന്നിൻപുറത്തെ നരച്ച ബംഗ്ലാവിലാണ് എന്നും അറിഞ്ഞു അനുരാധ.

നാലുവർഷമായി അതു വാങ്ങിയിട്ട്. എല്ലാ വർഷവും ഗോവയിൽ വരും. ഇവിടെയാണ് പറന്നിറങ്ങുന്ന മരച്ചില്ല. പിന്നെ ഇന്ത്യയിലാകമാനം പറന്നുനടക്കും.

"ഇന്ത്യൻ പെൺകിടാങ്ങളുടെ സൗന്ദര്യം കാണുവാനോ?" എന്ന് അനുരാധ തുടുത്തു. അനുരാധ ചുമന്നു.

"പെൺകുട്ടികളുടെ മാത്രമല്ല, ഇന്ത്യയുടെ മുഴുവൻ സൗന്ദര്യം കാണാൻ. എനിക്കേറെ പ്രിയപ്പെട്ട സ്ത്രീ പാതി ഇന്ത്യാക്കാരിയാണ്." അനുരാധ മുറിഞ്ഞു. അനുരാധ പിടഞ്ഞു.

"എന്റെ മമ്മ"അപ്പോളോ പുഞ്ചിരിച്ചു. "അതായിരിക്കാം ഇന്ത്യയോടെനിക്കിത്ര ഭ്രമം, പക്ഷേ അമ്മയ്ക്കിവിടെ അടുത്ത ബന്ധുക്കളാരുമില്ല. അമ്മയുടെ അപ്പൂപ്പൻ മുതൽ എല്ലാവരും കാനഡയിലാണ്."

വില്പനക്കാരന്റെ പക്കൽനിന്നും ചെറുനാരങ്ങ അല്ലികൊണ്ട് ഉപ്പും മുളകും പുരട്ടിയ കനലിൽ ചുട്ട ചോളങ്ങൾ വാങ്ങി അപ്പോളോ അനുരാധയ്ക്ക് നേരെ നീട്ടി.

ചോളങ്ങൾ കടിച്ച് മീരമാറിന്റെ നരച്ച മണ്ണിലൂടെ അവർ നടന്നു. അയാൾ ഏറെ സംസാരിച്ചു.

അനുരാധ കേട്ടു. കേട്ടുകൊണ്ടേയിരുന്നു. ഈ ശബ്ദത്തിലെ മധുരിമ ഏറെ കേട്ടിട്ടുള്ളതാണെന്നു തോന്നി അനുരാധയ്ക്ക്. ഇങ്ങനെ ഒരു മരഛായയിലൂടെ ഗർഭത്തിലെ കുഞ്ഞിന്റെ സുരക്ഷിതത്വമറിഞ്ഞ് ഏറെ നടന്നിട്ടുണ്ട് എന്നു തോന്നി അനുരാധയ്ക്ക്.

മഞ്ഞു പെയ്യുന്ന ലണ്ടൻ തെരുവുവീഥികളിലൂടെ ഒരു കുതിരവണ്ടിയിലേറിയും സഹാറാ മണൽപ്പിരപ്പിലൂടെ ഒരു ഒട്ടകപ്പുറത്തേറിയും അനുരാധ അപ്പോളോയോടൊപ്പം സഞ്ചരിച്ചിട്ടുണ്ട്.

ടൈഗ്രീസ് നദിക്കരിയിലും അന്റാർട്ടിക്കയിലെ മഞ്ഞുപാളികൾക്കിടയിലും പരസ്പരം ചൂടുപകർന്ന് മിഴികൾ കോർത്തിരുന്നിട്ടുണ്ട്. നയാഗ്ര വെള്ളച്ചാട്ടത്തിനിടയിൽ കെട്ടുപ്പുണർന്നു നിന്നിട്ടുണ്ട്. ആഫ്രിക്കൻ കാടുകളിലെ വൻമരക്കൊമ്പിലെന്നോ മുളകൊണ്ട് വീടുകെട്ടി താമസിച്ചിട്ടുണ്ട്.

കരീബിയൻ സംഗീതതാളത്തിനനുസരിച്ച് രണ്ടു അഗ്നിനാളങ്ങളായി ഇണചേർന്നിട്ടുണ്ട്. ശാന്തസമുദ്രത്തിന്റെ അടിത്തട്ടിൽ മുത്തുകളും രത്നങ്ങളും വാരിയണിഞ്ഞ മത്സ്യാംഗനമാർക്കൊപ്പം മെർമാനും മെർമേയ്ഡുമായി നൃത്തം ചെയ്തിട്ടുണ്ട്.

മണ്ണിലേക്കിരുന്ന അനുരാധയുടെ അരികിലിരുന്ന് അപ്പോളോ പെട്ടെന്നാണ് അത് പറഞ്ഞത്.

"രാത്രികാലങ്ങളിൽ ആളൊഴിയുമ്പോൾ ഞാനീ മണൽപ്പരപ്പിൽവന്നു കിടക്കും. അപ്പോൾ കടലിനും കരയ്ക്കും മറ്റൊരു മുഖച്ഛായയാണ്. കണ്ണുകളടച്ചങ്ങനെ നിലാവിൽ മയങ്ങുമ്പോൾ മെർമേയ്ഡുകളുടെ സംഗീതം കേൾക്കാൻ കഴിയും." ഈശ്വരാ...! അനുരാധയുടെ കൺകോണുകളിൽ എരിവു പുരുണ്ടതുപോലെ നീറ്റൽ പടർന്നു.

"നിങ്ങളുടെ മുറിവ് എങ്ങനെയിരിക്കുന്നു....?" അപ്പോളോ തല ചെരിച്ച് അവളെ നോക്കി.

അവൾ കൈത്തണ്ടയിലെ കരിഞ്ഞ വടുക്കൾ കാണിച്ചു. "ഞാൻ പറഞ്ഞില്ലേ ഔഷധസ്പർശമുള്ള മണ്ണാണത്...." ഔഷധസ്പർശമുള്ള വിരലുകളും. അനുരാധ മനസ്സിൽ പറഞ്ഞു. "അൻഢാ..ഥ..." അയാൾ വെറുതെ പറയാൻ ശ്രമിച്ചു. പറഞ്ഞ് പറഞ്ഞ് അപ്പോളോ അനുരാധയെ അനാഥയാക്കുമോ എന്നവൾ ഭയന്നു.

ഇനി അനാഥയാകാൻ അനുരാധയക്ക് വയ്യ. ജനിമൃതികളിലൂടെ നീന്തി നീന്തി അവളൊരു തുരുത്ത് കണ്ടെത്തിയല്ലോ.

"എനിക്കാ പേര്.... തീരെ വഴങ്ങുന്നില്ല. ക്ഷമിക്കണം. ഞാൻ നിങ്ങളെ വീനസ് എന്നു വിളിച്ചോട്ടെ. മമ്മിയെപ്പോലെ എനിക്കും റോമൻ ദേവതകളോട് ഇത്തിരി കമ്പമാണെന്ന് കൂട്ടിക്കൊള്ളു...."

"എന്തുകൊണ്ട് വീനസ്...?"

"നിങ്ങൾ വീനസിനെപ്പോലെ... അല്ല വീനസിനേക്കാൾ സുന്ദരിയാണ്..."

അനുരാധ ഇപ്പോൾ വൃന്ദാവനത്തിലെ രാധ. നീലവിലോചനന്റെ മിഴിമുനത്തുമ്പിലെ വ്രീളാവിവശ.

"വേണ്ട... എന്നെ അനുരാധയെന്നു വിളിച്ചാൽ മതി...."

ഒരു ശാഠ്യക്കാരി പെൺകിടാവിനെപോലെ മുഖം ചുമപ്പിച്ചു അനുരാധ.

"എങ്കിൽ അനുരാധയുടെ അർത്ഥം എന്താണെന്നു പറയൂ.... അർത്ഥമറിയുമ്പോൾ അത് നാക്കിന് വഴങ്ങുമായിരിക്കും..."

അനുരാധ പറഞ്ഞു. അനുരാഗിണിയായ രാധയെക്കുറിച്ച്. കണ്ണനെക്കുറിച്ച്. വേണുനാദത്തിലുണരുന്ന കാളിന്ദിയെക്കുറിച്ച്.

"പക്ഷേ ഈ രാധയെ കൃഷ്ണൻ കല്യാണം കഴിച്ചല്ലോ..." അപ്പോളോ ചിരിച്ചു.

അനുരാധയുടെ ഹൃദയത്തിലൊരു ചാട്ടവാറടി വീണു. അവളുടെ കണ്ണുകൾ നിറയുകയും തുളുമ്പുകയും ചെയ്തു.

"അത് കൃഷ്ണനല്ല. രാധ ഒരിക്കലും കൃഷ്ണനെ സ്വന്തമാക്കില്ല." അനുരാധയുടെ അധരങ്ങൾ വിതുമ്പി. എന്തിനെന്നില്ലാതെ അനുരാധ

വല്ലാതെ കരഞ്ഞു. സങ്കടക്കടൽ തീർത്തു. "കരയരുത്... അനുരാധ ഇങ്ങനെ കരയരുത്...."

അപ്പോളോ സ്ഫുടമായിത്തന്നെ അനുരാധയെന്നു പറഞ്ഞു. അതിൽ നിറയെ സാന്ത്വനം പെയ്തു. നീലക്കുറിഞ്ഞിപ്പൂവുകൾക്കുള്ളിൽ നിന്നും തേൻ കിനിഞ്ഞിറങ്ങുംപോലെ നീലമിഴികളിൽ നിന്നും നീരടരുന്നത് അനുരാധ കണ്ടു.

"അറിയാം.... എല്ലാമെനിക്കറിയാം..."

"ഇല്ല... ഒന്നുമറിയില്ല...." അനുരാധ പിറുപിറുത്തു. "ഞാൻ ധ്യാനിച്ചിരിക്കുമ്പോൾ എന്നെത്തേടി വന്നിരുന്നില്ലേ... ഞാനറിഞ്ഞു. അതു മാത്രമല്ല എല്ലാമറിഞ്ഞു... എല്ലാം..."

അനുരാധ പിടഞ്ഞെഴുന്നേറ്റു. തിരിഞ്ഞുനോക്കാതെ വേഗത്തിൽ നടന്നു. പിന്നിൽ അറബിക്കടലിന്റെ മടിത്തട്ടിലിരുന്ന് മാണ്ഡോവി കൈതട്ടി വിളിച്ചു. "അനുരാധേ പോകരുതേ...." അനുരാധക്ക് ചിറകുകൾ മുളച്ചു. അവൾ കാറ്റിനെക്കാൾ വേഗത്തിൽ പാഞ്ഞു. വീട്ടിലെ പോർച്ചുഗീസ് കട്ടിലിൽചെന്നു കമിഴ്ന്നുവീഴുംവരെ അവൾ പാഞ്ഞുകൊണ്ടിരുന്നു. കണ്ണീരുകൊണ്ട് തലയിണയും വിരിയും നനച്ചുകുതിർത്തു അനുരാധ. ഇത്രയേറെ കണ്ണനീർ അനുരാധ എവിടെയാണ് ഒതുക്കിവെച്ചിരുന്നത്? സന്തോഷവതിയായി വളർന്നുവന്നൊരു കുട്ടിയായിരുന്നു അനുരാധ. സ്വപ്നങ്ങൾക്കെന്നും സാഫല്യം കണ്ടെത്തിയിരുന്ന കുട്ടി.

അതുകൊണ്ടാകും വല്ലപ്പോഴും മാത്രം കരയുമ്പോൾ അനുരാധ വല്ലാതെ കരയുന്നു. പൂജ പലവട്ടം മുറിയിൽവന്നെത്തിനോക്കി മടങ്ങുന്നത് അവളറിഞ്ഞു. പൂജ എന്ത് കരുതിക്കാണും?

പൂജയെന്തും കരുതട്ടെ. പക്ഷേ അപ്പോളോ! അപ്പോളോ എന്തു കരുതിക്കാണും? അനുരാധക്ക് കുറ്റബോധം തോന്നി. അതു കഴുകിക്കളയാനെന്നോണം അവൾ ഷവറിന്റെ കീഴെ ഏറെനേരം നിന്നു. എന്നിട്ടും കഴുകിപ്പോകാതെ ആത്മനിന്ദ അവളുടെ ദേഹമാസകലം ചെളിപ്പുറ്റായി പറ്റിക്കിടന്നു.

അനുരാധ കണ്ണാടിക്ക് മുമ്പിൽ നിന്നു. കരഞ്ഞുവീർത്ത കണ്ണുകളെ മഷിയെഴുതി കറുപ്പിച്ചു. വിളർന്ന ചുണ്ടുകളെ ചായംപുരട്ടി ചുമപ്പിച്ചു. ഏറ്റവും നല്ല സൽവാറും കമ്മീസും എടുത്തണിഞ്ഞു. മൈതാനം കവച്ചുവെച്ച് അവൾ പൈൻമരങ്ങൾക്കിടയിലേക്ക് കയറി. അനുരാധ ആകെ വിയർത്തുചുമന്നു. കരിങ്കൽ പടവുകൾ ഇറങ്ങി അയാൾ വന്നു. അവളെ കാത്തുനില്ക്കുകയായിരുന്നതുപോലെ.

അനുരാധയുടെ കണ്ണുകളിലൂടെ അവളുടെ ആത്മാവിലേക്ക്... ആത്മാവിനുള്ളിലെ നീലാകാശം പോലെ നീലച്ച് മഴത്തുള്ളിപൊലെ കുളിർന്ന ആ ഇടത്തേക്ക് അപ്പോളോ ഇറങ്ങിച്ചെന്നു.

"ഞാൻ വേദനിപ്പിച്ചു അല്ലേ?" അയാളുടെ സ്വരത്തിലെ സ്നേഹസ്പന്ദനം അനുരാധയെ ഒന്നുകൂടി വേദനിപ്പിച്ചു. അനുരാധ അപ്പോളോ

യുടെ സ്നേഹകോട്ടയ്ക്കത്തേക്ക് കയറി. അവിടെ ഛായാചിത്രങ്ങളുടെ ഒരു കൂട്ടം. ചിലത് ചുമരിൽ. ചിലത് തറയിൽ. ചിലത് സെറ്റിയിലും മേശയിലും. മുഴുവനാക്കപ്പെടാത്തവ തൂലികയുടെ സുഖസ്പർശം ദാഹിച്ച് ചടഞ്ഞുകിടന്നു.

അനുരാധയെ എവിടെ ഇരുത്തണമെന്ന് അറിയാതെ അപ്പോളോ പരിഭ്രമിച്ചു. ചില ചിത്രങ്ങൾ വാരിപ്പിടിച്ച് അയാളൊരു കസേര ഒഴിവാക്കി. "സോറി... ആകെ അലങ്കോലപ്പെട്ടു കിടക്കുകയാണ്. ഇങ്ങനെയൊരാളുടെ വരവ് പ്രതീക്ഷിച്ചില്ല..."

കസേര വലിച്ചിട്ട് അയാൾ നിർബന്ധിച്ചു. "പ്ലീസ്...."

അനുരാധ ഇരുന്നു. ചിത്രങ്ങളിലൂടെ കണ്ണോടിച്ച് അവൾ മന്ത്രിച്ചു. "ബ്യൂട്ടിഫുൾ...!"

അപ്പോൾ ശരിക്കും അപ്പോളോ. കലകളുടെ അധിദേവത...! "അമ്മയുടെ സ്വപ്നം ഫലിച്ചു അല്ലേ...?"

എന്ത്? എന്നയാളുടെ പുരികക്കൊടികൾ വളഞ്ഞു.

"സുന്ദരനും കലാകാരനും."

അപ്പോളോ ലജ്ജിച്ചു. "എന്നെ കളിയാക്കുകയാണോ..." പിന്നെ ചിരിച്ചുകൊണ്ട് പറഞ്ഞു. "അപ്പോളോയുടെ സംഗീതവും കവിതയുമൊന്നും എനിക്കില്ല. ഞാനൊരു പാവം ചിത്രകാരൻ."

ക്യാൻവാസിൽ നിറങ്ങളുടെ പ്രളയം.

മരുഭൂവിലൂടെ നടന്നുനീങ്ങുന്ന രാജസ്ഥാനി പെണ്ണുങ്ങൾ, മഞ്ഞുമൂടിയ ഹിമാലയവും, അലൗകിക സൗന്ദര്യമുള്ള മാനസസരസ്സും. പച്ചപ്പാടങ്ങളും, കടലും മലയും, തൃശ്ശൂർപൂരവും.

"അവിടെ ഇലകൊഴിഞ്ഞ മരങ്ങളും, മഞ്ഞുമൂടിയ താഴ്വരകളും വരച്ചു മടുത്തപ്പോഴാണ് ചായക്കൂട്ടും തൂലികയുമായി ഇന്ത്യയിലേക്ക് പുറപ്പെട്ടത്. വന്നപ്പോൾ അറിഞ്ഞു. അത്ര പെട്ടെന്നൊന്നും വരച്ചുതീർക്കാവുന്നതല്ല ഇന്ത്യ. അത്രയേറെ നിറസങ്കല്പങ്ങൾ, വൈവിധ്യങ്ങൾ, ചാരനിറവും വെള്ളയും ശീലിച്ച എന്റെ തൂലികക്ക് ശരിയായ വെല്ലുവിളി. ഗോവൻ പോർട്രെയ്റ്റുകളുടെ മാത്രം എക്സിബിഷൻ നടത്തി കഴിഞ്ഞ വർഷം പാരീസിൽവെച്ച്...."

ചിത്രകാരന്റെ നീണ്ടവിരലുകളെ ചുംബിച്ചാദരിക്കാൻ ആഗ്രഹിച്ചു അനുരാധ. പക്ഷേ അപ്പോളോ, ഒരു നാട്ടിൻപുറത്തുകാരന്റെ ശാലീനതയോടെ എപ്പോഴും അനുരാധയിൽ നിന്നും ഒരു കാതം മാറി.

"ഇന്ത്യയിൽ വരാനുള്ള കാരണം അതുമാത്രമല്ല. ചെറുപ്പംമുതലേ ഞാൻ അമ്മയോട് പറയുമായിരുന്നു. ഒരു ഇന്ത്യക്കാരിയെ വിവാഹം ചെയ്യുമെന്ന്. കൂട്ടുകാരൊക്കെ പ്രേമത്തിൽ പെടുമ്പോൾ ഞാൻ മാത്രം മാറിനടന്നു. പല പെൺകുട്ടികളും ഡെറ്റിങ്ങിനായി ക്ഷണിച്ചു പോയില്ല. എനിക്കറിയാം അവരൊന്നുമല്ല എന്റെ വധുവായി വരേണ്ടതെന്ന്."

അപ്പോളോ വശ്യമായി ചിരിച്ചു. അനുരാധയുടെ അരികിലേക്ക് അയാൾ നീങ്ങിനിന്നു. അയാളുടെ ശ്വാസം അവളുടെ മുഖത്തേക്ക് മുറിഞ്ഞുവീണു. അയാളുടെ ദേഹത്തിൽനിന്നുയർന്ന സൗരഭ്യം അവളുടെ ദേഹിയെ വരിഞ്ഞുമുറുക്കി.

"നാലുവർഷമായി തിരയുകയായിരുന്നു. ഒടുവിൽ കണ്ടെത്തി. കല്പടവുകൾ ഉരുണ്ടിറങ്ങി കാല്ക്കൽ വന്നുവീണ പെൺകുട്ടിയുടെ മുഖം കണ്ട് ശരിക്കും അമ്പരന്നുപോയി. പക്ഷെ... വൈകിപ്പോയി... "

അനുരാധയുടെ നെഞ്ചിലൊരു കിളി പറക്കാൻ കൊതിച്ചു.

ചിറകുകൾ കെട്ടിയിട്ട കിളി താഴേക്ക് തന്നെ വന്നു വീണു.

ഇല്ല. വൈകിയിട്ടില്ല... ഒന്നും വൈകിയിട്ടില്ല. സംഭവിക്കാനുള്ളത് സംഭവിക്കേണ്ട സമയത്ത് സംഭവിച്ചേ തീരു. ഇതാണ് നിയോഗം.

യുഗങ്ങളായി കാത്തിരിക്കുകയായിരുന്നു അനുരാധ. ഇനിയും യുഗങ്ങളോളം കാത്തിരിക്കും അനുരാധ. നീണ്ട കാത്തിരിപ്പുകൾക്കിടയിൽ വീണുകിട്ടുന്ന അകലാൻവേണ്ടി മാത്രമുള്ള ഈ അടുക്കലുകൾ. ഇത് മതി അനുരാധയ്ക്ക്.

ജനിമൃതികൾ താണ്ടി കാലഗോപുരങ്ങളെ കവച്ചുവെച്ച് പ്രളയവും പുനർനിർമ്മാണവും മറികടന്ന് അനുരാധയുടെ പ്രണയം ഇടമുറിയാതെ മുന്നോട്ട് തന്നെ ഒഴുകും.

പ്രണയിച്ച് നഷ്ടപ്പെട്ടവൾ രാധ. നഷ്ടപ്പെടാൻവേണ്ടിമാത്രം പ്രണയിക്കുന്നവൾ അനുരാധ.

"നിങ്ങൾ ഹിന്ദുക്കൾ ജന്മങ്ങളുടെ ആവർത്തനത്തിൽ വിശ്വസിക്കുന്നവരല്ലേ. വരുംജന്മത്തിലേക്കായി ഞാനെന്റെ പ്രണയം മാറ്റിവെയ്ക്കാം..." അപ്പോളോ വിഷാദാർദ്രനായി ജനാലയ്ക്കലേക്ക് നടന്നു. എന്തു പറയണമെന്നറിയാതെ അനുരാധ നിന്നു.

അപ്പോളോയുടെ മുഖത്തെ വേദനയുടെ കറുത്തപാടുകൾ വലിച്ചൂറ്റി തുപ്പിക്കളയാൻ അവൾ കൊതിച്ചു. ആ മാതളമുത്തിൽ ഗാഢമായി ചുംബിക്കാൻ... പല്ലമർത്തി തുടുതുടെ ചുമപ്പിക്കാൻ അനുരാധ വല്ലാതെ കൊതിച്ചു.

"ഞാൻ പോകട്ടെ...."

എന്നിട്ടും അനുരാധ അങ്ങനെയാണ് ചോദിച്ചത്. അപ്പോളോ ക്ഷമാപണം നടത്തി. ആവശ്യമില്ലാത്ത കാര്യങ്ങൾ പറഞ്ഞ് ഒരു ആതിഥേയന്റെ മര്യാദകൾ മറന്നുപോയതിന്.

"ഇത്ര നേരമായല്ലോ. വിരോധമില്ലെങ്കിൽ എന്നോടൊപ്പം ഭക്ഷണം കഴിക്കാം." അപ്പോളോയുടെ ഗോവക്കാരനായ പാചകക്കാരൻ റുദ്രാ തീൻമേശ സജ്ജമാക്കി.

ആവി പറക്കുന്ന തക്കാളിസൂപ്പും റൊട്ടിയും ചീസും ഫിംഗർ ഫ്രൈസും ബേബിഫോണും ഗ്രീൻസാലഡും.

“ഞാനൊരു സസ്യഭുക്കാണ്. അനുരാധയുണ്ടാകുമെന്ന് അറിഞ്ഞിരുന്നെങ്കിൽ നോൺവെജ് എന്തെങ്കിലും കരുതാമായിരുന്നു.” അനുരാധ വീണ്ടും അതിശയത്തിൽ വിടർന്നു.

“ഗാന്ധി സാഹിത്യമാണ് എന്നെ വെജിറ്റേറിയനാക്കിയത്. അന്നൊക്കെ എനിക്കൊരു തെറ്റിദ്ധാരണയുണ്ടായിരുന്നു; ഇന്ത്യയിലെ ഹിന്ദുക്കൾ മുഴുവൻ സസ്യഭുക്കുകളാണെന്ന്. ഇവിടെ വന്നപ്പോൾ ശരിയ്ക്കും അമ്പരന്നു. എവിടെ തിരിഞ്ഞാലും നോൺവെജ് ഫുഡ് കോർട്ട്സ് ഫാസ്റ്റ് ഫുഡ് സെന്ററുകൾ.... ബർഗറും പിസയും ചിക്കൻ ലോലിപോപ്പും....”

അനുരാധയും അപ്പോളോയും തീൻമേശയ്ക്കപ്പുറവും ഇപ്പുറവും ഇരുന്നു. വുഡ്രോ ഭംഗിയായി മടക്കിവെച്ചിരുന്ന വെള്ളയിൽ ചുമന്ന കള്ളികളുള്ള നാപ്കിൻ തുറന്ന് അനുരാധ മടിയിൽ വിരിച്ചതോടെ അവൾ ഭക്ഷണം കഴിക്കാൻ ആരംഭിച്ചു.

അപ്പോളോ കത്തിയും മുള്ളും വിദഗ്ദ്ധമായി അതിവേഗതയിൽ പ്രയോഗിക്കുന്നത് നോക്കി അനുരാധ ചിരിച്ചു.

“ഈ വിദ്യ എന്നെ പഠിപ്പിക്കാമോ....?”

അപ്പോളോയുടെ കണ്ണുകളിൽ ഇന്ദ്രനീലത്തിളക്കം. “പഠിപ്പിക്കാം. പക്ഷേ പകരമായി വാഴയിലയിൽ നിന്നും ചോറുവാരിയുണ്ണുന്ന ആ ഇന്ദ്രജാലം എന്നെ പഠിപ്പിക്കണം. നിങ്ങളുടെ ആ സദ്യ യഥാർത്ഥത്തിൽ ഗംഭീരം തന്നെ. ശരിയ്ക്കുമൊരു വെൽ ബാലൻസ്ഡ് ഡയറ്റ്.”

അപ്പോളോ എഴുന്നേറ്റ് വന്ന് അനുരാധയുടെ പുറകിലായി കുനിഞ്ഞു നിന്നു.

ഇളംചൂടുള്ള കൈകൾകൊണ്ടവളുടെ കൈത്തണ്ടകളിൽ പിടിച്ചു പതുക്കെ... വളരെ പതുക്കെ അവയെ മുന്നോട്ടും പിന്നോട്ടും ചലിപ്പിക്കവേ കത്തിയുടെ മൂർച്ചയേറ്റ് റൊട്ടി നുറുങ്ങുകയും ഫോർക്കിന്റെ നഖമുനയിൽ കുരുങ്ങി അനുരാധയുടെ വായിലേക്ക് ഒതുങ്ങുകയും ചെയ്തു. പക്ഷേ അനുരാധ അറിഞ്ഞില്ല. ഇളംചൂടുള്ള ദേഹത്ത് നിന്നു മൊഴുകി വരുന്ന മോഹിപ്പിക്കുന്ന പുരുഷഗന്ധം മാസ്മരവലയത്തിലവളെ അകപ്പെടുത്തി. മായികമായ ഏതോ തീരത്തേക്ക് അവളേയും കൊണ്ടൊഴുകി. ഹൃദയം തുള്ളിത്തുള്ളി പുറത്തേക്ക് തുളുമ്പുമോ എന്നവൾ ഭയന്നു. കൈകൾകൊണ്ടതിനെ അമർത്തിവെച്ചാലോ?

വേണ്ട... ഇളുംചൂടുള്ള വിരലുകൾക്കിടയിൽ നിന്നും അതിനായി തന്റെ കൈകളെ വലിച്ചെടുക്കാൻ വയ്യ അനുരാധയ്ക്ക്.

ഈ മായിക നിമിഷങ്ങൾ ഏത് വരെ...?

തീവ്രതയോടെ ഇത് അനന്തകാലം നീണ്ടുനിന്നെങ്കിൽ!

അപ്പോളോ കൈകൾ പിൻവലിച്ചപ്പോൾ അനാഥത്വമറിഞ്ഞു അനുരാധ. “ഇപ്പോൾ പഠിച്ചില്ലേ....?”

അയാൾ പൂർവ്വസ്ഥാനത്ത് ഇരിപ്പുറപ്പിച്ചു. തുടർന്നു കഴിക്കാനാകാതെ,

ഭക്ഷണം കഴിച്ചുകൊണ്ടിരുന്ന അപ്പോളോയെതന്നെ നോക്കി നോക്കി നേരം കഴിച്ചു അനുരാധ.

വിരിഞ്ഞ നെറ്റി. അതിലേക്ക് വീണു കിടക്കുന്ന തവിട്ടുനിറമുള്ള ചുരുൾമുടികൾ. ഈശ്വരാ.... എന്നാണിവിടെയെല്ലാം അനുരാധ തന്റെ സ്നേഹത്തിന്റെ മുദ്രകൾ പതിക്കുന്നത്?

പെട്ടെന്ന് അനുരാധ സമയത്തെക്കുറിച്ച് ബോധവതിയായി. വസന്ത് വാസ്ക്കോയിൽനിന്നു മടങ്ങിയെത്തിക്കാണുമോ? അവൾ ധ്ധടുതിയിൽ യാത്രപറഞ്ഞിറങ്ങിയോടി. മുറ്റത്തേക്ക് കയറിച്ചെല്ലുമ്പോൾ പൂജ പൂച്ചെടികളെ ലാളിച്ചു നില്ക്കുന്നു. റോസാച്ചെടിയിൽ അപ്പടി പുഴുവാണെന്ന് അവൾ പരിഭവിച്ചു.

“വസന്ത് വന്നോ?” അനുരാധ ചോദിച്ചു.

“ഇല്ലല്ലോ.... മേംസാബ്...”

അകത്തേക്കുള്ള പടവുകൾ കയറുന്ന അനുരാധയോട് അവൾ ചോദിച്ചു.

“ഊണെടുത്ത് വയ്ക്കട്ടെ.”

പാതിവയർ നിറവാണ്. പാതി വയർ ഒഴിവും.

പക്ഷേ മനസ്സങ്ങനെ കരകവിഞ്ഞൊഴുകുന്ന പുഴപോലെ!

പൂജയെ നിരാശപ്പെടുത്താതിരിക്കാനായി അവൾ ഊണുമേശയ്ക്കരികിലിരുന്നു. മീൻ കൂട്ടാൻ വെച്ചതും മസാല നിറച്ച് പൊരിച്ചതും.

“നിനക്ക് മീനല്ലാതെ വേറൊന്നും അറിയില്ലേ....?”

രണ്ടുനേരം മീനോ ഇറച്ചിയോ ഇല്ലാതെ ഉണ്ണേണ്ടിവന്നാൽ അമ്മയോട് കയർക്കുന്ന അനുരാധ അവളെ അമ്പരപ്പിച്ചുകൊണ്ട് ചോദിച്ചു.

“മീനും ഫെനിയും കഴിച്ച് വയറ് നിറയ്ക്കാനല്ലേ ആളുകൾ ഗോവയിലേക്ക് വരുന്നത്. ഇവിടെ ബ്രാഹ്മണന്മാർപോലും മീൻ കഴിക്കും....”

പൂജ ചിരിയോടെ അനുരാധയെ നോക്കി. പക്ഷേ മേസാബിന്റെ മുഖത്ത് പെയ്യാൻ നിൽക്കുന്നൊരു മാനം കണ്ട് അവൾ വല്ലാതെയായി.

“എന്നാലിത് കഴിക്ക്.” അവൾ തോരൻവെച്ച കാബേജ് വിളമ്പി. അതിലും ഉണ്ട് ഉണക്കച്ചെമ്മീൻ പരിപ്പുകൾ.

അനുരാധ എന്തോ കഴിച്ചെന്നുവരുത്തി കൈകുടഞ്ഞ് എഴുന്നേറ്റു. മുറിയിൽ പഴുത്ത ചൈനീസ് ആപ്പിളിന്റെ മധുരമണം. അവളതിലൊന്ന് എടുത്ത് കടിച്ച് ബാൽക്കോയിൽ ചെന്നു നിന്നു.

പ്രണയിക്കുന്ന രണ്ടാത്മാക്കൾക്ക് നടുക്ക് പൈൻമരക്കാടിന്റെ നിബിഢത. പൂജ കൂട്ടുകാരായ പട്ടിക്കുട്ടികളെ വിളിച്ചുവരുത്തി ബാക്കി വന്ന ചോറ് കൊടുക്കുകയാണ്.

അനുരാധയുടെ മൂശേട്ടത്തരത്തിന്റെ പേരിൽ പട്ടികൾക്ക് വയറു നിറച്ചും ഊണ്. പക്ഷേ പാവം പൂജ! അവളോടങ്ങനെ പറയരുതായിരുന്നു!

ആഗ്നെലോയുടെ ഹോണ്ടാസിറ്റി വസന്തിനെ ഗേയ്റ്റിലിറക്കി വിട്ട് കടന്നുപോകുന്നത് അനുരാധ കണ്ടു.

സമയം മൂന്നുമണി. മുറിയിലേക്ക് വന്ന വസന്ത് ചുണ്ടിൽനിന്നും നെന്മണി വലുപ്പത്തിലുള്ളൊരു ചിരി ഔദാര്യപൂർവ്വം അനുരാധയ്ക്ക് നൽകി. അയാൾ ചോദിച്ചു. "ബോറഡിച്ചോ...?"

"ഇല്ല..." വസന്ത് ഒരിക്കലും പറക്കാത്ത... ഒരിക്കലും പറക്കാനിടയില്ലാത്ത ആകാശച്ചെരുവിലൂടെയാണ് അനുരാധ ഇപ്പോൾ പറക്കുന്നത്.

കഴിഞ്ഞ കുറെ നിമിഷങ്ങളിൽ അനുരാധ നിറഞ്ഞൊഴുകുകയായിരുന്നു. വരണ്ട് ഉണങ്ങുകയല്ല.

"വല്ലാതെ ടൈയേർഡായി." വസന്ത് അനുരാധയുടെ അരികിൽ കിടന്നു.

"ഒന്നുറങ്ങിക്കോളൂ. വൈകുന്നേരം ബർത്ത്ഡേ പാർട്ടിക്ക് പോകേണ്ടതല്ലേ."

"ബർത്ത്ഡെ പാർട്ടി?

"അതെ. വിമലാ ദേശ്പാണ്ഡയുടെ മകന്റെ."

വസന്ത് വെളുത്തു. അഞ്ജുനയിലെ മണൽപ്പരപ്പുപോലെ.

"അതിന്റെ ആവശ്യമുണ്ടെന്ന് തോന്നുന്നില്ല."

"എന്തുകൊണ്ട്?"

"അവർ നിന്നെ ക്ഷണിക്കാൻ ഇവിടെ വന്നിരുന്നോ?"

"വന്നിരുന്നു ഒരിക്കൽ. പക്ഷേ ക്ഷണിച്ചത് പുറത്തുവെച്ച് കണ്ടപ്പോൾ.." വസന്ത് അസ്വസ്ഥനായി. അയാളുടെ ചെന്നിമുഴകളുരുണ്ടു തടിച്ചു. "അതാണ് പറഞ്ഞത് അത് ശരിയാവില്ല. കണ്ടപ്പോൾ ഫോർമാലിറ്റിക്ക്... അതത്ര കാര്യമാക്കാനില്ല."

"എനിക്കങ്ങനെ തോന്നുന്നില്ല." വസന്തിന്റെ ശുണ്ഠി അനുരാധയെ രസംകൊള്ളിച്ചു.

"കൂടാതെ.. അവർ, ആ വിമല ദേശ്പാണ്ഡേ ആഗ്നെലോയുമായി അത്ര രസത്തിലല്ല. ഏൻജലീനയോടല്ലല്ലോ ആഗ്നെലോയോടല്ലേ നമ്മൾ കൂറ് കാണിക്കേണ്ടത്...?"

കൂറ് പ്രഖ്യാപിക്കാൻ ഇത് യുദ്ധമാണോ?

അനുരാധയ്ക്ക് അറിയില്ല. അവൾ മിണ്ടാതെ കിടന്നു. പെട്ടെന്നെന്തോ ആലോചിച്ചെടുത്തപോലെ വസന്ത് പറഞ്ഞു.

"അല്ലെങ്കിൽ നീ പൂജയേയുംകൂട്ടി പൊയ്ക്കോളൂ. ഡിന്നറല്ലേ, കഴിയാൻ വൈകും. എനിക്കത്ര സുഖം തോന്നുന്നില്ല."

അത് ശരിയാണ്. ഡിന്നറല്ലേ. വൈകും. ഗോവക്കാരന്റെ ആട്ടവും പാട്ടും കഴിയുമ്പോൾ നേരമേറെയാകും.

വസന്തിന് നൈറ്റ് ക്ലബ്ബിൽ പോകാം. മടങ്ങാം. ഒരു വലിയ നുണ ക്കഥ അനുരാധയോട് പറയാതെ എടുത്ത് വെക്കാം. മറ്റൊരു അവസര ത്തിലേക്ക്. വസന്തും അനുരാധയും ഒന്നുറങ്ങിയുണർന്നു.

അനുരാധ എഴുന്നേൽക്കാൻ മടിച്ചുകിടക്കേ വസന്ത് മൊബൈലു മായി ബാൽക്കോവിലേയ്ക്ക് പോയി.

അമർത്തിയ ചിരികൾ! അടക്കിപ്പിടിച്ച രസങ്ങൾ! വസന്തിന് സ്വകാ ര്യത അനുവദിച്ച് അനുരാധ താഴേക്കിറങ്ങി. പൂജയിൽനിന്നും കാപ്പി വാങ്ങി കുടിച്ചുകൊണ്ട് വരാന്തയിലും മുറ്റത്തുമായി ഉലാത്തി. ഇപ്പോൾ എന്തു ചെയ്യുകയായിരിക്കും?

ഉച്ചയ്ക്കുറങ്ങുന്ന പതിവുണ്ടോ? ഏയ്... ഇല്ല്യ.

അതെങ്ങനെ...? അനുരാധയ്ക്കറിയാം...? അറിയാം. അത് മാത്രമല്ല. എല്ലാം അനുരാധയ്ക്കറിയാം.

കുട്ടിക്കാലത്ത്, സ്കൂളിലേയ്ക്ക് നടക്കുന്ന വഴിയരികിൽ വില്ലോകൾ ക്കിടയിലെ വള്ളികളിൽ ബ്ലീഡിംങ്ങ് ഹാർട്ട് പൂക്കൾ വിരിഞ്ഞ് നിൽക്കു ന്നത് കൗതുകത്തോടെ നോക്കിനിൽക്കാറുണ്ട്.

മമ്മയുണ്ടാക്കുന്ന ആപ്പിൾപൈ കഴിച്ച്, അച്ഛന്റെ വിരലുകളു ണർത്തുന്ന പിയാനോ സംഗീതം കേട്ട് ക്രിസ്തുമസ് കരോൾ വരുന്നത് കാത്തിരുന്ന മഞ്ഞുപെയ്യുന്ന രാത്രികളോടായിരുന്നു ഏറെ പ്രിയം.

അന്നൊക്കെ ഏറെ സങ്കടപ്പെടുന്നതും കരഞ്ഞതും മമ്മയുടെ കറു കറുത്ത തലമുടിയും കൺമണികളും കിട്ടാതെ പോയതിന്. അനുരാധ അതോർത്ത് ഊറിച്ചിരിച്ചു. മനസ്സിൽ വിതുമ്പി നില്ക്കുന്ന വെളുത്ത കുഞ്ഞിച്ചെക്കന്റെ തലയ്ക്കൊരു കിഴുക്കുംവെച്ചു കൊടുത്തു.

ഇപ്പോൾ എന്തായിരിക്കും ചിന്തിക്കുന്നത്? അനുരാധയെക്കുറിച്ച്. അനുരാധയെകുറിച്ചുമാത്രം. നിന്നനില്പ്പിൽ അനുരാധ പൂത്തുലഞ്ഞു.

അനുരാധ മുകളിലെത്തുമ്പോൾ വസന്ത് കണ്ണാടിയ്ക്കു മുമ്പിൽ പാട്ടിന്റെ അകമ്പടിയോടെ മുടിചീകുകയാണ്.

"ബംബയ് സേ ആയ മെരാ ദോസ്ത്

ദോസ്ത് കോ സലാം കരോ

രാത് കോ ഖാവോ പീയോ

ദിൻ കോ ആരാം കരോ."

എങ്ങോട്ടാ....? പാട്ട് നിലച്ചു. "ഞാൻ... ഒന്നു മെയ്ൽ ചെക്ക് ചെയ്തിട്ടു വരാം. കുറെ ദിവസമായില്ലേ... അതൊക്കെ മുടങ്ങി കിടക്കുന്നു. കുറച്ചു മെയ്ൽ അയക്കാനുണ്ട്... സമയമായാൽ നിങ്ങൾ പൊയ്ക്കൊള്ളൂ..."

വസന്ത് മൂളിപ്പാട്ടോടെ പടവുകൾ ഓടിയിറങ്ങിപ്പോയി. മുറിയിലേക്ക് ഇരുട്ടു പതുങ്ങി കയറി വരുന്നതും പിന്നെ താമസമുറപ്പിക്കുന്നതും അറി യാതെ അനുരാധ ഇരുന്നു.

"പോകേണ്ടേ.... മേംസാബ്, സാബ് പറഞ്ഞിരുന്നു..."

പൂജ സ്വിച്ചിൽ വിരലമർത്തി ഇരുട്ടിനെ ആട്ടിയോടിച്ചു വിട്ടു. അവൾ നല്ലൊരു സാരി ചുറ്റി മുടി വൃത്തിയായി പിന്നിക്കെട്ടി അണിഞ്ഞൊരു ങ്ങിയിരുന്നു. അനുരാധയ്ക്ക് പോകണമെന്നില്ല.

പൂജയുടെ പിണക്കം തീരാൻ.... വസന്തിന് ആശ്വാസമേകാൻ... അനുരാധ ഒരുങ്ങിയിറങ്ങി. "ബർത്ത്ഡെ പാർട്ടിക്ക് കയ്യോടെ പോകു ന്നതെങ്ങനേയാ...? അനുരാധയ്ക്ക് ജാള്യതയുണ്ടായി. "നമ്മൾക്ക് പൂവ് വാങ്ങാം..." പൂജ കാണിച്ച ഫ്ളവർഷോപ്പിൽ കയറി അനുരാധ ഓർക്കിഡ് പൂക്കൾ കുത്തിനിർത്തിയ ചെറിയ ചൂരൽക്കുട്ട തിരഞ്ഞെടുത്തു.

പണം കൊടുത്ത് ഇറങ്ങുമ്പോഴേയ്ക്കും പൂജ ഒരു ബൈക് ടാക്സി യിൽ കൈകാണിച്ചിരുന്നു.

"മേംസാബ് ഇതിൽ പൊയ്ക്കൊള്ളൂ. ഞാൻ പുറകെ മറ്റൊന്നിൽ വരാം..." അനുരാധയ്ക്ക് വല്ലാത്ത പരിഭ്രമമുണ്ടായി. പൂജ കൊങ്കണി യിലെന്തോ ബൈക്ക് ഡ്രൈവറോട് വിശദീകരിച്ചു. അപരിചിതനായ ഡ്രൈവറോടൊത്ത് ദീപാലംകൃതമായ വീഥിയിലൂടെ അനുരാധ മുന്നോട്ട് കുതിച്ചു.

ഹോട്ടലിന്റെ മുമ്പിൽ ചെന്നിറിങ്ങി പണം കൊടുക്കുമ്പോഴേയ്ക്കും പൂജ മറ്റൊരു ബൈക്കിൽ വന്നിറങ്ങി.

അവൾക്കുള്ള പണം കൂടെ കൊടുത്ത് മാണ്ഡോവിയുടെ കരയി ലുള്ള അക്വാറിയസ് പാർട്ടി ഡെക്കിലേക്കു കയറി.

ഔപചാരികവസ്ത്രങ്ങളിഞ്ഞ് സ്ത്രീകളും പുരുഷന്മാരും കൂട്ടത്തിൽ പട്ടുചേല ഉടുത്ത പെണ്ണുങ്ങളും.

അവർ സംഘങ്ങളായി തിരിഞ്ഞ് സംസാരിച്ചുകൊണ്ടിരുന്നു. പെട്ടെ ന്നൊരുപറ്റം അപരിചിതരുടെ ഇടയിലേക്ക് കയറിച്ചെന്നപ്പോൾ അനുരാധ ആകെ പരിഭ്രമിച്ചു. വിമല ദേശ്പാണ്ഡേ മുന്നോട്ട് വന്നു. "ഹായ്.... അനു രാധ! എവിടെ വസന്ത്?"

"സുഖമില്ലാതെ കിടക്കുകയാണ്.." വിമല ദേശ്പാണ്ഡേ സഹതപിച്ചു. അവരുടെ ഒക്കത്തിരുന്ന ഓമനക്കുഞ്ഞിന്റെ കയ്യിലേക്ക് അനുരാധ പൂക്കൾ നൽകി.

കറുത്ത സൂട്ട് ധരിച്ച ചെറുപ്പക്കാരൻ കയ്യിൽ മൈക്കുമേന്തി വികാര നിർഭരമായ സ്വരത്തിൽ ഗാനമാലപിച്ചുകൊണ്ടിരുന്നു. മിസ്സിസ്സ് ബ്രഗാൻസ അരികിലേക്ക് വന്നു. ഭർത്താവ് ക്രിസ് ബ്രഗാൻസയേയും കുട്ടികളേയും പരിചയപ്പെടുത്തി.

കുട്ടികൾക്ക് പൂജയെ അറിയാം. അവർ പൂജയേയും വലിച്ച് കളി യ്ക്കാൻ പോയി. പെട്ടെന്നാണ് ആൾക്കൂട്ടത്തിന്നിടയിൽ നിന്നും നീലോല്പലത്തിൻ അമ്പുകൾ അനുരാധയുടെ മിഴികളിൽ വന്നു തട്ടി യത്.

അപ്പോളോ! അപ്രതീക്ഷിതമായ സമാഗമത്തിന്റെ ആനന്ദത്തള്ളിച്ചയിൽ അനുരാധ അനുരാഗവിവശയായി. അപ്പോളോ എഴുന്നേറ്റ് അവർക്കിടയിലേക്ക് വന്നു.

“ഇത് അനുരാധ. കേരളത്തിൽ നിന്നാണ്. ഇത് ഞങ്ങളുടെ സുഹൃത്ത് അപ്പോളോ ഹെർക്കുലീസ് എല്ലിസൺ..ടൊറന്റോയിലെ ചിത്രകാരൻ...” വിമല ദേശ്പാണ്ഡെ പരിചയപ്പെടുത്തി.

“ഹലോ...”

അപ്പോളോ ആദ്യമായി കാണുന്ന ഭാവത്തിൽ ഹസ്തദാനത്തിനായി കൈനീട്ടി. ആ കൈകളുടെ ഇളംചൂടിലേക്ക് തന്റെ തണുത്ത കൈത്തലം നേർത്ത് വിറയലോടെ വെച്ച് കൊടുത്ത് പിൻവലിക്കാനാകാതെ ഒരു നിമിഷം അനുരാധ സ്വയം നഷ്ടപ്പെട്ട് നിന്നു.

കേക്ക് മുറിക്കുന്നിടത്തേക്ക് എല്ലാവരേയും ക്ഷണിച്ചുകൊണ്ട് പ്രഖ്യാപനമുണ്ടായി. ആൾക്കൂട്ടത്തിനിടയിൽ അപ്പോളോയും അനുരാധയും പരസ്പരം കാണാതെ നിന്നു. എന്നിട്ടും അയാളുടെ ഗന്ധം നേർത്ത അലകളായി അവളെ തേടി വന്നുകൊണ്ടിരുന്നു.

“ഹാപ്പി ബർത്ത് ഡേ റ്റു യൂ....

ഹാപ്പി ബർത്ത് ഡേ റ്റൂയൂ...

ഹാപ്പി ബർത്ത് ഡേ ഡിയർ ടിറ്റു...”

ഗായകൻ ആനന്ദസ്വരത്തിൽ പാടി. കൂടെനിന്നവർ കൂടെ ഉച്ചത്തിൽ പാടി. മദ്യചഷകങ്ങൾ നിറഞ്ഞുതുളുമ്പി. “വേണ്ട നന്ദി. ഞാൻ മദ്യപിക്കാറില്ല...” അപ്പോളോ പറയുന്നത് അനുരാധ അമ്പരപ്പോടെ കേട്ടു. ആളുകൾ ഭക്ഷണത്തിനുള്ള വട്ടംകൂട്ടി. കുട്ടികൾ ചുറ്റും നടക്കുന്ന കാര്യങ്ങളിൽ താല്പര്യമില്ലാത്തമട്ടിൽ ഓടിനടന്നു. എല്ലാവരോടും ചിരിച്ചും ആരോടും ഒന്നും മിണ്ടാനില്ലാതെ അനുരാധ നിന്നു. വിമല വന്നു നിർബന്ധിച്ചപ്പോൾ അനുരാധ പ്ലേറ്റെടുത്തു വളരെ കുറച്ച് ആഹാരസാധനങ്ങൾ മാത്രം വിളമ്പിയെടുത്തു.

“അനുരാധ വെജിറ്റേറിയനാണോ....” മിസ്സിസ്സ് ബ്രിഗാൻസ അദ്ഭുതത്തോടെ ചോദിച്ചു.

“എന്തോ വയറിനു നല്ല സുഖമില്ല....” അനുരാധയുടെ കണ്ണുകൾ ക്രിസ്ബ്രഗാൻസുമായി സംസാരിച്ചുനിൽക്കുന്ന അപ്പോളോയിലേക്ക് നീണ്ടു. അയാളുടെ കണ്ണുകൾ അവളോട് ചിരിച്ചു. ഒരു ചിരി മതി. ഒരു നോട്ടം മതി ഒരാൾ ചിന്തിച്ചതൊക്കെ മറ്റെയാൾ അളന്നെടുക്കാൻ. ഇതാണ് പ്രണയം! പ്രണയത്തിന്റെ മാത്രം രസതന്ത്രം!

അനുരാഗമെന്തെന്ന് അറിയുന്നു അനുരാധ. അനുപമായ ചേതോവികാരമായി - വേദനയും ആനന്ദവും വേർതിരിച്ചെടുക്കാനാകത്തവിധം - അത് അവളുടെ നാഡീവ്യൂഹങ്ങളിലൂടെ പതഞ്ഞൊഴുകുന്നു. മാൺഡോറിന്യുടെ മാറിലൂടെ തഴുകി വന്ന കാറ്റ് അനുരാധയെ വിളിച്ചു.

അവൾ ആൾക്കൂട്ടത്തിൽനിന്നു മാറി മാണ്ഡോവിയുടെ കുണുങ്ങിയോട്ടം നോക്കിനിന്നു. കാസിനോയുടെ കൂറ്റൻ വള്ളം ചൂതാട്ടത്തിന്റെ ലഹരിയിൽ പുഴയിലൂടെ ഒഴുകി നടന്നു. അങ്ങിങ്ങായി, സാന്റാമോണിക്കയുടെ ബോട്ടുകൾ വെളിച്ചപൂക്കളായി മാണ്ഡോവിയിൽ ചിതറിക്കിടന്നു. അവയ്ക്കകത്ത് വിനോദയാത്രാസംഘത്തിന്റെ നൃത്തവും സംഗീതവും കൊഴുക്കുന്നു. അനുരാധയുടെ കണ്ണുകൾ ഇടയ്ക്കിടെ അപ്പോളോയിലേക്ക് എത്തിനിന്നു.

അതെപ്പൊഴൊക്കെ അങ്ങോട്ട് കുതിച്ചുവോ അപ്പോഴൊക്കെ അയാളുടേതുമായി ഇടഞ്ഞ് ഇടറിവീണു.

"കൺഗ്രാജുലേഷൻ...ആന്റ് സെലിബ്രേഷൻ....

വെൻ ഐ ടെൽ എവരിവൺ ദാറ്റ് യൂ ആർ ഇൻ ലൗവ് വിത്ത് മീ. കൺഗ്രാജുലേഷൻ ആന്റ് ജൂബിലേഷൻ ഐ വാണ്ട് ദ വേൾഡ് ടു നോ ഐ ആം ഹാപ്പി ഏസ് ക്യാൻ ബി...."

ഗായകൻ അനുരാധയ്ക്കും അപ്പോളേയ്ക്കും വേണ്ടി പാടുകയാണെന്ന് തോന്നി. സ്ത്രീപുരുഷന്മാരിൽ ചിലർ ജോഡികളായി തിരിഞ്ഞ്ബോൾ ഡാൻസ് തുടങ്ങി. ബ്രഗാൻസ ദമ്പതികൾ താളനിബദ്ധമായി നൃത്തം വെയ്ക്കുന്നത് നോക്കി അനുരാധ രസിച്ചുനിന്നു. "കമോൺ അപ്പോളോ.... നിങ്ങൾക്കിഷ്ടപ്പെട്ട ഒരു പെൺകുട്ടിയെ തിരഞ്ഞെടുത്ത് നൃത്തം ചെയ്യു....."

ആരോ അപ്പോളോയെ നിർബന്ധിച്ചു. അയാൾ പുഞ്ചിരിയോടെ എഴുന്നേറ്റ് നിന്നപ്പോൾ ആകാശത്തോളം വളർന്നതായി തോന്നി. സുന്ദരികളായ പെൺകിടാങ്ങൾ അയാളെ മോഹത്തോടെ നോക്കി നിന്നു. അപ്പോളോ അനുരാധയ്ക്കരികിലേക്ക് നടന്നു വന്നു.

"പ്ലീസ്...."

"അയ്യോ.... എനിക്ക് ഡാൻസൊന്നുമറിയില്ല..."

അനുരാധ വെള്ളക്കടലാസ്സ് പോലെ വിളർത്തു. "കമോൺ അനുരാധ... ജസ്റ്റ് ഫോർ ദ ഫൺ ഓഫ് ഇറ്റ്...." എൻജലീന നൃത്തം വയ്ക്കുന്നതിനിടെ വിളിച്ചു പറഞ്ഞു. "ഇത്രയും പെൺകുട്ടികൾ മഹാനായ ചിത്രകാരന്റെ ക്ഷണത്തിനായി കാത്തുനില്ക്കുകയായിരുന്നു. എന്നിട്ടും അദ്ദേഹം തിരഞ്ഞെടുക്കുന്നത് അനുരാധയെ അല്ലേ. ടെയ്ക്കിറ്റ് എസ് എ പ്രസ്റ്റീജ്." വിമല ദേശ്പാണ്ഡെ നിർബന്ധിച്ചു.

അനുരാധ അവിശ്വസനീയതയോടെ അങ്കലപ്പോടെ അപ്പോളോയേ നോക്കി. അയാളുടെ കൈ അനുരാധയുടെ അരക്കെട്ടിലമർന്നു. ഒരു കരമെടുത്ത് ചുമലിലേക്ക് വച്ചു. അതിവേഗം അനുരാധയുടെ കാലുകളിൽ താളം നിറഞ്ഞു. ഇന്നേവരെ നൃത്തം ചെയ്യാത്ത അനുരാധ ഒരു വിദഗ്ദ്ധ നർത്തകിയെപ്പോലെ അപ്പോളോയുടെ കൈകളിൽ ചുവടുവെച്ചു നീങ്ങി. ആകാശത്തിലൂടെ രണ്ട് മേഘത്തുണ്ടുകളായി പാറുകയാണ്

തങ്ങളെന്ന് അനുരാധയ്ക്ക് തോന്നി. ചുറ്റിനുമുള്ള ലോകം അന്ധകാര ത്തിലാണ്ടുപോയി. എല്ലാ മനുഷ്യരും കളിമൺ പ്രതിമകളായി.

ഇനി അപ്പോളോയും അനുരാധയും മാത്രം! മനോഹരാംഗിയായ രാത്രിയും പെയ്തിറങ്ങുന്ന നിലാവും അപ്പോളോയ്ക്കും അനുരാധയ്ക്കും വേണ്ടി! കുളിർത്തകാറ്റും പതഞ്ഞൊഴുകുന്ന മാണ്ഡോവിയുടെ മാറിൽ വീണുറങ്ങുന്ന നക്ഷത്രക്കുഞ്ഞുങ്ങളും അനുരാധയ്ക്കും അപ്പോ ളോയ്ക്കും വേണ്ടി!

തൊടുന്നിടത്തെല്ലാം വിദ്യുത് തരംഗങ്ങൾ.

നോക്കുന്നിടത്തെല്ലാം അഗ്നിശലഭങ്ങൾ.

അനുരാധ സ്നേഹംകൊണ്ട് മുറിഞ്ഞു. വേദനകൊണ്ട് നീറി. കണ്ണീരു കൊണ്ട് ചിരിച്ചു.

ചുറ്റും നിന്നുയരുന്ന കരഘോഷം. "ഗംഭീരമായിരിക്കുന്നു. ഇതാണോ നൃത്തമറിയില്ലെന്ന് പറഞ്ഞത്." അഭിനന്ദന പ്രവാഹം. അനുരാധ നന്ദി സൂചകമായി ചിരിച്ചു. അപ്പോളോയുടെ കണ്ണുകളിൽ അഭിമാനത്തിന്റെ തിരയിളക്കം. അനുരാധ പൂജയെ വിളിച്ച് പഞ്ചിം തെരുവിലേക്കിറങ്ങി.

"ഞങ്ങൾ മീരാമാറിലേക്കാണ്. വരൂ..." ബ്രിഗാൻസാ കുടുംബം കാർ തിരിച്ചു നിർത്തി. വീട്ടിലെത്തുമ്പോൾ അകത്തളങ്ങളിൽ ഇരുട്ടുമാത്രം. വസന്തിനായി ചെടിച്ചട്ടിക്കടിയിൽ കരുതിവെച്ച കീ അവിടെതന്നെ ഭദ്രം. പൂജ അകത്തു കടന്ന് വിളക്കുകൾ തെളിച്ചു.

"മേംസാബിന്റെ കൂടെ നൃത്തം ചെയ്ത വെളുത്ത സാബ് എന്ത് സുന്ദ രനാണ്. മേംസാബിന്റെ സാബ് അയാളായിരുന്നുവെങ്കിൽ എന്നു ഞാൻ ആഗ്രഹിച്ചുപോയി" പൂജ പറയുന്നത് കേട്ട് അനുരാധയുടെ ഹൃദയം തളിർത്തു.

എന്നിട്ടും "വിഡ്ഢിത്തം പറയാതിരിക്കൂ...." എന്നു കാർക്കശ്യത്തോടെ അവളെ നോക്കി അനുരാധ മുകളിലേയ്ക്ക് കയറിപ്പോയി.

വസന്തും കത്രീനയും നുരയുന്ന സ്ഫടികഗ്ലാസ്സുകൾക്കപ്പുറവും ഇപ്പുറവും കണ്ണുകൾ കോർത്തിരിക്കുകയാണോ? അതോ കരീബിയൻ മേളക്കൊഴുപ്പിനൊത്ത് തീവളയങ്ങൾക്കുള്ളിൽ നൃത്തം വയ്ക്കുന്ന അഗ്നി നർത്തകരുടെയൊപ്പം ആടിത്തിമർക്കുകയാണോ?

കുന്നിൻപുറത്തെ ബംഗ്ലാവിൽ വെളിച്ചം തെളിഞ്ഞു. ഇത്രവേഗം പോന്നുവോ? എന്നെ തീരെ അറിയില്ല. അല്ലേ? അനുരാധ ചോദിച്ചു വളരെ അടുത്തറിയുന്നവർ... യുഗങ്ങളായി അറിയുന്നവർ... തീർത്തും അപരിചിതരെപ്പോലെ ചുറ്റമുള്ളവരുടെ കണ്ണിൽ മായപ്പൊടി വിതറുന്ന ആ ജാലവിദ്യ അതെനിക്കിഷ്ടമായി

ഏറ്റവും തീക്ഷ്ണമായ ചുംബനത്തേക്കാൾ മാധുര്യം ആൾക്കൂട്ട ത്തിനിടയിലൂടെ പാറി വീഴുന്നൊരു നോട്ടത്തിന് ഉണ്ടാകുന്നതെങ്ങനെ? അനുരാധ ഇറ്റുവീഴുന്ന നീലനിലാവിനോട് ചോദിച്ചു.

"അടുക്കുമ്പോൾ അകലെയാണെന്ന് തോന്നും. അകലെയൊഴുകുമ്പോൾ അടുത്താണെന്നും. വളരെ അടുത്ത്...."

അപ്പോളോ നിലാവിനോട് മന്ത്രിച്ചു. ആകാശത്തിന്റെ മേനിയിൽ ചന്ദ്രന്റെ നഖമുനയേറ്റ് സ്നേഹക്ഷതങ്ങളായി താരകങ്ങൾ വിരിയുന്നത് അനുരാധയും അപ്പോളോയും കണ്ടു.

ആറ്

"വസന്ത്.....എഴുന്നേൽക്ക്...."

അനുരാധ രാവിലെ മുതൽ പലയാവർത്തി പറഞ്ഞത് വീണ്ടും പറഞ്ഞു. എല്ലാതവണത്തേയും പോലെ അയാൾ അസ്വസ്ഥമായ സീൽക്കാരത്തോടെ തിരിഞ്ഞുകിടന്നു.

പാതിരാത്രിയിലെപ്പോഴൊ ആണ് വസന്ത് കയറി വന്നത്. വല്ലാതെ മദ്യപിച്ച്... കാലുകൾ ഉറയ്ക്കാതെ.

വന്നു കയറിയതും അയാൾ വല്ലാതെ ഛർദ്ദിച്ചു. ഓക്കാനിക്കുന്ന ശബ്ദമാണ് അനുരാധയെ ഉണർത്തിയത്. "എന്തേ... എന്തു പറ്റി...?" അവൾ ഓടിച്ചെന്നു. ഒന്നുമില്ലെന്ന് ആംഗ്യം കാണിച്ച് അയാൾ കട്ടിലിലേക്ക് വീണു.

"സാബ് ഇനിയും എഴുന്നേറ്റില്ലേ?" താഴേക്കു ചെന്നപ്പോൾ പൂജ ചോദിച്ചു. അനുരാധ ഒന്നും മിണ്ടാതെ റൊട്ടി കയ്യിലെടുത്ത് വെണ്ണ പുരട്ടിക്കൊണ്ടിരുന്നു. ആവി പറക്കുന്ന കാപ്പി മുന്നിൽകൊണ്ടുവെച്ച് പൂജ പതുക്കെ പറഞ്ഞു. "സാരമില്ല, തലയ്ക്കു മന്ദത കാണും. ഇന്നലെ വരുമ്പോൾ കാല് നിലത്തായിരുന്നില്ല. ഇത്രയം മദ്യപിച്ച നിലയിൽ സാബിനെ കണ്ടിട്ടില്ല. ഒരു പെൺകുട്ടിയാണ് സ്കൂട്ടിയിൽ കൊണ്ടു വിട്ടത്." കത്രീന, ബോംബെയിലെ തന്റെ മല്ലു സുഹൃത്തിനോട് ഗോവയിലെ ഒഴിവുകാലത്ത് വീണുകിട്ടിയ ഒരു നേരമ്പോക്കിനെ കുറിച്ച് എന്താണ് പറയുക?

"ഓ.. സച്ച് എ ലവ്ബിൽ കോക്സ് - കോംബ്" എന്നോ?

അനുരാധ കുളിച്ചു. നനഞ്ഞ തലമുടി വിടർത്തിയിട്ട് പുറത്തേക്കിറങ്ങി. ഗാസ്പർ ഡയ്സ് ടെന്നീസ് ക്ലബ്ബിൽനിന്നു കളികഴിഞ്ഞിറങ്ങി പോകുന്ന കുട്ടി ട്രൗസർ ധരിച്ച പെൺകുട്ടികൾ.

ബീച്ചിൽ വിനോദയാത്ര വന്ന കോളേജ് കുട്ടികൾ ബഹളം വെച്ചു. വെളുപ്പും കറുപ്പും വസ്ത്രങ്ങളിഞ്ഞ പെൻഗ്വിനുകളെപ്പോലെ നടന്നു നീങ്ങുന്ന കന്യാസ്ത്രീകൾ.

കേരള റജിസ്ട്രേഷൻ ബസ്സ് കണ്ട് അനുരാധ ശ്രദ്ധിച്ചു. ബസ്സിനുള്ളിൽ നിന്നും ആൺകുട്ടികൾ കൂകിവിളിച്ചും പാട്ട് മൂളിയും ശ്രദ്ധ പിടിച്ചു

പറ്റാൻ ശ്രമിച്ചു. കടലിലെ തിരകളോട് കളിച്ചുകൊണ്ടിരുന്ന അനുരാധ യ്ക്കരികിലേക്ക് അപ്പോളോ വന്നു.

"ഹായ്..."

"ഹലോ..." അനുരാധ നമ്രമുഖിയായി. തലേരാത്രിയിലെ താളനിബദ്ധ മായ നൃത്തച്ചുവടുകൾ അവളുടെ സിരകളിലൂടെ തെന്നിത്തെന്നിപ്പോയി.

മധുരിക്കുന്ന മൗനം. മൃദുവായ മൗനം. എത്രനേരം... എത്ര ദൂരം. തിരകളോടൊത്ത് സഞ്ചരിച്ചുവെന്നറിഞ്ഞുകൂട.

"പോട്ടെ... വസന്ത് വീട്ടിലുണ്ട്...?"

"നിങ്ങളുടെ ഭർത്താവിന്റെ കൂട്ടുകാരി മിടുക്കിയാണ്. എന്താണവളുടെ പേര്?"

അനുരാധ അമ്പരപ്പോടെ അപ്പോളോയെ നോക്കി: "കത്രീന..."

"കത്രീന.. ഏ പൈറോ....?"

"അല്ല... കത്രീന മൊണ്ടെയ്റോ...? ആരാണ് കത്രീന പൈറോ?"

"ദാ.... അത്. ഇന്ത്യയിൽ ആദ്യമായി കാലുകുത്തിയ പോർച്ചുഗീസു കാരി പെൺകിടാവ്.

"ആരു പറഞ്ഞു?"

"വുഡ്രോ... എന്റെ നല്ലവനായ പാചകക്കാരൻ. പാചകക്കാരൻ മാത്ര മല്ല. നല്ല കഥ പറച്ചിലുകാരനുമാണ്." അപ്പോളോ ചിരിച്ചു.

"കത്രീന മൊണ്ടെയ്റോയെപ്പോലെ അവളും സുന്ദരിയായിരുന്നു. പക്ഷേ പാവമായിരുന്നു. പോർച്ചുഗലിലെ ഒരു ഗ്രാമത്തിൽ അച്ഛനാരാ ണെന്നറിയാതെ പരിഹാസം തിന്നാണ് അവൾ വളർന്നത്. പതിനാറാ മത്തെ വയസ്സിൽ മുപ്പതുകാരനായ കാമുകന്റെ കയ്യും പിടിച്ച് ഇവിടെ വന്നിറങ്ങി. ജീവിച്ചു തുടങ്ങും മുമ്പേ മരണം അവളെ കാർന്നെടുത്തു. മരണക്കിടക്കയിൽ വധുവാകാനായിരുന്നു കത്രീനയുടെ വിധി. ഓൾഡ് ഗോവയിൽ ആൽബുക്കർക്കിന്റെ പടക്കപ്പലുകൾ ആദിർഷായുടേതായി ഏറ്റുമുട്ടിയ സ്ഥലത്ത് ചർച്ച് ഓഫ് റോസാരിയോ ഉണ്ട്. അവിടത്തെ ശവ കുടീരത്തിൽ കത്രീന ഉറങ്ങുന്നുണ്ട്.

അനുരാധയ്ക്ക് കരച്ചിൽ വന്നു. എല്ലാ പ്രണയങ്ങളും ദുരന്തങ്ങ ളാണോ?

അവളുടെ മനസ്സ് തൊട്ടറിഞ്ഞത് പോലെ അപ്പോളോ പറഞ്ഞു.

"അല്ല, ഒരിക്കലുമല്ല."

ദുരന്തങ്ങളായ പ്രണയങ്ങളെക്കുറിച്ച് മാത്രമാണ് ആളുകൾ ആവശ്യ ത്തിലേറെ സംസാരിക്കുന്നത്.

മുകളിലേക്ക് മുകളിലേക്ക് പറന്നുയരാൻ വെമ്പുമ്പോൾ താഴേക്കുള്ള ചരടിന്റെ അറ്റത്ത് പിടിമുറുകുന്നതറിയുന്ന ഒരു പട്ടമാണ് താനെന്ന് അനു രാധയ്ക്ക് തോന്നി.

ഈ പട്ടത്തിന്റെ ചരടു പൊട്ടിയാൽ ഒരായിരം ചരടുകൾ വന്നു കെട്ടി മുറുക്കി അവളെ താഴേക്ക് വലിച്ചിറക്കും. അനുരാധ ചെല്ലുമ്പോൾ വസന്ത് ഉണർന്നു കിടക്കുകയായിരുന്നു.

"എഴുന്നേറ്റ് ഫ്രഷ് ആകൂ വസന്ത്. നേരമെത്രയായെന്നോ...?" വസന്ത് ചുമന്നു.

"എത്രയായാലെന്താ...? സ്കൂളിൽ പോകുന്ന കുട്ടിയൊന്നുമല്ലല്ലോ ഞാൻ, എപ്പോഴുണരണമെന്നും എപ്പോഴുറങ്ങണമെന്നും എനിക്കറിയാം." വസന്ത് വല്ലാതെ ക്ഷോഭിക്കുന്നത് എന്തിനാണെന്ന് അനുരാധയ്ക്കറിയാം. അവളുടെ ചോദ്യങ്ങളെ വായിൽവെച്ച് തന്നെ മുറുക്കിക്കെട്ടി അയാൾ. അനുരാധ മൊബൈൽ കയ്യിലെടുത്ത് ഒരു ഗെയ്മിലേക്ക് കൂപ്പുകുത്തി. പെട്ടെന്നവൾ കൂട്ടുകാരെ ഓർത്തു. നാളെത്രയായി അവരോടൊന്നു ഉള്ളുതുറന്ന് സംസാരിച്ചിട്ട്. തമാശകൾപൊട്ടിച്ച് ചിരിച്ചിട്ടും!

ഒന്നുരണ്ടുപേർ വിളിച്ചിരുന്നു. കല്യാണപ്പിറ്റേന്ന്. ആദ്യരാത്രിയുടെ അദ്ഭുതകഥകളറിയാൻ. എങ്ങോട്ടോ പോകാനിറങ്ങുകയായിരുന്നു. പിന്നീട് വിളിക്കാമെന്ന് പറഞ്ഞ് വെച്ചു. വിളിച്ചുമില്ല. അനുരാധയോട് അവർ പരിഭവിക്കുന്നുണ്ടാകും. മധുവിധുവിന്റെ മൂഢസ്വർഗ്ഗത്തിൽ വസന്ത് എന്ന ഒറ്റ സൂര്യഗോളത്തിന് ചുറ്റിനും ഭ്രമണം ചെയ്തുകൊണ്ടിരിക്കുകയാണവൾ എന്ന് അവർ വല്ലാതെ തെറ്റിദ്ധരിച്ചിട്ടുണ്ടാകും.

പപ്പയോടും അമ്മയോടും സംസാരിച്ചിട്ടുപോലും രണ്ടുദിവസമായി. ഈശ്വരാ...!

അനുരാധയുടെയും വസന്തിന്റെയും സ്വകാര്യനിമിഷങ്ങളുടെ ചാരുത കെടുത്താതെ മാറി നില്ക്കുകയാണ് അവർ. പക്ഷേ അനുരാധ?

അനുരാധയ്ക്ക് എങ്ങിനെ അതിന് കഴിഞ്ഞു. പപ്പയുടെ വിളി കേൾക്കാതെ ഉണരാൻ... അമ്മയുടെ ഉമ്മ വാങ്ങാതെ ഉറങ്ങാൻ. കഴിഞ്ഞ കുറെ നിമിഷങ്ങളിൽ അനുരാധ എല്ലാം മറന്നിരിക്കുന്നു. അനുരാധ തന്നെത്തന്നെ മറന്നിരിക്കുന്നു.

അപ്പോളോയുടെ ഹൃദയത്തിലെ അഗ്വാദ കോട്ടയിലെ പ്രണയത്തടവുകാരിയായിത്തീർന്നിരിക്കുന്നു അവൾ. അനുരാധ ബാൽക്കോവിലേക്ക് ചെന്നു. അകലെ കുന്നിൻപുറത്ത് നരച്ച കിളിക്കൂട്. അതിനകത്ത് ഇണക്കിളിയുടെ ചിറകനകം. അനുരാധ കാണാതെ കണ്ടു. കേൾക്കാതെ കേട്ടു.

"ഊണെടുത്ത് വെച്ചിട്ടുണ്ട്..." പൂജ വിളിച്ചു.

"വസന്ത് എന്തു ചെയ്യുന്നു...?"

"ടിവി കണ്ട് കിടക്കുകയാണ്...."

തോന്നുമ്പോൾ എഴുന്നേൽക്കട്ടെ. വിളിക്കുന്നില്ല. ഇങ്ങോട്ട് വന്നു വിളിച്ചിട്ടേ ഉണ്ണുന്നുള്ളു. അനുരാധ വാശിക്കാരിക്കുട്ടിയായി. പൂജ കൂടെക്കൂടെ വന്നു ശല്യം ചെയ്തില്ല. രണ്ടു മൗനങ്ങൾ ഉറഞ്ഞുകൂടി വൻ പാറകളാകുന്നത് അവൾ അറിഞ്ഞ് കാണും.

അവ കൂട്ടിയുരുമ്മി തീമഴ പെയുമ്പോൾ പൊള്ളാതെ ഒഴിഞ്ഞു നില്ക്കാമെന്ന് തോന്നിക്കാണും.

ടി.വി. ഓഫ് ചെയ്യാതെ വസന്ത് എഴുന്നേറ്റ് കുളിക്കാൻ പോകുന്നത് അനുരാധ അറിഞ്ഞു.

മുറിയിലേക്ക് വന്ന് അവൾ റിമോട്ട് കൺട്രോളർ കയ്യിലെടുത്തു. ബി. ബി.സി.യിൽ നിന്നും കാർട്ടൂൺ നെറ്റ് വർക്കിലേക്കൊരു ചാട്ടം വെച്ചു കൊടുത്തു അനുരാധ.

ഒലീവ് ഓയിലിന്റെ മനം കവരാൻ പൊപ്പോയും ബ്ലൂട്ടോയും പാര വെച്ചും കുതികാൽ വെട്ടിയും മുന്നേറിക്കൊണ്ടിരുന്നു. എല്ലാ കുട്ടികളും പൊപ്പോയുടെ പക്ഷത്താകുമ്പോൾ അനുരാധ മാത്രം എന്തോ തടിയനും മണ്ടനുമായ ബ്ലൂട്ടോയേ സ്നേഹിച്ചു.

വസന്ത് കുളികഴിഞ്ഞ് വരുന്നതും വസ്ത്രം മാറുന്നതും മുടി ചീകുന്നതും പാടെ അവഗണിച്ചുകൊണ്ട് അനുരാധ ബ്ലോട്ടോയുടെ പുറകെ പാഞ്ഞു. ഒടുവിൽ വസന്ത് അവളുടെ അരികിലേക്ക് നീങ്ങി നിന്ന് ചുമലിൽ തൊട്ടു.

“വരൂ... എന്തെങ്കിലും കഴിക്കാം...”

വസന്തിന്റെ സ്വരത്തിൽ കുറ്റബോധത്തിന്റെ നനവ്. അനുരാധയുടെ നെഞ്ചിലൊരു തീക്കട്ട വീണു. അനുരാധ വസന്തിനോട് തെറ്റു പറയുകയാണോ? അനുരാധ അനുരാധയോടല്ലെ തെറ്റു ചെയ്യുന്നത്. അപ്പോളോയോടല്ല തെറ്റ് ചെയ്യുന്നത്. ജന്മങ്ങളായി ജയങ്ങളായി കാത്തിരുന്ന ആൾ മുമ്പിൽ വന്നു നിന്നിട്ടും സ്നേഹം ഭിക്ഷക്കായി ചോദിച്ചിട്ടും ഹൃദയ വാതിലുകൾ കൊട്ടിയടച്ച് അനുരാധ തന്റെ ജീവിതത്തോടും പ്രണയത്തോടുമല്ലേ തെറ്റ് ചെയ്യുന്നത്.

വസന്തും അനുരാധയും ഒന്നിച്ചിരുന്ന് ഉണ്ടു. വസന്തിന്റെ മാറിൽ ഒരു മൗനമായി വിങ്ങി കിടക്കേ നീലസമുദ്രങ്ങളേയും മാതളമുത്തുകളേയും മനസ്സിൽ നിന്നു മായ്ച്ചുകളയാൻ ശ്രമിച്ചു അനുരാധ. സൂര്യതേജസ്സ് മുഖം മറക്കാൻ ശ്രമിച്ചു അനുരാധ. തുറന്നിട്ട ജനാലയിലൂടെ കുന്നിൻപുറത്തേക്ക് മിഴികൾ നീണ്ടുപോകാതെ തടയിട്ടു അനുരാധ.

വസന്തും ശ്രമിച്ചു. നിരന്തരം കൊഞ്ചിക്കൊണ്ടിരുന്ന മൊബൈൽ കുഞ്ഞിന്റെ വായ് മുറുക്കികെട്ടാൻ, ഇന്നലത്തെ രാത്രിയുടെ നീലിമ മറക്കാൻ. പൊക്കിൾക്കൊടിയിലെ കുഞ്ഞു ചന്ദ്രോദയത്തിളക്കം മറക്കാൻ.

വസന്തും അനുരാധയും പരസ്പരം സ്നേഹിക്കാൻ ശ്രമിച്ചു. അതിനു കഴിയാതെ വന്നപ്പോൾ അവർ സ്നേഹിക്കുന്നതായി ഭാവിക്കാൻ ശ്രമിച്ചു. അതിനും കഴിയാതെ വരരുതേ എന്ന് വസന്തും അനുരാധയും പ്രാർത്ഥിച്ചു. വൈകുന്നേരം വസന്തും അനുരാധയും പഞ്ചിമിലേക്ക് പോയി. മാണ്ഡോവിയുടെ തീരത്തുകൂടെ അവർ ഒന്നും മിണ്ടാതെ നഗരം കണ്ടു നടന്നു.

അനുരാധയുടെ മനസ്സ് വിണ്ടുകീറി. ഒരു മഴത്തുള്ളിക്ക് വേണ്ടി ദാഹിച്ചു. രൂപവാനായ പുരുഷന്റെ സ്നേഹനിർഭരങ്ങളായ നീലമിഴികൾ അവളുടെ ഉൾത്തട്ടിൽ ഒന്ന് അടഞ്ഞു തുറന്നു. അനുരാധയ്ക്ക് വേദനിച്ചു. അവൾക്ക് വേദനിച്ചു. അവൾ കയ്യമർത്തി ആ കൺപോളകളെ അടച്ചുവെച്ചു.

"നമ്മൾക്കവിടെയിരിക്കാം...."

തിരക്കു പിടിച്ച നഗരവീഥിയെ രണ്ടായി പകുത്ത് അങ്ങിങ്ങായി നിൽക്കുന്ന കൊച്ചുകൊച്ചു പൂന്തോട്ടങ്ങളും പച്ചപ്പുൽപരവതാനിയും സിമന്റുബെഞ്ചുകളും മനോഹരശില്പങ്ങളും അനുരാധയെ കൊതിപ്പിച്ചു.

"എന്തിനാപ്പോ അവിടെ ഇരിയ്ക്കുന്നത്...?"

വസന്ത് മുമ്പോട്ടുതന്നെ നടന്നു. അനുരാധയുടെ സ്വപ്നങ്ങളെ ചവിട്ടിമെതിക്കുകയാണ് വസന്തിന്റെ നിയോഗമെന്ന് അവൾക്കു തോന്നി.

വൈൻകടകളിൽനിന്നും സ്ത്രീകളും കുട്ടികളും ഉൾപ്പെടെ കുടുംബാംഗങ്ങൾ ഇറങ്ങിവന്നു. വഴിയോരത്ത് ചാഞ്ഞുകിടക്കുന്ന ഡാഷ്ഹൻഡ് അനുരാധയോട് ചിരപരിചിതയോടെന്നപോലെ വാലിളക്കി കാണിച്ചു.

വസന്ത് കശുവണ്ടിക്കടയിൽ നിന്നും രണ്ടു ചെറിയ പായ്ക്കറ്റ് അണ്ടിപ്പരിപ്പ് വാങ്ങിച്ചു. ഒന്ന് അനുരാധയ്ക്ക് നീട്ടി.

"ഇവിടെ നല്ല വിലക്കുറവാണ്."

എതിരെ നിന്ന് വിമല ദേശ്പാണ്ഡെയും മകനും നടന്നു വന്നു.

"ഹലോ... എങ്ങനെ പോകുന്നു ഹണിമൂണേഴ്സിന്റെ ഗോവ പര്യടനം?"

"നന്നായി പോകുന്നു." വസന്ത് അണ്ടിപ്പരിപ്പ് അവർക്ക് നേരെ നീട്ടു. വിമല ദേശ്പാണ്ഡെ മര്യാദയുടെ പേരിൽ അതിൽ നിന്നും രണ്ടെണ്ണമെടുത്ത് മകന്റെ കൈയ്യിലേക്ക് വെച്ചുകൊടുത്തു.

"എന്നാണ് മടക്കം?"

"മടങ്ങാറായി. മറ്റന്നാൾ പുറപ്പെടും."

വസന്തിന്റെ മറുപടിയിൽ തീയിൽ ചവിട്ടിയിട്ടെന്നപോലെ അനുരാധയൊന്ന് പൊള്ളിപ്പിടഞ്ഞു.

പോകും. പോകണം. പോകാൻ തന്നെയാണ് വന്നത്. അക്കരെയൊരു ലോകം.. അവിടെ വിഘ്നമില്ലാതൊഴുകിക്കൊണ്ടിരിക്കുന്ന ചില ജീവിതങ്ങൾ. ചര്യകൾ... ബന്ധങ്ങൾ.... എല്ലാറ്റിനും താൽക്കാലികമായി അർദ്ധവിരാമമിട്ട് ഇറങ്ങിപ്പോന്നതാണ്.

ഒക്കെ പൂർത്തിയാക്കാൻ... മരണംവരെ ജീവിക്കാൻ അനുരാധയ്ക്ക് പോയേ തീരൂ. ഞായറാഴ്ച മടങ്ങാമെന്ന് തീരുമാനിച്ചുതന്നെയാണ് അനുരാധ ഗോവപുരിയിലെക്ക് വന്നത്.

പോകുമ്പോൾ... ദിവസങ്ങൾക്കുള്ളിൽ പിരിഞ്ഞ് പറന്നുപോകുന്ന വസന്തിനെ ചൊല്ലി ഹൃദയം വിരഹാഗ്നിയിൽ വേവുകയായിരിക്കും എന്ന് അവൾ മുമ്പേ ചിന്തിച്ചിരുന്നു.

പക്ഷേ ഗോമന്തകത്തെ രാവുകളും പകലുകളും അനുരാധയയുടെ വിധി മാറ്റിയെഴുതിയിരിക്കുന്നു.

മടങ്ങുമ്പോൾ അനുരാധ മനസ്സിൽ കൊണ്ടുപോകുക അവാച്യമാധുര്യമൂറും ഓർമ്മകളും വിരഹാർദ്രയായി പെയ്യാനൊരുങ്ങുന്ന ഒരു ആകാശവും. പക്ഷേ ഇനിയവളുടെ മധുരപ്രണയകഥയിലും വീരകഥയിലും നിറഞ്ഞാടാൻ പോകുന്നത് ജന്മാന്തരസുകൃതമായി തേടിവന്ന ആൾ. ഇടയ്ക്കെപ്പോഴോ കയറി നിന്നു. അവർക്കിടയിൽ മതിൽക്കെട്ടിത്തിരിച്ചവനല്ല. ആ മതിലിൽ പിടിച്ച് പിടിച്ച് അനുരാധ ജന്മത്തിന്റെ അറ്റത്തെത്തി നടന്നുപോയേക്കും.

പക്ഷേ അപ്പോഴൊക്കെ അനുരാധ കാതോർക്കുന്നത് മതിലിനുമപ്പുറമുള്ള സ്പന്ദനത്തിലായിരിക്കും. ഈ മതിലിനപ്പുറം എന്തായിരിക്കും.

മറ്റൊരു മതിലായിരിക്കാം. ഈശ്വരാ... എത്ര നാൾ.... എത്രനാൾ അനുരാധ വിരഹിണിയായി അലഞ്ഞുതിരിയും. ഇനിയുമെത്ര യുഗങ്ങൾ.... എത്ര ജന്മങ്ങൾ.

റോട്ട് വീലറുമായി ഒരു കിഴവൻ അവരെ കടന്നുപോയി. "കലാ അക്കാഡമിയിൽ നാളെയൊരു നാടകമുണ്ട്. ഞങ്ങൾ കുറച്ച് നാടകസ്നേഹികൾ അവതരിപ്പിക്കുന്നതാണ്. ഗോവയിൽ ഇപ്പോഴും നാടക സംസ്ക്കാരം വളരെ തീവ്രമാണ്. വരണം."

വിമല ദേശ്പാണ്ഡെ രണ്ടു ടിക്കറ്റുകൾ നീട്ടി. സാന്റാമോണിക്കയുടെ കൗണ്ടറിൽ നിന്നും ടിക്കറ്റെടുത്ത് അനുരാധയും വസന്തും സവാരി ബോട്ടിലേക്ക് കയറി.

അതോടൊപ്പം അവരെപ്പോലെ മറ്റനേകം യുവതീയുവാക്കൾ. "ദിസ് ഈസ് ദ ടൈം റ്റു ഡിസ്ക്കോ..." ഉച്ചഭാഷിണയിൽ മുഴങ്ങുന്ന സംഗീതം. നിരത്തിയിട്ട കസേരകളിൽ ആളുകൾ വണ്ടിന്റെ മൂളിച്ചയോടെ ഇടം കണ്ടെത്തികൊണ്ടിരുന്നു.

മാണ്ഡോവിയുടെ നെഞ്ചിലൂടെ ഒരു പ്രയാണം. തുള്ളിക്കളിക്കുന്ന അലകളെ നോക്കി അനുരാധ ഇരുന്നു. "ഹായ് വസന്ത്...!" വശ്യമായ സ്വരം അവളെ ഉണർത്തി. കത്രീന മൊൺടെയ്റോ...! വസന്ത് വിളർക്കുന്നതും കണ്ണുകൾകൊണ്ടെന്തോ തടുക്കുന്നതും അനുരാധ അറിഞ്ഞു. കത്രീന സംസാരത്തിൽ ശ്രദ്ധ പാലിച്ചു.

"ഹലോ അനുരാധ.... സുഖമാണോ?"

"സുഖമാണ്" അനുരാധ മനോഹരമായി ചിരിച്ചു. ഒന്നുരണ്ട് ഉപചാര വാക്കുകൾ കൈമാറി കത്രീനയും സുഹൃത്തുക്കളും അവർക്ക് ചുറ്റിലായിരുന്നു. നിലവാരം കുറഞ്ഞ തമാശകൾ. അമർത്തിയ ചിരികൾ.

വസന്ത് അസ്വസ്ഥനാകുന്നത് അയാളുടെ ചെന്നിമുഴ ത്രസിക്കുന്നത് നെറ്റിത്തടം നനയുന്നത് അനുരാധ അറിഞ്ഞു.

ഇപ്പോൾ, പോക്കറ്റിൽ നിന്നും ഒരു ഇറേസർ വലിച്ചെടുത്ത് അനുരാധയെ മായ്ച്ചുകളയണമെന്ന് വസന്ത് ആഗ്രഹിക്കുന്നുണ്ടാകും.

ആവശ്യമുള്ളവരെ വരച്ചുചേർക്കാനും ആവശ്യമില്ലാത്തവരെ മായ്ച്ചുകളയാനും കഴിയുന്നൊരു പെൻസിൽ ഡ്രോയിങ്ങ് ആയിരുന്നു ജീവിതമെങ്കിലെന്ന് ഏതൊക്കെയോ നിമിഷങ്ങളിൽ അനുരാധയും ആഗ്രഹിച്ചു പോയതാണല്ലോ. ചടുലമായ ഭാഷയിൽ ഹൃദയത്തിൽ തൊടുന്ന സ്വരത്തിൽ ഒരു യുവാവ് എല്ലാവർക്കും സ്വാഗതം പറഞ്ഞു.

ഗായകരും നർത്തകരും മാറി മാറി വന്നു. പോർച്ചുഗീസ് നൃത്തവും ഗോവൻ സംഗീതവും ഹിന്ദിപോപ്പും എല്ലാം ഒന്നു പുറകെ ഒന്നൊന്നായി...

തലയിൽ പാളത്തൊപ്പിയണിഞ്ഞ മുക്കുവനും സാരികൊണ്ട് താറുടുത്ത മുക്കുവത്തിയും ആടിത്തിമർത്തതിനൊത്ത് ആൾക്കൂട്ടം ഇരമ്പി.

പുറകെയെത്തിയ പോർച്ചുഗീസ് നർത്തകരുടെ ഉടലുകൾ ദ്രുതതാളത്തിൽ തിമർത്താടി. ഗായകൻ കുഞ്ഞുങ്ങളെ നൃത്തം ചെയ്യാനായി പ്ലാറ്റ് ഫോമിലേക്ക് ക്ഷണിച്ചു. ക്ഷണം കാത്തിരുന്നതുപോലെ അച്ഛനമ്മമാരുടെ മടിത്തട്ടിൽ നിന്നൂർന്നിറങ്ങി പ്ലാറ്റ്ഫോമിലേക്ക് ഓടിക്കയറി പൂത്തുമ്പികളെല്ലാം തുള്ളിക്കളിക്കാൻ തുടങ്ങി. പാട്ടു കഴിഞ്ഞിട്ടും ഇറങ്ങാൻ കൂട്ടാക്കാത്ത ചില കുസൃതികൾ നൃത്തം തുടർന്നു. ഓമനത്തമുള്ള ആ കാഴ്ചയുടെ രസം നുകർന്ന് അനുരാധ പതിയെ ചിരിച്ചു വസന്തിനെ നോക്കി.

അയാളുടെ കണ്ണുകൾ ഒന്നും കാണുന്നുണ്ടായിരുന്നില്ലെന്നും കാതുകൾ കേൾക്കുന്നില്ല എന്നും തോന്നി.

പിന്നിൽ നിന്നും ഒഴുകിവരുന്ന മാദഗഗന്ധത്തിൻ അലകളിൽപ്പെട്ട് ശ്വാസത്തിനായി പിടയ്ക്കുകയായിരിക്കുമോ അയാൾ?

"നൗ ഇറ്റീസ് യുവർ ടേൺ ലേഡീസ് ആന്റ് ജെന്റിൽമെൻ. ഓൾ റൊമാന്റിക് കപ്പിൾസ് പ്ലീസ് കം അപ്പ് റ്റു ദി സ്റ്റേജ്. ലെറ്റ ഓൾ ദ ബിഹോൾഡേഴ്സ് ബി എൻടേങ്കിൾഡ് വിത്ത് ഇൻ ദ സ്പെൽ ഓഫ് യുവർ എൻചാന്റിങ്ങ് പെർഫോർമെൻസ്..." ഗായകന്റെ കവിത തുളുമ്പുന്ന വാക്കുകളിൽ നിരാകരിക്കാനാകാത്ത ക്ഷണം വെള്ളിത്തലമുടിക്കാരായ വയസ്സനും വയസ്സിയും കരഘോഷങ്ങൾക്കിടയിലൂടെ നടന്നുകൊണ്ട് ഫ്ളാറ്റ്ഫോമിൽ ചെന്നു കയറി. പരസ്പരം ആശ്ലേഷിച്ചുനിന്നു.

പുറകെ ഒന്നോ രണ്ടോ ഇന്ത്യക്കാരായ യുവമിഥുനങ്ങളും. ഗായകൻ നിരാശനായി. അയാൾ നിർബന്ധം മുറുക്കി കാണികൾക്കിടയിലേക്കിറങ്ങി. വിനോദയാത്രക്കെത്തിയ തമിഴ്നാട്ടുകാരായ കോളേജ് കുട്ടികൾക്ക് ഇടയിൽ ഒരു മർമ്മരം പെയ്തു.

വീട്ടിലെ നല്ല കുട്ടികൾ പെട്ടെന്നുതന്നെ ഇണകളെ തിരഞ്ഞെടുത്ത് ആർപ്പുവിളികളോടെ പ്ലാറ്റുഫോമിലേക്ക് ഓടിക്കയറി. ഗായകന്റെ കണ്ണിൽ പ്പെടാതിരിക്കാൻ അനുരാധ അട്ടയെപ്പോലെ ചുരുണ്ടു. "കമോൺ വസന്ത് ആന്റ് അനുരാധ" പുറകിൽ നിന്നും കത്രീനയുടെ പ്രോത്സാഹനം.

വസന്ത് അക്ഷമനായി. "വരൂ.." അയാൾ അനുരാധയുടെ കയ്യിൽ പിടിച്ചു. "അയ്യോ ഞാനില്ല... ദാ കത്രീനയെ വിളിച്ചോളൂ...." ഒരു നാണം കുണുങ്ങി പെണ്ണായി ഒഴിഞ്ഞുമാറി അനുരാധ. കത്രീനയും വസന്തും ആദ്യമൊന്നു മടിച്ചു. അനുരാധ സ്നേഹപൂർവ്വം നിർബന്ധിച്ചപ്പോൾ അവർ എഴുന്നേറ്റ് പ്ലാറ്റ്ഫോമിലേക്ക് കയറി. അഗ്നിനാളങ്ങളായി ആടി യുലയുന്ന ഉടലുകൾ. കാപ്രിയും കുപ്പായവുമണിഞ്ഞ പെൺഉടലിൽ ഒരു സാഗരം ഇരമ്പുകയാണ്. അവ തിരകളായി ചെന്ന് ആണുങ്ങളെ തൊട്ട് നീങ്ങുന്നു.

കത്രീനയും വസന്തും ഉള്ളിലമർത്തിപിടിച്ച് "പറ്റിച്ചേ" എന്ന ചിരി. അതിനേക്കാൾ വലിയൊരു പറ്റിച്ചേചിരിക്കൊണ്ട് പുതച്ചുവെച്ചു അനു രാധ. മാണ്ഡോവിയെ ആരും കാണുന്നില്ല. മാണ്ഡോവിയുടെ ഉടലി ലൂടെ ഒതുങ്ങി ഇക്കിളികൂട്ടിയോടുന്ന കാറ്റിന്റെ നീളൻവിരലുകൾ ആരും കാണുന്നില്ല.

നദിയുടെ അപാരതയിലൊരു നൗകയിലേറി സന്ധ്യയുടെ തീരത്ത് നിന്നു. രാവിലേക്കറിങ്ങുകയാണ് തങ്ങളെന്ന ബോധം അശേഷമില്ലാതെ ആട്ടവും പാട്ടുമായി ഒരു കൂട്ടം മനുഷ്യർ.

അനുരാധ മാണ്ഡോവിയിലേക്ക് ഒഴുകിയിറങ്ങുന്ന നിലാവിന്റെ പേട കത്തിലേറി നുഴഞ്ഞുപോയി. ഏതോ സ്നേഹിതീരത്തേക്ക്.

"വല്ലാത്തൊരു സ്പീഡേ.... അവർക്ക്..., ഞാനൊത്തിരി പാടുപെട്ടു. വസന്ത് തീർത്തുമൊരു സത്യനന്തിക്കാടൻ നായകന്റെ മൂടുപടമണിഞ്ഞ് അനുരാധയോട് പറഞ്ഞു.

മീരാമാറിലൂടെ "ലേയ്സ് കടിച്ചുമുറിച്ചുകൊണ്ട് വീട്ടിലേക്ക് നടക്കുക യായിരുന്നു അവർ. "ആരാണ്...?" അദ്ഭുതത്തിൽ മുഖമുയർത്തി അനു രാധ.

"ആ പെൺകുട്ടി... എന്താ... കത്രീന എന്നല്ലേ..."

ഉള്ളിൽ പല ചിരികൾ പല കുമിളകളായി പൊട്ടിപ്പൊട്ടി തീരുമ്പോൾ അനുരാധ പറഞ്ഞു. "എത്ര ഗോർജിയസ്. അനായാസമായ ചലനങ്ങൾ. ശരിയ്ക്കും വെള്ളം കുടിച്ചു അല്ലേ...?

പൂജയും പട്ടികളും നീല വെളിച്ചത്തിൽ കളിച്ചുകൊണ്ടിരുന്നു. അവരെ കണ്ടതും മൂവരും അച്ചടക്കബദ്ധരായിത്തീർന്നു. ഭാക്കറി എന്ന പേരിൽ പൂജ വിളമ്പിയ അരിപ്പത്തിരിയും കോഴിക്കറിയും കല്ലുമ്മക്കായ വേവിച്ചതും കഴിച്ചു.

സ്ഫടിക ഗ്ലാസ്സിലേന്തിയ മുന്തിയവൈനുമായി അനുരാധ പുറത്തി റങ്ങി ഉലാത്തി. അടക്കിവെച്ചിട്ടും അടങ്ങാത്ത വികാരത്തിരകൾ

വസന്തിനെ പിടിച്ചുവലിച്ചുകൊണ്ട് സെൽഫോണിന്റെ കാണാക്കമ്പിയിലൂടെ മിസ് മൊണ്ടെയ്റോയുടെ ഹൃദയത്തിലേക്ക് പ്രവഹിപ്പിച്ചുകൊണ്ടിരുന്നു... മുകളിലത്തെ മുറിയിൽ. അവൾ ആഗ്രഹിച്ചതെല്ലാം അവൻ നൽകി കഴിഞ്ഞുവോ...? വയറുനിറയെ ബിയർ, ഐസ്ക്രീം, ഉടുപ്പുകൾ, വിലപിടിച്ച മറ്റു ഉപഹാരങ്ങൾ... അവൻ ആഗ്രഹിച്ചത് അവളോ....? അവസാനനിമിഷംവരെ അവന് പിടികൊടുക്കാതെ കൊതിപ്പിച്ച്.... ഭ്രാന്തനാക്കി. വസന്തിനോട് പാവം തോന്നി അനുരാധയ്ക്ക്.

പകലന്തിയോളം പിന്നാലെ മാറാതെ വാലാട്ടി നടന്ന തെരുവുപട്ടിക്ക് മാംസക്കഷണം എറിഞ്ഞു കൊടുക്കുന്ന ലാഘവത്തോടെ... അല്പനേരം... അല്പനേരം...? കത്രീനയ്ക്കറിയാം കളികളും ഉള്ളുകളികളും.

കത്രീനയ്ക്കറിയാം കളങ്ങൾ മാറി ചവുട്ടി പാമ്പിന്റെ വായിൽപ്പെടാതെ കോണികയറി പോകാൻ....

ഏണിച്ചുവട്ടിലെത്തിയിട്ടും പാമ്പിന്റെ വായിലേക്ക് തിരിഞ്ഞോടുന്നത് അനുരാധമാത്രം.

മീരാമാറിൽ ഇനി അവശേഷിക്കുന്നത് നാളത്തെ ഒരു രാത്രികൂടി. മീരാമാറിന്റെ മണൽപ്പരപ്പിൽ മത്സ്യാംഗനമാരുടെ പാട്ടുകേട്ട് നഗ്നമേനിയിൽ നിലാവ് പുതച്ചുറങ്ങാൻ അനുരാധയ്ക്ക് കൊതിയായി. ഈ ചെറുജന്മം മൃതിയിലൊടുങ്ങുംമുമ്പ് ഒരിക്കൽകൂടി അനുരാധ ഈ മണ്ണിലെത്തുമോ....?

മീരാമാറിലെ നീലക്കടവിലേക്ക് ഒരു മിഴിനീർ കണംപോലുരുണ്ടു വീഴുന്ന സൂര്യഗോളത്തെ കണ്ടിരിക്കുമോ?

കാലിഫോർണിയയിൽ നിന്നും ഓടിയെത്തുന്ന അവധി ദിനങ്ങളിൽ അമ്മച്ചിപ്പശുവിനെപ്പോല തടിച്ചിയായ അനുരാധ രണ്ടു കിടാങ്ങളെയും കൊണ്ട് ഈ വഴിയിലൂടെ...

വേണ്ട

അനുരാധയ്ക്ക് അങ്ങനെയൊരു നിറംകെട്ട രണ്ടാം കാഴ്ച വേണ്ട. അനുരാഗിണിയായി... അനുരാധ പെയ്തുതീർന്ന മണ്ണിലൂടെ... അനുരാഗം വറ്റി... യൗവ്വനംവറ്റി... സ്വപ്നങ്ങൾ വറ്റി, വരണ്ട കാലുകൾകൊണ്ട് ഇഴഞ്ഞുനീങ്ങാൻ വരില്ല അനുരാധ.

പൂജയോട് ശുഭരാത്രി ആശംസിച്ച് മുകളിലേക്കു കയറുമ്പോൾ ഇതുവഴിയെ മുകളിലെ കിടപ്പറയിലേക്ക് കയറിപ്പോയ മറ്റനേകം സ്ത്രീകളുടെ മനസ്സിൽ എന്തായിരുന്നുവെന്നു ചിന്തിച്ചുപോയി അനുരാധ. ഫോൺ ചാർജ്ജ് ചെയ്യാൻ വെച്ച് വസന്ത് അനുരാധയ്ക്കരികിൽ വന്നു കിടന്നു.

“നാളെ... ആഗ്നലോ വിളിച്ചിട്ടുണ്ട്. ഫ്രൻസുമായി ഒന്നു കൂടാൻ. റെബെല്ലോയും സാവന്തും. പിന്നെ വേറാരൊക്കെയോ... അനുവിന് വന്നാൽ ബോറഡിക്കും എന്തുവേണം....?”

എന്തുവേണമെന്ന് വസന്ത് പറഞ്ഞുകഴിഞ്ഞു. വസന്തിന് പോകണം. കൂടെ അനുരാധ വരികയുമരുത്. വിളിച്ചതാരെന്ന് അനുരാധയ്ക്ക് അറിയാം. എന്നിട്ടും ഒന്നുമറിയാത്തവളെപ്പോലെ അനുരാധ പറഞ്ഞു. "ശരിയാ... എനിക്ക് ബോറഡിക്കും. നിങ്ങൾ ആൺകൂട്ടത്തിൽ ഒരു പെൺകുട്ടിയായ എനിക്കെന്ത് കാര്യം...?

വസന്ത് ആശ്വാസനിശ്വാസം ചെയ്തു. അവളെ ഇറുകെ പുണർന്നു. "അനുവിന്റെ ഈ ആറ്റിറ്റ്യൂഡ് ഞാൻ ശരിക്കും എപ്രിഷ്യേറ്റ് ചെയ്യുന്നു. ആണുങ്ങളെ അങ്ങോട്ടും ഇങ്ങോട്ടും തിരിയാൻ അനുവദിക്കാത്ത ഒരുമാതിരി പൊസസീവ് ഭാര്യമാരെ പോലെയല്ല നീ...."

ഒരു സ്നേഹപാശംകൊണ്ട് വസന്തിനെ ചുറ്റിവരിഞ്ഞിട്ടുണ്ടെങ്കിൽ അല്ലേ അയാൾ ഏതേത് ദൂരത്തേക്ക് സഞ്ചരിച്ചാലും അതിന്റെ അറ്റം തന്റെ കയ്യിൽതന്നെ വേണമെന്ന് അനുരാധയ്ക്ക് ശഠിക്കാൻ കഴിയൂ!

ഇയാൾ വസന്ത്. താൻ അനുരാധ. പുരുഷൻ - സ്ത്രീ. രണ്ടു വഴിയെ ഒഴുകിയിരുന്നവർ. രണ്ടു വഴിയെ ഒഴുകേണ്ടവർ. ഒന്നായി ഒഴുകുന്നത് വിധിയുടെ കോമാളിക്കളി.

കുന്നിൻപുറത്തെ ബംഗ്ലാവിലെ തെക്കുഭാഗത്തെ കിടപ്പറയിൽനിന്നും ഒരു വെളിച്ചപ്പുഴു അരിച്ചിറങ്ങി പൈൻമരക്കാടുകൾ താണ്ടി മൈതാനത്തേക്ക് പതഞ്ഞൊഴുകുന്ന മഞ്ഞുപാളികൾ തുരന്ന് അഴികളില്ലാത്ത ജനാലയിലൂടെ ഇഴഞ്ഞെത്തി. അനുരാധയുടെ അടഞ്ഞ കൺപോളകളിൽ മുഖം ചേർത്തുരസിക്കൊണ്ടിരുന്നു.

വെള്ളിത്തിരകളിൽ ഒരു പൊങ്ങുതടിയെപ്പോലെ ഘനമില്ലായ്മയുടെ ഉൽക്കടാനന്ദമനുഭവിച്ചുകൊണ്ട് അനുരാധ ഒഴുകി ഒഴുകി നീങ്ങി. ഏഴുകടലും കടന്ന് മുത്തുകളും വൈരങ്ങളും പതിച്ച കൊട്ടാരത്തിലെത്തുമ്പോൾ അനുരാധ ഒരു മത്സ്യാംഗന. ഉടലിൽ ഒളിചിന്നുന്ന വൈര്യച്ചീളുകൾ. കണ്ണുകളിൽ പ്രണയക്കടലിന്റെ ഇരമ്പൽ. ചുറ്റിനും നൃത്തമാടുന്ന മെർമേയ്ഡുകളുടെ ഇടയിലൂടെ അയാൾ നീന്തി വന്നു. നിലാവുറഞ്ഞതുപോലാ കണ്ണുകൾ.

അവ വന്നു തട്ടിയിടത്തെല്ലാം ചിതമ്പലുകൾ മിന്നൽപ്പിണരുകളായി... അപ്പോളോ ബലിഷ്ഠമായ ഒരു കൈകൊണ്ട് അനുരാധയെ നെഞ്ചോട് ചേർത്ത് പിടിച്ചു. മറുകൈകൊണ്ട് ജലപാളികളെ വകഞ്ഞുമാറ്റി. മുകളിലേക്ക് മുകളിലേക്ക് ഉയർന്നുപോയി. സമുദ്രത്തിന്റെ മുകൾത്തട്ടിലെ വെള്ളിത്തിരകളിൽ ജലകണങ്ങൾ വീണുരുണ്ട് ഒളിച്ചുകളിച്ചു.

കരയിൽ അപ്പോൾ മഴ പെയ്യുകയായിരുന്നു. ഓരോ മണൽത്തരിയും മഴയുടെ പ്രിയചുംബനമേറ്റ് തുടുക്കുകയായിരുന്നു. കരയിലേക്കിഴഞ്ഞ് കയറി അവർ. കുതിർന്ന മണ്ണിൽ മഴയുടെ ഗാഢമായ ആലിംഗനമേറ്റ് കിടന്നു. കുതിച്ചു വീഴുന്ന വെള്ളത്തുള്ളികൾക്കിടയിൽ ഐസുകട്ടകളെ പോലെ അവർ അലിഞ്ഞലിഞ്ഞ് ഇല്ലാതായിക്കൊണ്ടിരുന്നു.

ഏഴ്

ഒരു നേർത്ത വിതുമ്പലോടെ ഉണർന്നു അനുരാധ. അവളുടെ മുഖം കണ്ണീരണിഞ്ഞ് നനഞ്ഞ തൂവാലപോലെയായിരുന്നു. കട്ടിലിൻ കാല്ക്കൽ ക്യൂപിഡ്ക്കുഞ്ഞ് കുഞ്ഞിച്ചിറകുകൾ ഇളക്കി ചിരിച്ചു. "നീ പിന്നെയും വന്നോ...?" അനുരാധ ചാടിയെഴുന്നേറ്റു. എപ്പോഴത്തെയുംപോലെ അവൻ ഒന്നു ചിരിച്ചു. ഏഴു കടലുകളും ഏഴു കരകളും ഗർഭത്തിലൊതുക്കിയ ചിരി. അവൻ കട്ടിലിനു ചുറ്റും ഓടിക്കളിച്ചു. അനുരാധ തിരിഞ്ഞും മറിഞ്ഞും മുട്ടുകുത്തി നീന്തിയും അവനെ പിടിക്കാനാഞ്ഞു. ശുക്രപുത്രൻ ചന്തി കുലുക്കി ജനാലയ്ക്കലേക്കോടി. അവിടെനിന്നു താഴേയ്ക്കൊരു ചാട്ടം.

അനുരാധ പുറകെ ഓടിയെത്തി ജനാലയിലൂടെ എത്തി നോക്കി. മൂന്ന് നാല് വെള്ള തൂവലുകൾ കാറ്റിന്റെ ചുഴിയിൽ അകപ്പെട്ട് വട്ടം കറങ്ങി നീങ്ങിക്കൊണ്ടിരുന്നു.

എവിടെ അവൻ? മൈതാനത്ത് കളിക്കുന്ന കുട്ടികൾക്കിടയിൽ അവൾ അവനെ തിരഞ്ഞു പക്ഷേ കണ്ടത്... അവനെയല്ല. വലിയൊരു കുട്ടി... കുട്ടികളേക്കാൾ ഉത്സാഹത്തോടെ ഉരുണ്ടുപോകുന്ന പന്തിന് പുറകെ പാഞ്ഞുകൊണ്ടിരുന്നു.

അനുരാധ അയാളെ കണ്ടതും... അപ്പോളോയുടെ നീല മിഴികൾ ജനാലയ്ക്കലേക്ക് നീണ്ടുവന്നു. ചുണ്ടിൽ ചിരി തുളുമ്പി. കൈകൾ വീശി കാണിച്ച് അയാൾ കളി തുടർന്നു.

"അനു എഴുന്നേറ്റോ? എന്തൊരു ഉറക്കമായിരുന്നു!"

ക്യൂപിഡ് കുഞ്ഞിനെപ്പോലെ ജനാലയിലൂടെ ചാടി മൈതാനത്തേക്ക് കുതിക്കാൻ വെമ്പുകയായിരുന്ന അനുരാധ ഞെട്ടിത്തിരിഞ്ഞ് നോക്കി. വസന്ത് കയ്യിൽ കാപ്പിക്കപ്പുമായി നിൽക്കുന്നു.

അങ്ങനെ ഒരാൾ കിടക്കയുടെ മറുപാതി പങ്കിട്ട് അവളോടൊപ്പം ഉണ്ടായിരുന്നില്ലെന്ന് അപ്പോളാണ് അനുരാധ ശ്രദ്ധിച്ചത്.

അവൾ ക്ലോക്കിലേക്ക് നോക്കി. എട്ടു മണി കഴിഞ്ഞിരിക്കുന്നു. ദൈവമേ...! എന്തൊരു ഉറക്കമായിരുന്നു!

ഉറങ്ങുകയായിരുന്നില്ല. കടൽക്കരയിൽ മഴ നനഞ്ഞ് അലിഞ്ഞലിഞ്ഞ് തീരുകയായിരുന്നു. കുശിനിയിൽ നിന്നും തിളച്ച എണ്ണയിൽ വീഴുന്ന പൂരിയുടെ ശബ്ദവും മണവും. അനുരാധ ടീപ്പോയിൽനിന്നു ചായ പകർന്ന് മൊത്തിക്കുടിച്ചു. പൂജ വറുത്തവെച്ച പൂരിയുടെ അറ്റത്ത് നിന്നൊന്ന് നുള്ളിയെടുത്ത് വായിലിട്ട് അവൾ പറഞ്ഞു.

"നാളെ ഞങ്ങൾ പോകുകയാണ് പൂജേ..."

പൂജ തിരിഞ്ഞുനോക്കി. അവളുടെ കണ്ണുകളിൽ വേദനയുണ്ടോ?

തിരകൾ തീരത്തേക്ക് ഓടിക്കയറും. വന്നവേഗത്തിൽ മടങ്ങും. അതുപോലെ സഞ്ചാരികളും. പൂജയ്ക്ക് ഇനിയും വരും വിരുന്നുകാർ.

അവർക്കൊക്കെ അവൾ വെയ്ക്കും വിളമ്പും. അവർ ഇറങ്ങിപ്പോകുമ്പോൾ മണൽപ്പരപ്പിൽ കോറിയിട്ട അക്ഷരങ്ങൾ തിരകൾ മായ്ക്കുന്നതുപോലെ. പൂജയുടെ മനസ്സിൽനിന്നും ഓരോ മുഖങ്ങളും മാഞ്ഞുപോകും. ഒരു പൊട്ടുപോലും ബാക്കിവയ്ക്കാതെ. എന്നിട്ടും ഈ പ്രസന്നമായ മുഖം ഇനിയൊരിക്കലും കാണില്ലെന്നോർക്കേ അനുരാധ വെന്തു.

പെട്ടെന്നാണ് പൂജ അത് പറഞ്ഞത്. വളരെ പതുക്കെ. മഴയ്ക്കുശേഷം ഇലച്ചാർത്തുകളിൽ നിന്നിറ്റിറ്റു വീഴുന്ന മഴത്തുള്ളികൾപോലെ.

"അതിരാവിലെ മുതൽ മൈതാനത്ത് കളിക്കുന്നുണ്ടായിരുന്നു. പോകുംമുമ്പ് ഒന്നുകൂടെ കാണാമോ എന്നു ചോദിച്ചു."

അനുരാധ വല്ലാതെയായി. പൂജയുടെ മുമ്പിൽ കള്ളം പിടിക്കപ്പെട്ട ഒരു കുഞ്ഞിനെപ്പോലെ അവൾ ചോരവറ്റി നിന്നു.

"പോകണം... മേംസാബ്. ഇനിയൊരിക്കും കണ്ടെന്നുവരില്ല. കാണാൻ ആഗ്രഹിച്ചാലും...."

അനുരാധയിൽ നിന്നൊരു സങ്കടമഴ പെയ്തു. അവൾ പെട്ടെന്നു പൂജയെ കെട്ടിപ്പിടിച്ചു. അവളുടെ സാരിയും ചോളിയും കണ്ണീരിൽ നനച്ചു.

ഒരു കൊച്ചുകുഞ്ഞിനെ എന്നപോലെ പൂജ അനുരാധയെ തന്റെ ഉടലോട് ചേർത്തുപിടിച്ചു.

അവളൊരു നൗക്രാണിയാണെന്നും താനൊരു മേംസാബാണെന്നും അന്നേരം അനുരാധ ഓർത്തതേയില്ല. കഴിഞ്ഞ ജന്മത്തിൽ അവൾ തന്റെ സഹോദരിയായരിന്നുവെന്ന് അനുരാധയ്ക്ക് തോന്നി. അവളുടെ ദേഹത്തുനിന്നുയരുന്ന വിയർപ്പുഗന്ധത്തിന് സ്നേഹത്തിന്റെ സുഗന്ധമാണെന്നും അനുരാധയ്ക്ക് തോന്നി.

"എന്തിനാണ് കരയുന്നത്? അദ്ദേഹത്തിന് എന്തോ പറയാനുണ്ട്. മേംസാബ് അത് കേൾക്കാൻ ആഗ്രഹിക്കുന്നുമുണ്ട്. പറഞ്ഞും കേട്ടും തീർന്നാൽ മനസ്സിന്റെ ഭാരമൊഴിയും..."

അനുരാധ പൂജയിൽനിന്നടർന്നു. വാഷ്ബേസിനിൽ പോയി മുഖം കഴുകി. വേച്ച് വേച്ച് മുകളിലേക്ക് കയറുമ്പോൾ അനുരാധയ്ക്ക് തന്റെ ശരീരമാകെ വിറയ്ക്കുന്നതായി അനുഭവപ്പെട്ടു.

കാറ്റിലാടുന്ന ഒരു കാറ്റാടി മരമാണ് താനെന്ന് അനുരാധയ്ക്ക് തോന്നി. ഏത് ദിശയിലേക്ക് കാറ്റ് വീശിയാലും ആ ദിശയിലേക്ക് ചാഞ്ഞു ചാഞ്ഞു പോകുന്നു.

ഒരു കാറ്റിനും നിയന്ത്രിക്കാനാകാത്ത ഒരു ഉറച്ച വൻമരംപോലെ നില്ക്കാൻ അവൾ ആഗ്രഹിച്ചു. ഗോവണി പടികളിറങ്ങി വസന്ത് വന്നു. അനുരാധയുടെ മുഖത്തേക്ക് അയാളൊന്ന് സൂക്ഷിച്ചുനോക്കി.

"എന്താ സുഖമില്ലേ....?"

"ഏയ് ഒന്നുമില്ല." ഒന്നു പതറി അനുരാധ.

“എങ്ങോട്ടാണ്? ആരെങ്കിലും വന്നില്ലല്ലോ....” മുഖത്ത് ചിരിയുടെ ഒരു ആവരണം വലിച്ചുകെട്ടി ചോദിച്ചു അനുരാധ. “ഏയ് ഇല്യ.... ഒന്നു പുറത്തുപോയി ഉടനെ വരും.... വെറുതെ...”

വസന്ത് ഇറങ്ങിപ്പോകുന്നത് അനുരാധയുടെ ജീവിതത്തിൽ നിന്നാണോ? അതോ അനുരാധ അയാളെ ഇറക്കി വിടുകയാണോ? ശ്വാസം മുട്ടിയ്ക്കുന്ന നിസ്സഹായതയോടെ അവൾ വസന്തിനെ നോക്കി നിന്നു. ഇനിയെന്താണ് അനുരാധയ്ക്ക് മുമ്പിലെ വഴി?

വസന്തിന്റെ കൈപിടിച്ച് വന്ന വഴിയെ തിരിച്ചു നടക്കുമോ അനുരാധ. അതോ ഏറെ മോഹിപ്പിക്കുന്ന മറ്റുവഴികളിലൂടെ അഭിമാനിയായ അനുരാഗിണിയായി അതിധീരതയോടെ ചുവടുകൾവെച്ച് പ്രിയപുരുഷന്റെ ശ്വാസത്തിന്റെ താളത്തിൽ വീണലിഞ്ഞുചേരുമോ അനുരാധ?

ഇപ്പോൾ മൈതാനം ശൂന്യമാണ്. പന്തു കളിക്കാരെല്ലാം അപ്രത്യക്ഷമായിരിക്കുന്നു. കുന്നിൻപുറത്തെ, പുറമെ നിറം മങ്ങിയ, അകമേ മാസ്മരികനിറങ്ങൾ പീലിവിടർത്തിയാടുന്ന, ബംഗ്ലാവിലേക്ക് ഇമകൾ പൂട്ടാതെ നോക്കിനിന്നു അനുരാധ.

വസന്ത് അധികം വൈകാതെ തന്നെ വന്നു. കുപ്പായം അഴിച്ചിട്ട് കുളിക്കാൻ കയറി. വസന്ത് ഇപ്പോഴും കൊച്ചുകുട്ടികളേക്കാൾ കഷ്ടം! എന്നെന്നെക്കുമായി ഉപേക്ഷിച്ച മട്ടിലാണ് ഷർട്ട് ചുരുട്ടി എറിഞ്ഞിരിക്കുന്നത്. അനുരാധ അത് ഹാങ്കറിൽ കൊളുത്തുവാനായി എടുത്തപ്പോൾ പോക്കറ്റിൽ നിന്നും രണ്ട് തുണ്ട് കടലാസ്സുകൾ വീണു.

ഐനോക്സ് മൾട്ടി ഫ്ളക്സിൽ അഞ്ചു മണിയുടെ ഷോയ്ക്കുള്ള ടിക്കറ്റുകളാണ്. ഒന്ന് വസന്തിന്, മറ്റേത്...! അനുരാധയ്ക്ക് ആകരുതേ എന്നവൾ പ്രാർത്ഥിച്ചു. മൈതാനത്ത് കിളിർത്തു നിൽക്കുന്ന പച്ചപ്പുല്ലിലേക്ക് ആർത്തിയോടെ ഇറങ്ങുന്ന എരുമക്കൂട്ടം. എരുമകളെ മേയാൻ വിട്ട് തിരിഞ്ഞുനടക്കുന്ന ഷോർട്ട്സും ബനിയനും അണിഞ്ഞ പെണ്ണിന്റെ മുഖത്ത് ക്ഷീണഭാരം. പൊരിവെയിലത്തും കനത്ത മഴയിലും തന്റെ എരുമകളെയും കൊണ്ട് തൊടികൾ മുറിച്ച് അവളെത്ര നടന്നിരിക്കുന്നു! അവൾക്ക് മുന്നിലെ പ്രശ്നം മൂന്നു നേരത്തെ ആഹാരം മാത്രമാണ്. അല്ലാതെ പ്രണയമല്ല. അതിന്റെ തേടലും നഷ്ടപ്പെടലുമല്ല.

ആത്മനിന്ദ അനുരാധയെ വ്രണപ്പെടുത്തി. കുന്നിൽചെരുവിൽ നിന്നും പാറിവന്ന കുളിർക്കാറ്റ് അവളെ മുറുകി വാരിപ്പുണർന്നുകൊണ്ട് ചോദിച്ചു.

“ഭക്ഷണംകൊണ്ട് ശരീരം മാത്രമല്ലേ ജീവിക്കൂ....?

ആത്മാവിനുണ്ണാൻ പ്രണയംതന്നെ വേണ്ടേ?

മരിച്ചു കിടക്കുന്നൊരു ആത്മാവിനെ പേറി ജീവിക്കുന്ന ദേഹംകൊണ്ട് ആർക്കെന്ത് പ്രയോജനം....?

“അനു... ഞാൻ ഇറങ്ങുന്നു....”

വസന്ത് എന്നത്തേക്കാൾ അധികം ഭംഗിയായി വസ്ത്രം ധരിച്ചിരിക്കുന്നു. ഈ ഇളംമഞ്ഞ ഷർട്ട് അയാൾക്ക് ഏറെ ഇണങ്ങുന്നുവെന്ന് മുമ്പേ തോന്നിയിട്ടുണ്ട്. അനുരാധയ്ക്ക്. കത്രിനയ്ക്കും തോന്നിക്കാണും.

"ആഗ്നെലോ വന്നില്ലല്ലോ....?" അനുരാധ ചോദിച്ചു. "കദംബ ബസ് സ്റ്റേഷനിൽ കാത്തു നില്ക്കും. ഞാനങ്ങോട്ട് എത്തിക്കൊള്ളാമെന്ന് പറഞ്ഞു." പണ്ട് ഗോവപുരിയുടെ രാജവീഥിയിലൂടെ ഏഴശ്വങ്ങളെ പൂട്ടിയ രഥം ഓടിച്ചുപോയ, കുതിരവേഗത്തേക്കാൾ അതിദ്രുതം പായുന്ന ബസ്സുകളെ സ്വപ്നത്തിൽപോലും കാണാതിരുന്ന, കുടുംബരാജാക്കന്മാരുടെ സുവർണ്ണകാലം ഇപ്പോൾ ഒരു ബസ്സ് സ്റ്റാൻഡിന്റെ നാമസൂചിക ഫലകത്തിൽ തളയ്ക്കപ്പെട്ടിരിക്കുന്നു.

"എവിടെയാണ് നിങ്ങളിന്ന് കൂടുന്നത്...?"

അന്ന് അനുരാധയ്ക്ക് അത് അറിയണമായിരുന്നു. വസന്ത് സഞ്ചരിക്കാൻ ഉദ്ദേശിക്കുന്ന ദൂരങ്ങൾ അത്രയും അളക്കണമെന്നുണ്ടായിരുന്നു. പതിവില്ലാത്ത ചോദ്യത്തിൽ ഒന്നു വിളർത്തു വസന്ത്. എന്നിട്ട് തീർത്തും സുതാര്യമായ ഒരു ചിരികൊണ്ട് അമ്പരപ്പിനെ പുതപ്പിക്കാൻ ശ്രമിച്ചു പരാജയപ്പെട്ട് അയാൾ പറഞ്ഞു.

"അറിയില്ല. എന്തൊക്കെയാണ് അവരുടെ പ്ലാനെന്ന്. തിരിച്ചെത്താൻ ഏതായാലും വൈകും...."

അനുരാധ തൃപ്തയായില്ലെന്ന് തോന്നിയത് കൊണ്ടാകണം വസന്ത് കുറച്ചുകൂടെ വെളിപ്പെടുത്താൻ തയ്യാറായി.

"ഒരു കേസർവാൾ വെള്ളച്ചാട്ടത്തിൽ പോയി കുളിക്കുന്ന കാര്യം ആഗ്നെലോ പറഞ്ഞിരുന്നു. കുളി മാത്രമല്ല കുടിയും നടത്താൻ പറ്റിയ സ്ഥലം...." വസന്ത് ഒന്നു കണ്ണിറുക്കി കാണിച്ചു.

"എവിടെയാണത്....?"

"മർമഗോവയിലാണെന്നു തോന്നുന്നു. ഇവിടെ നിന്നും പത്തിരുപത്തിരണ്ട് കിലോമീറ്റർ ദൂരെയാണ്...."

"മഡ്ഗാവ്....?"

മഡ്ഗാവ് വേറെ മർമഗോവ വേറെ. ഓരോരോ സ്ഥലങ്ങളേ..." വസന്ത് ആവശ്യത്തിലേറെ ചിരിക്കുന്നുണ്ടെന്നു തോന്നി അനുരാധയക്ക്. മറച്ചുപിടിക്കാൻ ഒരുപാട് ഉണ്ടാകുമ്പോൾ ആണുങ്ങൾ അങ്ങനെയാണ്. ദേഷ്യത്തെക്കാൾ ഭേദം ചിരിയാണെന്ന എന്ന് അനുരാധയ്ക്ക് തോന്നി. കൊടുക്കുന്നവനും വാങ്ങുന്നവനും.

"അനു ഇവിടെ ബോറഡിച്ചിരിക്കുകയൊന്നും വേണ്ട്. കലാ അക്കാദമിയിൽ പൊയ്ക്കൊള്ളു. വിമല ദേശ്പാണ്ഡെ ക്ഷണിച്ചതല്ലേ..."

അനുനയസ്വരത്തിൽ വസന്ത് പറഞ്ഞു.

അപ്പോൾ ആഗ്നെലോയോട് പ്രഖ്യാപിച്ച കൂറ്!

അതു പ്രഖ്യാപിച്ച ഉടനെത്തന്നെ പിൻവലിക്കപ്പെട്ടതാണല്ലോ അന്നും. അനുരാധ വസന്തിനെ വരാന്തയോളം അനുഗമിച്ചു.

"പൂജയേയും കൂട്ടി മാത്രം പുറത്തിറങ്ങിയാൽ മതി. ഒറ്റയ്ക്ക് - അത് സേഫ് ആവില്ല. ഒറ്റയ്ക്ക് നടക്കുന്ന കാണാൻ കൊള്ളാവുന്ന പെണ്ണുങ്ങളെ കണ്ടാൽ ചില ആണുങ്ങൾ ഫ്രെൻഡ്ഷിപ്പ് ക്രിയേറ്റ് ചെയ്യാൻ വരും. ലക്ഷ്യം മറ്റു പലതുമായിരിക്കും...."

മണ്ണിന്റെ നിറമുള്ള അനുരാധ അപ്പോൾ കാണാൻകൊള്ളാവുന്ന പെണ്ണുമാണ് ചില നേരങ്ങളിൽ.

"ഗോവക്കാരോ....? എനിക്ക് തോന്നുന്നില്ല...?" അനുരാധയുടെ ചുണ്ട് ഒരു വശത്തേക്ക് കോടിപ്പോയി.

"ഗോവക്കാരനാകണമെന്നില്ല ഈ മിരാമാറിൽ അലഞ്ഞുതിരിയുന്നവരിൽ അധികവും. പുറത്ത് നിന്നുള്ളവരാണ്. അല്ലെങ്കിൽ ഗോവൻ ആയാലെന്താ...? കുറുക്കന്റെ കണ്ണ് എപ്പോഴും കോഴിക്കൂട്ടിൽതന്നെ. ഏത് നാട്ടിലായാലും." അകലെ മർമ്മഗോവയിലെ കെസർവാളിൽ പതഞ്ഞൊഴുകുന്ന ജലധോരണിയുടെ ദ്രുതതാളം അനുരാധ കേട്ടു.

അവിടെവെച്ചെങ്കിലും കോഴിക്കൂട്ടിലെ കോഴിയെ കൈക്കലാക്കാൻ വെമ്പുന്ന കുറുക്കൻകണ്ണുകളിലേക്ക് നോക്കി മൃദുവായി അവൾ പറഞ്ഞു. "സൂക്ഷിക്കണം വസന്ത്. വെള്ളച്ചാട്ടമാണ്. കുളി കഴിഞ്ഞിട്ട് മതി കുടി..." പടിയിറങ്ങിപ്പോകവെ വസന്ത് വിളിച്ചു പറഞ്ഞു. "നീ പേടിക്കേണ്ട. മെഡിസിനൽ പ്രൊപ്പർട്ടീസ് ഉള്ള വെള്ളമാണെന്നാണ് പറയുന്നത്...."

മുകളിലെ മട്ടുപ്പാവിൽ, കാറ്റിന്റെ ചുഴിയിൽ പെട്ട് വട്ടം കറങ്ങി വട്ടം കറങ്ങി താഴേക്ക് വീണുകൊണ്ടിരിക്കുന്ന പഴുത്ത ഇലയെകണ്ട്, അനുരാധ നിന്നു.

"മോളൂ... നിന്റെ ശബ്ദം കേട്ടിട്ടെത്രയായി..." മണ്ണിൽച്ചെന്നു വീണ പഴുത്ത ഇല അനുരാധയുടെ അമ്മയുടെ സ്വരത്തിൽ ചോദിച്ചു.

ആ ചോദ്യത്തിൽ ഒരു ആകാശത്തോളം പോന്ന കാർമേഘങ്ങൾ വീർപ്പടക്കി പെയ്യാനോങ്ങി നിന്നിരുന്നു.

അനുരാധ മുറിയിലേക്കോടി ചെന്ന് മൊബൈൽ കയ്യിലെടുത്തു. "ഹലോ.... അമ്മേ, അനുവാണ്..."

"ന്റെ കുട്ടീ... നീ ഇതെവിടെപ്പോയി കിടക്കാ...? എപ്പോൾ വിളിച്ചാലും ഔട്ട് ഓഫ് റേഞ്ച്... അല്ലെങ്കിൽ സ്വിച്ച്ഡ് ഓഫ്...."

"എപ്പോഴും യാത്രയിലായിരുന്നു. അതാണ് അമ്മേ...."

അമ്മയോട് ഒരിക്കലും നുണ പറയാത്ത അനുരാധ ഭംഗിയുള്ള നുണകൾ പറഞ്ഞ് വിശ്വസിപ്പിക്കാൻ പഠിച്ചിരിക്കുന്നു. "അമ്മേ... ഒരു ഉമ്മ..." അനുരാധ കരച്ചിലടക്കി ചോദിച്ചു. അമ്മയുടെ ഒരു ഉമ്മയ്ക്ക് ഒരായിരം ഉമ്മയുടെ മധുരം. ഒരു കോടി സാന്ത്വനത്തിന്റെ ചൂട്.

"ഇന്നൊരു യാത്ര പോകുകയാണ് അമ്മേ. എല്ലാം നന്നായി വരാൻ അമ്മ പ്രാർത്ഥിക്കണം."

തീരുമാനിച്ച് ഉറച്ച് സ്വരത്തിൽ പറഞ്ഞു അനുരാധ.

"അമ്മ എപ്പോഴും നിനക്ക് വേണ്ടി പ്രാർത്ഥിക്കുകയല്ലേ അനൂ...."

ഫോൺ ഡിസ്കണക്റ്റ് ചെയ്യും മുമ്പേ അമ്മ ചോദിച്ചു.

"വസന്ത് മോന് സുഖമല്ലേ..."

"അതെ, സുഖമായിരിക്കുന്നു...."

"മോളൂ.... നീ ശരിയ്ക്കും ഹാപ്പിയല്ലേ...."

"വസന്തിനെ നിനക്ക് ഇഷ്ടമായില്ലേ കുട്ടി... അമ്മ ആധികൊണ്ട് ചോദിക്യാ..."

"ഇഷ്ടമായി. ഒരുപാട് ഇഷ്ടമായി. അല്ലെങ്കിലും അമ്മയും പപ്പയും എനിക്ക് വേണ്ടി എടുത്ത തീരുമാനങ്ങൾ തെറ്റിയിട്ടില്ലല്ലോ..."

അനുരാധ പിന്നേയും പിന്നേയും മധുരം പുരട്ടിയ കള്ളങ്ങൾ പറയുന്നു. ശബ്ദത്തിൽ നേർത്തൊരു വിറയൽ പോലുമില്ലാതെ. പണ്ടൊരിക്കൽ അമ്മ വാങ്ങിക്കൊണ്ടുവന്ന, മുഖത്ത് ചിരിയില്ലാതെ പാവക്കുട്ടിയെ കൊച്ച് അനുരാധയ്ക്ക് ഇഷ്ടപ്പെട്ടില്ല.

അമ്മ അത് കടയിൽ മടക്കിക്കൊടുത്ത് അവൾക്ക് പ്രിയപ്പെട്ടതൊന്നു പകരം വാങ്ങി.

അന്ന് അനുരാധ ഒരു കുട്ടി. കിടത്തുമ്പോൾ കിടക്കുകയും ഇരുത്തുമ്പോൾ ഇരിയ്ക്കുകയും എപ്പോഴും ചിരിയ്ക്കുകയും ചെയ്യുന്ന ജീവനില്ലാത്ത പാവക്കുട്ടികളോടായിരുന്നു അന്ന് കമ്പം.

പക്ഷേ അനുരാധ ഇപ്പോൾ ഏറെ വളർന്നുപോയിരിക്കുന്നു.

ഇഷ്ടപ്രകാരം തിരിച്ചുകൊടുക്കാനും പകരമെടുക്കാനും കഴിയുന്നതല്ല ജീവനുള്ള പാവകൾ എന്ന് അവൾക്ക് അറിയാം.

അദൃശ്യമായ ചരടുകളുടെ നിയന്ത്രണങ്ങൾകൊണ്ട് ആടിത്തിമർക്കേണ്ട ഒരു പാവക്കൂത്താണ് ജീവിതം എന്നും അറിയുന്നു അനുരാധ,

ആകാശച്ചെരുവിലൂടെ ഒഴുകിനടക്കുന്ന പരുന്തുകളെ ബാൽക്കോയിൽ നിന്നു കണ്ടു അനുരാധ.

ഇത്രയേറെ പരുന്തുകൾ ഒന്നിച്ചാർത്ത് ഉല്ലസിച്ചുപോരുന്നത് അവൾ ആദ്യം കാണുകയാണ്.

കുന്നിൻപുറത്തെ ബംഗ്ലാവിന്റെ മുന്നിലെ വിശാലമായ പച്ചപ്പുൽത്തകിടിയിൽ മലർന്നുകിടന്നുകൊണ്ട് ആകാശം കാണുകയായിരുന്നു അപ്പോളോ. അപ്പോളോ പരുന്തുകളോട് ചോദിച്ചു.

"ഇന്നു വരുമോ....?"

"വരാതിരിക്കാൻ ആകുമോ...?" അനുരാധ പരുന്തുകളോട് പറഞ്ഞു.

അനുരാധ ബാത്റൂമിലേക്ക് ഓടിക്കയറി ധൃതിവെച്ച് കുളിച്ച് പെട്ടി തുറന്ന് കുപ്പായങ്ങളൊക്കെ വലിച്ച് പുറത്തേക്കിട്ടു. അതിൽനിന്നും തളിരിലയുടെ വർണ്ണമുള്ള ചോളിയും പാവാടയും ചില്ലിൻപാളിപോലെ സുതാര്യമായ ദുപ്പട്ടയും വലിച്ചെടുത്തു.

നഷ്ടപ്പെടുത്താൻ സമയമില്ലാത്തവളെപോലെ. ജീവിക്കാനുള്ള നിമിഷങ്ങൾ അവസാനിക്കാറായവളെപ്പോലെയാണ് അനുരാധ. കണ്ണെഴുതിയും പൊട്ടുവെച്ചതും ചമഞ്ഞൊരുങ്ങിയതും.

കൈനിറയെ കുപ്പിവളകളും കാലുകളിൽ സ്വർണ്ണകൊലുസ്സിൻ കിലുക്കവുമായി അനുരാധ താഴേക്കോടിയിറങ്ങി.

"പൂജ. ഞാൻ പോകുന്നു..."

മുറ്റത്തേക്ക് ഇറങ്ങിയ അനുരാധ ഗേയ്റ്റിനു പുറത്തായി കാത്തുകിടക്കുന്ന തുറന്ന ജീപ്പും അതിൽ മനോജ്ഞനായി ഇരിക്കുന്ന അപ്പോളോയേയും കണ്ടു.

അത് തൊങ്ങലുകളും പട്ടുതോരണങ്ങളും കൊണ്ട് അലങ്കരിച്ച കുതിരവണ്ടി ആണെന്നു തോന്നി അനുരാധയ്ക്ക്.

ഉയർന്ന മടമ്പുള്ള പാദുകങ്ങൾ അണിഞ്ഞ് ഒരു ഹംസത്തെ പോലെ അനുരാധ ഒഴുകിനടക്കവേ ഏറെ ഞൊറികളുള്ള പാവാട അവളുടെ കാലുകൾക്കിടയിലൂടെ അലകളായി തല്ലിക്കളിച്ചു.

താൻ റോസാപൂവിതളുകൾ വിരിച്ച വഴിത്താരയിലൂടെയാണ് ആ പാദങ്ങൾ പെറുക്കിവെച്ച് നീങ്ങുന്നത് എന്നു കരുതി അനുരാധ.

ആ ഹെർക്യൂലിയൻ കരങ്ങൾ നീട്ടി എന്നെ ഉയർത്തി കുതിരവണ്ടിയിൽ ഉപവിഷ്ടയാക്കു....

കല്ലുമോതിരങ്ങൾ അണിഞ്ഞ എന്റെ തുടുവിരലുകളെ ചുംബിച്ച് ചുമപ്പിക്കു. അനുരാധ ആഗ്രഹിച്ചു.

എനിക്കതിന് അവകാശമുണ്ടോ....? ഞാൻ ഭാഗ്യംകെട്ടവൻ. എപ്പോഴും എവിടെയും വൈകിയെത്തുന്നവൻ.

അപ്പോളോ സ്വയം ശപിച്ചു. തുറന്ന ജീപ്പിലിരുന്ന അവളെ കണ്ണിമയനക്കാതെ നോക്കി അപ്പോളോ ഒരു "മാൺഡോ" മൂളി.

"ഡേയ്ൻറ്റ്ലി വാക്ക്സ് തെരേസ.. പ്രെറ്റി ഫീറ്റ് ഇൻ വെൽവെറ്റ് സ്ലിപ്പേഴ്സ്..." അനുരാധ "ഹലോ" പറഞ്ഞ് വണ്ടിയിൽ കയറിയതും അപ്പോളോ പറഞ്ഞു. "ഈ പൈലാക്ക് വസ്ത്രത്തിൽ പൊതിഞ്ഞ് നീ നടന്നു വരുന്നത് കണ്ടാൽ ഒരു ഇന്ത്യൻ രാജകുമാരിയെപ്പോലെ...."

അന്നും ഇന്നും അപ്പോളോ അനുരാധയെ വിളിക്കുന്നത് യൂ എന്നൊരു പദംകൊണ്ട്.

എന്നാൽ അന്നതിന് "നിങ്ങളുടെ" അകൽച്ചയുണ്ടായിരുന്നുവെന്നും ഇന്നതിന് "നീ"യുടെ ഇളംചൂടുണ്ടെന്നും അനുരാധയ്ക്ക് തോന്നി. അപ്പോളോ വണ്ടി സ്റ്റാർട്ട് ചെയ്തു.

"അനുരാധയ്ക്ക് എങ്ങോട്ടാണ് പോകേണ്ടത്...?"

അയാൾ ഇന്ദ്രനീല നയനങ്ങൾ നീട്ടി അവളുടെ കണ്ണുകളിൽ... കണ്ണുകളിലൂടെ ആത്മാവിൽ തൊട്ടു.

"ദോനപൗല...." ആലോചിക്കാൻ ഒന്നുമില്ലാതെ അനുരാധ പറഞ്ഞു.

"വസന്ത് എവിടെ പോയി...?" ഏറെ നേരത്തെ മൗനത്തിനുശേഷം അപ്പോളോ ചോദിച്ചു.

"കെസർവാൾ എന്നാണ് പറഞ്ഞത്. ഫ്രൻഡ്സുമായി ഒരു ഗെറ്റ് ടുഗേതർ."

"നിങ്ങളുടെ ഹണിമൂൺ എനിക്ക് വിചിത്രമായി തോന്നുന്നു."

അപ്പോളോ ആർദ്രതയോടെ അനുരാധയെ നോക്കി.

അപ്പോളോയുടെ മുഖത്തേക്ക് നോക്കാതിരിക്കാൻ ശ്രദ്ധിച്ചു അനുരാധ.

എതിരെനിന്നും ഓടിവരുന്ന പച്ചമരങ്ങളിലേക്ക് ദൃഷ്ടിയുറപ്പിച്ച് നനുത്ത സ്വരത്തിൽ അവൾ പറഞ്ഞു.

"ഞങ്ങൾ ഒന്നിച്ചു സഞ്ചരിക്കുന്നവരല്ല.

രണ്ടു വഴിയേ സഞ്ചരിക്കുന്നവരാണ്."

"എങ്കിൽ പിന്നെ അനുരാധയുടെ വഴിയിലൂടെ സഞ്ചരിക്കാൻ എന്നെ അനുവദിച്ചുകൂടെ?" വളരെ പെട്ടെന്ന്, തീരെ പ്രതീക്ഷിക്കാത്തൊരു വേളയിലാണ് അപ്പോളോ നേർത്ത വിറയലുള്ള ശബ്ദത്തിൽ അത് ചോദിച്ചത്. അനുരാധയുടെ മാറിടം ഒരിടവേളയ്ക്ക് ശ്വാസം നഷ്ടപ്പെട്ടതുപോലെ ഒന്നുയർന്ന് താഴ്ന്നു.

പരീക്ഷാഹോളിലേക്ക് കയറുന്ന കുട്ടിയെപോലെ അവളുടെ ഹൃദയം അതിദ്രുതം മിടിച്ചു. കൈവള്ളകൾ രണ്ടും മഞ്ഞുപാളികളായി. ഏറെ മോഹിക്കുന്നൊരു ചോദ്യചിഹ്നം സർവ്വാംഗസൗഭഗനായി മുന്നിൽ തുടിച്ചു നില്ക്കുന്നു.

എന്തുത്തരം നൽകും അനുരാധ?

ഏതു വഴിയാണ് അനുരാധയെ വിജയത്തിലേക്ക് നയിക്കുക? അല്ലെങ്കിൽ പരാജയത്തിലേക്ക് തള്ളിയിടുക.

ഉത്തരങ്ങൾ അപഗ്രഥിച്ച് വിജയപരാജയങ്ങൾ നിർണ്ണയിക്കാൻ പ്രണയം ഒരു ഉത്തരക്കടലാസ്സാണോ?

പ്രണനിക്കുക.... പ്രണയിക്കപ്പെടുക.

അതാല്ല.... അന്തിമവിജയം?

നേടിയെടുക്കലും വെട്ടിപ്പിടിക്കലും സ്വന്തമാക്കലും അധീനതയിൽ വയ്ക്കലും അതൊക്കെ എത്ര അപ്രധാനങ്ങൾ!

സ്വന്തമാക്കൽ, അത്രയ്ക്കു അപ്രസക്തമാണോ?

അറിയില്ല അനുരാധയക്ക്. കടലിൽ ചെന്നുചേരുവാനുള്ള നദിയുടെ കുതിച്ചോട്ടമാണ് പ്രണയം. അതവൾക്ക് അറിയാം. അനുരാധയ്ക്ക് "വരണം എന്നു പറയാം. അല്ലെങ്കിൽ, വരരുത്" എന്ന് പറയാം. ഇതൊന്നുമല്ലെങ്കിൽ... ഒന്നും പറയാതെയിരിക്കാം. ഗഹനങ്ങളായ രണ്ടർത്ഥങ്ങളെ ഗർഭത്തിൽ വഹിച്ചൊരു മൗനമായി ഉറഞ്ഞിരുന്നു അനുരാധ.

ദോനപൗലയിൽ സഞ്ചാരികളുടെ തിരക്ക്.

അല്പം ഒഴിവു കിട്ടിയ ഇടത്തിൽ വണ്ടി പാർക്ക് ചെയ്ത് അപ്പോളോയും അനുരാധയും ഇറങ്ങി. അലകളായി പതയുന്ന ജലത്തെ വെയിൽ ദാഹാർത്തമായ ജിഹ്വാ നീട്ടി നക്കിക്കുടിക്കുന്നു.

"എനിക്ക് വാട്ടർ സ്ക്കൂട്ടറിൽ പോകണം..."

പപ്പയോട് സംസാരിക്കുന്ന ശബ്ദത്തിലാണ് അനുരാധ ആ ആവശ്യം പറഞ്ഞത്.

"വാട്ടർ സ്കൂട്ടറിൽ പോയാൽ നിന്റെ ഭംഗിയുള്ള ഉടുപ്പ് നനഞ്ഞു പോകും."

അപ്പോളോ നിരുത്സാഹപ്പെടുത്തി. സാരമില്ല, ഉടുപ്പല്ല ശരീരമല്ല മനസ്സാണ് അനുരാധയ്ക്ക് നനയ്ക്കേണ്ടത്. അപ്പോളോയുടെ ഉടലോട് ചേർന്നിരുന്ന്, ഉയർന്നു താഴുന്ന സുവാരിയേയും മാണ്ഡോവിയേയും തൊട്ടറിഞ്ഞ് രുചിച്ചറിഞ്ഞ് മണത്തറിഞ്ഞ് അനുരാധ വെയിലിന്റെ കാഠിന്യമറിയാതെ പാഞ്ഞുകൊണ്ടേയിരുന്നു. നദികൾ കൈകൾ നീട്ടി അവരെ പുണർന്നു.

ഇക്കിളിപ്പെടുത്തി.

അനുരാധയും അപ്പോളോയും രണ്ട് ഉണ്ണികളായി തീർന്നു.

അവർ കൂടെകൂടെ ചിരിച്ചു. ചിരിച്ചു ചിരിച്ചു തിമർത്തു. തിമർത്ത് തിമർത്ത് തളർന്നു.

കണ്ണുകളിൽ നിന്നും മിഴിനീർ ചാടി. നദിയിലേക്ക് വീണുരുണ്ടു.

കുത്തനെയുള്ള പടവുകൾ കയറുമ്പോൾ അപ്പോളോ അനുരാധയുടെ കയ്യിൽ പിടിച്ചു. "സൂക്ഷിച്ച്..."

ഈ പടികളിലൂടെ ഉരുണ്ടുരുണ്ടിറങ്ങിയാണ് ഒരു നീർക്കുമിളയായി അപ്പോളോയുടെ കൈകളിലേക്ക് അനുരാധ ചെന്നുവീണത്. ഈ പടവുകളെ അനുരാധ ഒരിക്കലും മറക്കില്ല, ജീവിതത്തിൽ ഏതേത് പടികൾ കയറി മുകളിലേക്ക് മുകളിലേക്ക് പോയാലും.... പാറക്കെട്ടിന്റെ ഉച്ചിയിൽ നിന്നുകൊണ്ട് കടലും കരയും കാണാം. ഗോമന്തകം മുഴുവൻ കാണാം.

അകലെ ഏതോ തീരങ്ങളെ ലക്ഷ്യംവെച്ച് പ്രയാണം ചെയ്യുന്ന കപ്പലുകളെ കാണാം.

'കെസർവാൾ കുളിക്കാൻ പറ്റിയ ഇടംതന്നെ. എന്നാലും ദൂത്സാഗർ അതാണ് കാണേണ്ടത്. ശരിയ്ക്കും പാൽ പതഞ്ഞൊഴുകുകയാണെന്ന്

തോന്നും. ട്രെയ്നിന്റെ ജാലകത്തിലൂടെ ആ കാഴ്ച എത്രവട്ടം കണ്ടിരിക്കുന്നു."

"നയാഗ്രയുടെ നാട്ടിൽ നിന്നും വന്നവനെ ഒരു ദൂത്സാഗർ ഭ്രമിപ്പിക്കുന്നതെങ്ങിനെ?" ആകാശത്തിലൂടെ പലതരം വരകൾ വരയ്ക്കുകയും മായ്ക്കുകയും ചെയ്ത് പറന്നുപോകുന്ന ഒരു കൂട്ടം പക്ഷികളോട് അനുരാധ ചിരിയോടെ ചോദിച്ചു.

"കാരണം ദൂത്സാഗർ ഇന്ത്യയുടേതാണ്. ഇന്ത്യയുടേതെല്ലാം എന്റെ പ്രിയയുടേതാണ്."

നീണ്ട നിര നീക്കി വി ആകൃതിയിലേക്ക് മാറിക്കൊണ്ടിരുന്ന പക്ഷികളോട് അപ്പോളോ ചിരിച്ചു.

"ആദ്യം അവിടെ കാലുകുത്തിയ ദിവസം എന്നെങ്കിലും എന്റെ പ്രിയപ്പെട്ടവളേയുംകൂട്ടി അവിടെ ചെല്ലുമെന്ന് ഞാൻ നിശ്ചയിച്ചിരുന്നു."

അപ്പോളോ അനുരാധയോട് പറഞ്ഞു.

അനുരാധ വേദനയോടെ അപ്പോളോയുടെ കണ്ണുകളുടെ ആഴങ്ങളിലേക്ക് ഇറങ്ങിവന്നു.

"പോകാം നമ്മൾക്കിന്ന്..."

"അത് നടക്കില്ല അനുരാധ. ഇവിടെ നിന്നും ഒരുപാടു ദൂരെയാണ് ദൂത്സാഗർ. വസന്ത് എത്തുംമുമ്പ് നമ്മൾക്ക് മടങ്ങിയെത്താനാവില്ല."

അപ്പോളോയുടെ വാക്കുകൾ ഉമിയുടെ ഒരു കൂമ്പാരമാണെന്നും അത് തന്നെ ആകമാനം വന്നു മൂടുകയാണെന്നും അതിലാരോ കുറ്റബോധത്തിന്റെ തീ വെക്കുകയാണെന്നും അനുരാധ അറിഞ്ഞു.

സ്നേഹം മാത്രം നൽകുന്നവന്റെ നിർമ്മലമായ സ്വപ്നങ്ങൾപോലും പൂവിൽനിന്നും ഇതളുകൾ അടർത്തിയെടുക്കുന്നതുപോലെ കാരുണ്യമേതുമില്ലാതെ പിച്ചിക്കളയുകയല്ലേ അനുരാധ.

"മറ്റെങ്ങോട്ടെങ്കിലും എന്നെ കൊണ്ടുപോകാൻ ആഗ്രഹമുണ്ടോ...?"

അനുരാധ മൃദുവായി അപ്പോളോയോട് ചോദിച്ചു. അപ്പോളോയിൽ നിന്നും ഇടമുറിഞ്ഞൊരു നിശ്വാസമുണ്ടായി. "ഈ ജീവിതത്തിന്റെ അറ്റത്തേക്ക് നിന്റെ കൈപിടിച്ച് നടക്കണമെന്നാണ് എന്റെ ആഗ്രഹം...."

അയാളുടെ നീലമിഴികളിൽ വന്നുനിറയുന്ന ആർദ്രതയിൽ നിന്നും അനുരാധ അത് വായിച്ചെടുത്തു.

രണ്ടു പേരും ഒന്നും മിണ്ടാതെ കടലിൽ നിന്നും പാറക്കെട്ടുകളിലേക്ക് വലിഞ്ഞുകയറുന്ന ഞണ്ടുകളെ നോക്കിനിന്നു.

സമയം അവരെ ചതിച്ചുകൊണ്ട് കടന്നു പോകുന്നു.

ഇനിയേതാനും മണിക്കൂറുകൾമാത്രം... ഒരു ജന്മത്തേക്കായി പതിച്ചു കിട്ടിയിരിക്കുന്നത്...!

വധശിക്ഷയ്ക്ക് കാത്തിരിക്കുന്ന രണ്ടു തടവുകാരെപോലെ അവർ രണ്ടുപേർ അനുരാധയും അപ്പോളോയും.

ഈശ്വരൻ ഇപ്പോൾ മഹാദ്ഭുതങ്ങൾ ഒന്നും പ്രവർത്തിക്കാറില്ലെന്ന് അമ്പരക്കുകയാണ് അനുരാധ.

ദോനാപൗലയ്ക്ക് അഭിമുഖമായാണ് ഗവർണ്ണരുടെ താമസസ്ഥലം. കബോ രാജ്ഭവൻ. പോർച്ചുഗീസുകാരന് അത് Palacio de cabo ചൈനീസ് കളിമൺവസ്തുക്കളും ബൊഹിമിയൻ ചില്ലിന്റെ ബഹുശാഖാ ദീപങ്ങളുംകൊണ്ട് അലങ്കരിച്ച കൊട്ടാരം. അന്ന് ഗവർണർജനറലിന്റെ വാസസ്ഥലം. പുലരികളും, സന്ധ്യകളും സ്വർണ്ണത്തളികയിൽ എന്തെന്ത് മുഗ്ദ്ധാനുഭവങ്ങൾ ആയിരിക്കും അവിടെ കാണിക്കവെക്കുന്നത്.

ഇതൊന്നും കാണുവാൻ സമയമില്ലാത്ത, ഏറെ തിരക്കുള്ള ഒരു വ്യക്തിയെ അതുപോലൊരിടത്ത് പാർപ്പിക്കുന്നതെന്തിനാണ്?

"ആരും കൊതിച്ചുപോകും അവിടെ താമസിക്കുവാൻ...." അപ്പോളോ പറഞ്ഞു. "ഗവർണ്ണർ ഒരു ഭാഗ്യവാൻ തന്നെ."

"തമിഴ്നാട്ടിലേയും കേരളത്തിലേയും ആളുകൾ ഇപ്പോഴും പറയും ഗവർണ്ണറെപ്പോലൊരു നിർഭാഗ്യവാൻ. ഒരു സുനാമി തിരയൊന്നുയർന്നു പോയാൽ ആദ്യം നക്കിയെടുക്കുന്നത് അയാളെയായിരിക്കുമല്ലോ..." അനുരാധ ചിരിച്ചു.

അനുരാധയുടെ ചിരി എത്ര മനോഹരമാണെന്നു ശ്രദ്ധിക്കുകയായിരുന്നു അപ്പോളോ.

അതോടൊപ്പം ഈ ചിരി നഷ്ടപ്പെടുത്താൻ വയ്യല്ലോ എന്നു അയാൾ അത്യഗാധമായി വേദനിച്ചു.

നാലുപാടുനിന്നും പാറിവരുന്ന കാറ്റിന്റെ ചിറകുകൾ അനുരാധയുടെയും അപ്പോളോയുടെയും നനഞ്ഞ കുപ്പായങ്ങൾ ഉണങ്ങിക്കഴിഞ്ഞിരുന്നു. ഗോവയിൽ എപ്പോഴും എവിടെയും കാറ്റാണ്.

ദോനാപൗലയിൽ മാത്രമല്ല, ഗോവയിൽ ആകമാനം വീശിയെടുക്കുന്നത് ദോനപൗല ഡി മെനിസിസ് എന്ന പോർച്ചുഗീസു പെൺകിടാവിന്റെ പ്രണയനിശ്വാസങ്ങൾ ആണെന്നു തോന്നി അനുരാധയ്ക്ക്.

ദോനാപൗലയോടും അവളുടെ മുക്കുവച്ചെറുക്കനോടും എനിക്ക് അസൂയ തോന്നുന്നു. ജീവിതത്തിൽ ഇല്ലെങ്കിൽ മരണത്തിലെങ്കിലും ഒന്നിച്ചുവല്ലോ അവർ...." പാറക്കെട്ടുകളിൽ വന്ന് ആഞ്ഞടിക്കുന്ന ജലകൈകൾ അനുരാധയെ മാടിവിളിച്ചുകൊണ്ടിരുന്നു.

അനുരാധയുടെ കണ്ണുകളിൽ വന്യമായ ആവേശം കത്തിയാളുന്നത് കണ്ടു അപ്പോളോ. അയാൾ തന്റെ ഇളംചൂടുള്ള കൈനീട്ടി അവളുടെ കൈത്തണ്ടയിൽ മുറുകെ പിടിച്ചു.

“മരണാനന്തരം എന്താണെന്ന് ആർക്കും അറിയില്ല. പക്ഷേ, മരണം വരെ മധുരമുള്ള ഓർമ്മകൾ കൂട്ടിനുണ്ടാകും. ആ ഓർമ്മകളെ കൊല്ലുന്നത് ഭ്രൂണത്തെ കൊല്ലുന്നതിനേക്കാൾ ക്രൂരമാണ് അനുരാധ....”

അനുരാധ അപ്പോളോയുടെ കയ്യിൽ മുറുകെപിടിച്ച് താഴെക്കിറങ്ങി.

മരണംവരെ ഇനിയീ പടവുകൾ കയറുകയും ഇറങ്ങുകയും ഇല്ല അനുരാധ. പക്ഷേ അവസാനശ്വാസം അകത്തേക്ക് വലിച്ചെടുക്കുമ്പോൾ അനുരാധയുടെ കണ്ണുകൾക്ക് മുമ്പിൽ അവ തുറന്നോ അടഞ്ഞോ ഇരുന്നോട്ടെ... ഈ പടവുകൾ ആയിരിക്കും! ദേഹത്തിന് ഈ ഹെർക്കുലിയൻ കരങ്ങളുടെ ഇളം ചൂടും! താഴെ ചൂണ്ടയിട്ടു നിന്ന ചെറുപ്പക്കാർക്കിടയിൽ ആരവം. ആരുടെയോ ചൂണ്ടയിൽ വലിയൊരു മത്സ്യം കൊത്തിയിരിക്കുന്നു. അത് കരയ്ക്കു കിടന്നു പിടഞ്ഞു. അലസരായി കിടന്നിരുന്ന നായ്ക്കൾ കൊതിയോടെ ഓടിയടുത്ത് ചുറ്റിക്കൂടിനിന്നു.

ചൂണ്ട വില്പനക്കാരന്റെ മുമ്പിൽ എപ്പോഴും തിരക്ക്. വരുന്ന സഞ്ചാരികളിൽ പലരും ചൂണ്ടയും വെള്ളത്തിലിട്ട് മണിക്കൂറുകളോളം തപസ്സ് അനുഷ്ഠിക്കുകയാണ്.

ഗോവയിൽ വെള്ളമുള്ളിടത്തൊക്കെ ഈ കാഴ്ചയും കാണാം. മാന്യതയുടെ പുറംചട്ടയണിഞ്ഞവരും, അല്ലാത്തവരും ചൂണ്ടയുമായി നില്ക്കുന്നത്. അങ്ങകലെ കേസർവാൾ വെള്ളച്ചാട്ടത്തിനരികിൽ, ഇരകൊത്തിക്കിടക്കുന്ന മത്സ്യം താനെന്നറിയാതെ, ചൂണ്ട തന്റെ കയ്യിലാണെന്നും താമസിയാതെ വഴുക്കിവഴുക്കി പോകുന്ന സ്വർണ്ണമത്സ്യം അതിൽ വന്നു കിടന്ന് പിടയ്ക്കുമെന്നും പ്രതീക്ഷിച്ചിരിക്കുന്ന ഒരാൾ അനുരാധയുടെ ചിന്തകളിലേക്ക് വന്നു.

ദോനപൗലയിൽനിന്നും പുറപ്പെടുമ്പോൾ ഒരിക്കൽകൂടി കാണാമെന്ന് തോന്നി അനുരാധയ്ക്ക്.

അറബിക്കടലിൽ കുളിച്ചുതിമർക്കുന്ന സുവാരിയും മാണ്ഡോവിയും കനത്ത പാറക്കെട്ടും പടവുകളും.....

പടിഞ്ഞാട്ട് മുഖം തിരിച്ച് ഭൂതകാലങ്ങളിലേക്ക് തിരിഞ്ഞുനോക്കുന്ന പുരുഷന്റെയും കിഴക്കോട്ട് മുഖം തിരിച്ച് ഭാവിലേക്കുറ്റു നോക്കുന്ന സ്ത്രീയുടെയും സുന്ദരശില്പത്തെയും.

ഇല്ല.... തിരിഞ്ഞുനോക്കില്ല അനുരാധ.

എല്ലാ ചിത്രങ്ങളും ഒരിക്കലും മങ്ങാത്തവിധം മനസ്സിന്റെ ക്യാമറക്കണ്ണാൽ ഒപ്പിയെടുത്തു കഴിഞ്ഞു.

ഇനി നനഞ്ഞ മിഴികളിലൂടെ നിറം മങ്ങിയൊരു കാഴ്ച..... അത് വേണ്ട. അനുരാധയും അപ്പോളോയും ചുണ്ടുകൾ അനക്കാതെ... പരസ്പരം നോക്കാതെ ഹൃദയത്തിൽ വിങ്ങിനിൽക്കുന്നത് അത്രയും പറഞ്ഞു തീർത്തുകൊണ്ടിരുന്നു. അവരെയും വഹിച്ചുകൊണ്ട് തുറന്ന ജീപ്പ് ഗാഢമായ പച്ചപ്പിലൂടെ മിരാമാറിലൂടെ പഞ്ചിമിലേക്ക് പറന്നു.

ആൾട്ടിനോ കുന്നിന്റെ പാദത്തിൽ അതെത്തി നില്ക്കുമ്പോൾ ചന്ദന ധൂമത്തിന്റെ ഗന്ധം അനുരാധയെ വിളിച്ചുണർത്തി.

കുന്നിൽ മുകളിലായി മാരുതിക്ഷേത്രം. അവിടെയെത്താൻ കുത്തനെയുള്ള പടവുകൾ ഏറെ കയറണം. വളഞ്ഞും പുളഞ്ഞും ഒരു കരിനാഗത്തെപ്പോലെ മുകളിലേക്ക് നീങ്ങുന്ന ടാറിട്ട വഴിയിലൂടെയും അവിടെയെത്താം.

“എന്തുവേണം?” അപ്പോളോ ചോദിച്ചു

“കയറാം....” അനുരാധ പറഞ്ഞു.

മുകളിലെത്തിയപ്പോഴേക്കും അനുരാധ വല്ലാതെ കിതച്ചു. അപ്പോളോയുടെ മുഖം ശോണവർണ്ണമായി തുടുത്തു. മാരുതിക്ഷേത്രത്തിൽ ആൾത്തിരക്കില്ല.

കാഴ്ച കണ്ടു നടക്കുന്ന ഒന്നുരണ്ട് വിദേശ വനിതകൾ മാത്രം. നടയ്ക്കൽ നിന്നു. കൈകൂപ്പവേ അനുരാധ അപ്പോളോയെ ഇടംകണ്ണിട്ട് നോക്കി. അനുരാധയേക്കാൾ ഭംഗിയായി അയാൾ കൈകൾകൂപ്പി കണ്ണുകളടച്ച് പ്രാർത്ഥനാ നിമഗ്നനായി നിൽക്കുന്നു.

ആൾട്ടിനോയിലേക്കു തുറക്കുന്ന പിൻവാതിലിലൂടെ പുറത്ത് കടക്കുമ്പോൾ അനുരാധ ചിരിയോടെ ചോദിച്ചു.

“അപ്പോൾ ക്ഷേത്രമര്യാദകളും മനഃപാഠമാണ്....?”

അപ്പോളോ ആദ്യമൊന്നു ചിരിച്ചതേയുള്ളു.

പിന്നെ എന്തോ ആലോചിച്ചുകൊണ്ട് മെല്ലെ മന്ത്രിച്ചു. “ഏത് ദൈവമാണ് വിളികേൾക്കുക എന്നറിയില്ലല്ലോ. ഏതാണാ പ്രാർത്ഥന എന്നു അനുരാധ ചോദിക്കുന്നില്ല.

അനുരാധയ്ക്ക് അറിയാം. അനുരാധയോളം മറ്റാരാണ് അത് അറിയുക.

“എല്ലാ ദൈവങ്ങളും ഒന്നുതന്നെ. എല്ലാ മതങ്ങളും ഒന്നുതന്നെ. ഒരിടത്ത് നിന്നും ഉത്ഭവിച്ച് പലേടത്തേക്കായി ചിതറിത്തെറിച്ചവർ. എന്നിട്ടും സ്വയം പൂർണ്ണരെന്ന തിരമാല മതി എല്ലാ മണൽത്തിട്ടകളും ഒലിച്ചുപോകാൻ.”

മണ്ണിലിഴയുന്ന വെയിൽ നാഗങ്ങൾ അനുരാധയോട് പറഞ്ഞു.

“പ്രണയം ഉണ്ടാക്കുന്ന ദൈവം പ്രണയസാഫല്യത്തിനുള്ള സമയവും കുറിച്ചിരിക്കും. പ്രണയത്തിന്റെ വഴി ഒരു കാലത്തും സുഗമമായിരുന്നില്ല. ഇനിയൊട്ടും ആകുകയുമില്ല.

പരീക്ഷണങ്ങളുടെ തീജ്വാലകളിലൂടെയുള്ള പ്രയാണം അനന്തമായിരിക്കും. അതിൽ പരിക്ഷീണനാകാത്തവനുള്ളതാണ് സാഫല്യം.”

വെയിൽനാഗങ്ങൾ അപ്പോളോയോട് പറഞ്ഞു. എന്നിട്ട് എങ്ങോട്ടോ ഇഴഞ്ഞുപോയി. പച്ചപ്പിന്റെ മാളങ്ങളിലൊളിച്ചു.

അനുരാധയും അപ്പോളോയും ഉയരങ്ങളിലേക്കൊഴുകുന്ന റോഡിലൂടെ പതിയെ നടന്നു. ഉച്ചവെയിലിനെ മണ്ണിൽ വീഴാൻ അനുവദിക്കാതെ താരും തളിരും തലമുടിക്കെട്ടഴിച്ചിട്ട യക്ഷിയെപ്പോലെ പന്തലിച്ച് നിന്നു. ഗോവയുടെ തീർത്തും മറ്റൊരു മുഖമാണ് ആൾട്ടിനോയ്ക്ക്.

പച്ചപുതച്ച് വിരിച്ചുനില്ക്കുന്ന കുന്നിൻപുറത്ത് പ്രമാണിമാരുടെയും പഴയതറവാടികളുടെയും പ്രൗഢസുന്ദരങ്ങളായ ബംഗ്ലാവുകൾ. ബിഷപ്പ് ഹൗസും മുഖ്യമന്ത്രിയുടെ പാർപ്പിടവും ആകാശവാണിയും ദൂരദർശനും ഒക്കെ ആൾട്ടിനോവിൽതന്നെ.

എന്നാൽ മനുഷ്യവാസമില്ലാത്തതുപോലെ ഗാംഭീര്യമാർന്നൊരു നിശ്ശബ്ദത അവിടെ വീർപ്പടക്കി നില്ക്കുന്നത് അനുരാധ അറിഞ്ഞു.

"പോകാം...." അപ്പോളോ ചോദിച്ചു. അവർ നടന്ന വഴിയത്രയും തിരിഞ്ഞുനടന്നു. കുത്തനെയുള്ള പടവുകളിലൂടെ നൂണ്ടിറങ്ങി. വണ്ടിയ്ക്കരികിലെത്തി.

"ഇനി.....?" അനുരാധ അപ്പോളോയെ നോക്കി. "ഒരിടത്തേക്ക് കൊണ്ടുപോകണമെന്നുണ്ട്... വരുമോ?"

ഇനി അപ്പോളോ വിളിക്കുന്നിടത്തെല്ലാം വരും അനുരാധ. എങ്ങോട്ടാണെന്നു അന്വേഷിക്കുകപോലും ചെയ്യില്ല അനുരാധ. ഇന്നിന്റെ അവശേഷിക്കുന്ന ഓരോ മാത്രയും അപ്പോളോയ്ക്കുള്ളതാണ്. ഇന്നിന്റെ ഓർമ്മകളത്രയും ഇനിയുള്ളകാലം അനുരാധയ്ക്ക് ഉള്ളതാണ്.

"ബിച്ചോലിമ്മിൽ നിന്നും മൂന്ന് കിലോമീറ്റർ തെക്ക് മയം എന്നൊരു സ്ഥലമുണ്ട്. അങ്ങോട്ട് പോകാം."

അപ്പോളോ വണ്ടിയിൽ കയറിയതും ഒരു കാസറ്റ് പ്ലേ ചെയ്തു. മുത്തശ്ശിക്കഥകളുടെ ഖനിയായ ഗോവൻ നാടോടിശീലുകളിൽ പാശ്ചാത്യ വിരലുകളുടെ സ്പർശനം.

അനുരാധയുടെ ഹൃദയവും താളമേളങ്ങൾക്കൊപ്പം ഹൃദ്യമായ ഒരു വാദ്യസംഗീതം വായിച്ചുകൊണ്ടിരുന്നു.

"ഗോവക്കാർക്കിടയിൽ ഇത്തരം പാട്ടുകൾ വളരെ പോപ്പുലറാണ്. ക്രിസ് പെറി എന്നൊരു കക്ഷിയാണ് ഗോവൻ സംഗീതവും പാശ്ചാത്യ സംഗീതവും കൂട്ടിയിണക്കി ആദ്യമായി ഒരു തരംഗമുയർത്തിയത്. അനുരാധ ശ്രദ്ധിച്ചോ?"

രണ്ടു വ്യത്യസ്ത ഭാഷകൾ. രണ്ടു വ്യത്യസ്ത സംസ്കാരങ്ങൾ ഒന്നിച്ചു ലയിച്ചു ചേരുമ്പോൾ അതെത്ര മനോഹരമാകുന്നു. രണ്ടായിരുന്നവർ ഒന്നായിത്തീരുവാൻ യുഗങ്ങളിലൂടെ ഓടിക്കിതച്ചെത്തിയവർ. ഒന്നായി തീരുന്നതിന്റെ ആനന്ദം അപ്പോൾ എത്ര വലുതായിരിക്കുമെന്ന് ഓർമ്മിക്കുകയാണ് അനുരാധ.

എന്നിട്ടും അനുരാധ ചോദിച്ചതിങ്ങനെയാണ്

"അപ്പോൾ ഗോവയെക്കുറിച്ച് ഏതാണ്ടൊക്കെ പഠിച്ചു കഴിഞ്ഞു...?"

അപ്പോളോ പൊട്ടിച്ചിരിച്ചു.

"ഇപ്പോൾ തോന്നുന്നു... കേരളത്തെ കുറിച്ചാണ് കൂടുതൽ പഠിക്കേണ്ടത് എന്ന്..."

അപ്പോളേയ്ക്ക് കേരളത്തിലേക്ക് വരാം. കേരളത്തെക്കുറിച്ച് പഠിക്കാം. പക്ഷേ അവിടെയൊന്നും അനുരാധ എന്ന പെൺകിടാവിനെ ആ നീല മിഴികൾകൊണ്ട് പരതരുത്.

കാരണം, ഇന്നു രാത്രിയോടെ അനുരാധ അവസാനിച്ചിരിക്കും. അവളുടെ കവിൾത്തടങ്ങൾ ചോരവറ്റി പിളർന്നിരിക്കും. ചുണ്ടുകൾ നനവു വറ്റി വരണ്ടിരിക്കും. കാലിഫോർണിയിൽ ഒരു ശവമഞ്ചത്തിൽ ഒരു മരക്ഷണംപോലെ അവൾ ഉറങ്ങുകയായിരിക്കും.

അങ്ങനെ അവൾക്ക് ഉറങ്ങാനാകുമോ....? ഇല്ല.

അകലെ മെർമേയ്ഡുകളുടെ സംഗീതം അവളെ വിളിച്ചുകൊണ്ടിരിക്കും. അപ്പോൾ അവൾ ചെവികളുടെയും ജാലകങ്ങൾ കൊട്ടിയടയ്ക്കും. താക്കോൽ കൊടുത്തുവിട്ട യന്ത്രപ്പാവയെപ്പോലെ വെക്കുകയും വിളമ്പുകയും ഉണ്ണുകയും ഊട്ടുകയും പ്രസവിക്കുകയും മുലയൂട്ടുകയും.... അങ്ങനെയങ്ങനെ തിരക്കിലായിരിക്കും അനുരാധ.

സ്വപ്നം കാണാൻ വയ്യാത്ത തിരക്ക്. ശ്വാസം വിടാൻ വയ്യാത്ത തിരക്ക്. തിരകളുടെ ചിപ്പിയ്ക്കുള്ളിൽ അനുരാധ ലോകത്തിൽനിന്നും തന്നിൽനിന്നും തന്നെ മറഞ്ഞിരിക്കും.

"അനുരാധ..." അപ്പോളോ വിളിച്ചു.

"നീ ശ്രദ്ധിച്ചുവോ... സമയമെത്രയായിരിക്കുന്നു. നമ്മൾ ഒന്നും കഴിച്ചില്ല ഇതുവരെ...."

വിശപ്പും ദാഹവും അറിയുന്നില്ല അനുരാധ. വെയിൽ പൊങ്ങുന്നതും മങ്ങുന്നതും അറിയുന്നില്ല അനുരാധ. വാച്ചിലെ, സൂചികൾ അവളെ വല്ലാതെ ഭയപ്പെടുത്തുന്നു. എന്തിനാണീ തിടുക്കം....? എങ്ങോട്ടാണീ മരണപ്പാച്ചിൽ....? അവയെ തുറിച്ചു നോക്കി നിശ്ചലമാക്കാൻ ശ്രമിച്ചു അനുരാധ. വസന്ത്....?

വസന്ത് ഇപ്പോൾ സുവാരി നദികടന്ന് കെസർവാളിൽനിന്നും പഞ്ചിമിലേക്ക് പുറപ്പെട്ടിരിക്കുമോ?

അഞ്ചുമണിയുടെ ഫിലിംഷോ കാണാൻ കത്രീനയോടൊപ്പം എത്തിച്ചേരേണ്ടതല്ലേ അയാൾക്ക്.

ഇതിനിടയ്ക്ക് അയാൾ മീരാമാറിലെ വീട്ടിലെത്തുമോ? എത്താൻ വഴിയില്ല.

അനുരാധയോട് പുതിയൊരു നുണ കൂടെ പറഞ്ഞ് പുറത്തിറങ്ങാനായി അയാൾ ഏതായാലും വരില്ല.

അനുരാധ മൊബൈൽ ഫോൺ കയ്യിലെടുത്തു. കുറെനേരം അയാൾ പരിധിയ്ക്കു അപ്പുറത്തായിരുന്നു. പിന്നിടെപ്പോഴോ അയാളുടെ അനിഷ്ടം നിറഞ്ഞ സ്വരം അവളോട് ഹലോ പറഞ്ഞു.

"എന്താ വിളിച്ചത്.... ? വസന്ത് ഏതോ രസച്ചരടു മുറിഞ്ഞുപോയതിന്റെ ഖിന്നതയിലാണ്.

"ഇപ്പോൾ എവിടെയാ....?

അനുരാധ തന്റെ പതറുന്ന ശബ്ദം മിനുസപ്പെടുത്താൻ ശ്രമിച്ചുകൊണ്ടിരുന്നു.

"സോറി... അനൂ... ഇവൻമാരെന്നെ ഇപ്പോഴൊന്നും വിടുന്ന ലക്ഷണമില്ല. രാത്രിയാവുമെത്താൻ. എന്നെ കാക്കണ്ട. കലാ അക്കാദമിയിൽ പൊയ്ക്കൊള്ളൂട്ടോ.

അവസാനമൊരു ഔദാര്യംവെച്ചു നീട്ടിക്കൊണ്ട് വസന്ത് സംഭാഷണം അവസാനിപ്പിച്ചു.

സമാധാനമായിരിഢുന്നു അനുരാധയ്ക്ക്. അവൾ ഒരു നിമിഷം കണ്ണുകൾ അടച്ചിരുന്നു. "രസമുണ്ട് കേൾക്കാൻ നിന്റെ ഈ ഭാഷ..." അപ്പോളോയുടെ മുഖത്തേക്ക് അവൾ നോക്കി. ഈശ്വരാ.... രണ്ടു സാഗരം നിറയെ സ്നേഹം. ഗിയർ നിയന്ത്രിഢുന്ന ആ വെളുത്ത് തുടുത്ത കൈത്തണ്ടയിൽ ഒന്നു പിടിച്ചോട്ടേ ഞാൻ.

നേർത്ത് ശോണവർണ്ണമാർന്ന മിന്നുന്ന നഖങ്ങളിൽ തൊട്ടുനോക്കട്ടെ ഞാൻ. അനുരാധയുടെ ഹൃദയം മുറിഞ്ഞ് ചോര വാർന്നൊലിക്കാൻ തുടങ്ങി. ബ്ലീഡിംഗ് ഹാർട്ട് പൂക്കൾ വിരിഞ്ഞു നില്ക്കുന്ന വഴിത്താരയിലൂടെ നടന്നുപോകുന്ന നീലകണ്ണുകളുള്ള ആ ബാലനെ കുറിച്ച് അവൾ ഓർത്തുകൊണ്ടിരുന്നു.

അവൾ അവനെ മടിയിലിരുത്തി ലാളിയ്ക്കുകയും ഉമ്മവെയ്ക്കുകയും ചെയ്തു. അവൻ കുഞ്ഞുവിരലുകൾ നീട്ടി അവളുടെ ഹൃദയത്തിലെ മുറിവായ്കൾ കൂട്ടിവെച്ചു.

പൊടുന്നനെ രക്തപ്രവാഹം നിലച്ചു. പകരം സ്ത്രൈണ്യത്തിന്റെ അമൃതധാര പൊട്ടിയോഴുകുന്നത് അനുരാധ അറിഞ്ഞു.

അപ്പോളോ....നീയൊരു കുഞ്ഞായിരുന്നുവെങ്കിൽ യാതൊരു സങ്കോചവുമില്ലാതെ നിന്നെ എന്റെ നെഞ്ചിന്റെ ഇളം ചൂടിലേയ്ക്കു അണച്ചു പിടിച്ചേനെ ഞാൻ..." അനുരാധയുടെ ഹൃദയം മന്ത്രിച്ചു.

"അനുരാധ... നീ എന്റെ അമ്മയെപ്പോലെ സുന്ദരിയാണ്. കൊച്ചു ബാലികയായിരുന്നപ്പോൾ നീ എത്രമേൽ സുന്ദരിയായിരുന്നിരിഢുമെന്നു അദ്ഭുതപ്പെടുകയാണ് ഞാൻ.

അതുപോലൊരു മകളുടെ അച്ഛനാകാൻ.... അവളുടെ കിളിക്കൊഞ്ചലുകൾക്ക് ഉത്തരം പറയാൻ... കുരുന്നു വിരലുകളിൽ ഉമ്മവെയ്ക്കാൻ,

ആകാശത്തേക്ക് ഉയർത്തി വട്ടം ചുറ്റാൻ...., കളിപ്പാട്ടങ്ങളും കുഞ്ഞുടുപ്പുകളും വാങ്ങി നൽകി ആ വിടർന്ന കണ്ണുകളെ നക്ഷത്രങ്ങൾ ആക്കാൻ... എനിക്ക് കൊതിയാകുന്നു...."

അപ്പോളോയുടെ ഹൃദയത്തിൽ അതോർക്കവേ തന്നെ ആനന്ദത്തിന്റെ ഒരു വേലിയേറ്റമുണ്ടായി.

ബിച്ചോലിമ്മിൽ എത്തിയപ്പോൾ അനുരാധ പൂജയെ കുറിച്ചോർത്തു. അതൊരു ചെറുനഗരമായിരുന്നു.

ഈ നാഗരികതക്കപ്പുറം എവിടെയോ നിബിഡവനങ്ങളുണ്ടെന്ന അവൾ പറഞ്ഞിരുന്നു,

വയസ്സിയാകുമ്പോൾ അവളെ പിടിച്ച് തിന്നാനുള്ള പുലി ജനിച്ചിട്ടുണ്ടാകില്ല.

അവിടെനിന്നും മൂന്നു കിലോമീറ്റർ അപ്പുറം മയാഗ്രാമത്തിന്റെ ശാന്തതയിലേക്ക് അനുരാധയും അപ്പോളോയും ഇറങ്ങിച്ചെന്നു.

മണ്ണിൽനിന്നും ദൈവങ്ങളെ സൃഷ്ടിക്കുന്നവരാണ് മയായിലെ ഗ്രാമവാസികൾ. എല്ലാ വീട്ടുമുറ്റത്തും ഗണേശവിഗ്രഹങ്ങളുടെ നിർമ്മാണത്തിൽ ഏർപ്പെട്ടിരിക്കുന്ന മനുഷ്യർ.

ഓരോ ഗണേശവിഗ്രഹത്തിനും ഓരോ മുഖഛായയാണ്. അവയിലൊന്നു വാങ്ങണമെന്നു അനുരാധയ്ക്ക് തോന്നി.

ഗ്രാമീണരോട് കയ്യും കലാശവും കാണിച്ച് ക്ഷണിക്കവേ ഇംഗ്ലീഷ് അറിയാവുന്ന ഒരാൾ അവരുടെ സഹായത്തിനെത്തി.

"ഇതെല്ലാം അടുത്ത ഗണേശചതുർത്ഥി മഹോത്സവത്തിനായി നിർമ്മിക്കുന്നതാണ്. ഹോൾ സേയ്ലായി പ്രധാന നഗരങ്ങളിടെ കച്ചവടക്കാർ വന്നു വാങ്ങിക്കൊണ്ടുപോകും.

അല്ലാതെ ഒരെണ്ണംമാത്രം ചോദിച്ചുകൊണ്ട് ആരും വരാറില്ല." അയാൾ ചിരിച്ചു.

"ഓരോ ഗണേശ ചതുർത്ഥിക്കും ആളുകൾ പുതിയ വിഗ്രഹങ്ങൾ വാങ്ങുമോ?"

അനുരാധ ചോദിച്ചു. "പിന്നെ....?" എല്ലാ ഹിന്ദുക്കളും ഒരു വലിയ പീഠത്തിൽ മട്ടോളി ഉണ്ടാക്കി പൂക്കളും ഫലങ്ങളും കൊണ്ട് അലങ്കരിച്ച് അതിൽ ഗണേശവിഗ്രഹം സ്ഥാപിക്കും. പതിനൊന്നു ദിവസത്തെ പൂജയ്ക്കുശേഷം ഘോഷയാത്രയായി കൊണ്ടുപോയി വെള്ളത്തിലൊഴുക്കിക്കളയും."

അയാൾ ഗണേശമഹോത്സവത്തെക്കുറിച്ച് വളരെ ഉത്സാഹപൂർവ്വം സംസാരിച്ചു. സാധാരണ ആഴ്ചകൾക്ക് മുന്നേ തുടങ്ങുകയുള്ളു... ഇത്തവണ ചില ഇന്ദ്രജാലങ്ങൾ കാട്ടി ആളുകളെ ആകർഷിക്കാനുള്ള തയ്യാറെടുപ്പിലാണ് വിഗ്രഹനിർമ്മാതാക്കൾ. കാരണം, തീർത്തും

കൗതുകകരം...! കഴിഞ്ഞ ഗണേശ് ചതുർത്ഥിക്ക് ചൈനയിൽ നിന്നു വന്ന ഗണപതിമാരെല്ലാം കുറഞ്ഞ കാശിന് ഗംഭീരമായി വിറ്റഴിഞ്ഞു പോകുകയും ഗ്രാമവാസികൾ നട്ടംതിരിയുകയും ചെയ്തുവത്രെ.

ചൈനയിൽ നിന്നും ഗണേശവിഗ്രഹങ്ങളും! അനുരാധ പുഞ്ചിരിയോടെ അപ്പോളോയെ നോക്കി. ഒരു കിഴവൻ നിർമ്മിച്ചു വെച്ചിരുന്ന ഗണേശവിഗ്രഹങ്ങളിൽ ഒന്ന് എടുത്ത് യുവാവ് അനുരാധയ്ക്ക് നീട്ടി.

"ഇതിനെന്തു തരണം...?"

"ഒന്നും തരേണ്ട... ഇത് യുവമിഥുനങ്ങൾക്ക് ഞങ്ങളുടെ സമ്മാനം..."

ഗോവക്കാരന്റെ നല്ല മനസ്സിന് നന്ദി പറഞ്ഞ് തിരിഞ്ഞു നടക്കുമ്പോൾ അനുരാധ ആകെ ചുമന്നിരുന്നു.

"അവൻ പറഞ്ഞത് കേട്ടില്ലേ....?" അപ്പോളോ ചോദിച്ചു.

കേട്ടു. നേർത്ത ശബ്ദത്തിൽ അയാൾ പറഞ്ഞത് ഇടിമുഴക്കംപോലെ കേട്ടു. അല്ല, തായമ്പകയുടെ മേളക്കൊഴുപ്പുപോലെ, ശിങ്കാരിനാദം പോലെ കേട്ടിരിക്കുന്നു അനുരാധ.

മയാ തടാകം ഓളങ്ങളില്ലാതെ ഉറങ്ങിക്കിടക്കുന്നു. തടാകത്തിന് അപ്പുറം പച്ചച്ചക്കാട്. അത് ദൈവത്തിന്റെ പൂന്തോട്ടം. തടാകത്തിനുമിപ്പുറം മയാപാർക്ക്. അടുക്കായി ചിട്ടയായി നട്ടുപിടിപ്പിച്ച് പൂച്ചെടികളും മരങ്ങളും ഓറഞ്ച് ചായം പൂശിയ സിമന്റുബെഞ്ചുകളും. ഇത് മനുഷ്യന്റെ പൂന്തോട്ടം. മയാ തടാകക്കരയിലെ മയാറെസ്റ്റോറന്റിൽ കയറി അനുരാധയും അപ്പോളോയും ഭക്ഷണം കഴിക്കാനിരുന്നു.

മീരാമാറിലേയും കലൻഗുട്ടിലെയും പോലെ ഇവിടെ സഞ്ചാരികളുടെ തിക്കും തിരക്കും കണ്ടില്ല. രണ്ടുമൂന്നു കുടുംബങ്ങൾ ഓരോരോ തുരുത്തുകളായി.

മീൽസിന് ഓർഡർ കൊടുത്ത് അനുരാധയും അപ്പോളോയും അഭിമുഖമായിരുന്നു.

അപ്പോളോയുടെ നീല മിഴികൾ... അതിനപ്പുറം നീലിച്ച തടാകം... തടാകത്തിലൂടെ ഒഴുകി നടക്കുന്ന വെളുത്ത താറാവിൻകൂട്ടങ്ങൾ. അനുരാധയുടെ കണ്ണുകൾ താറാവുകൾക്കൊപ്പം സഞ്ചരിച്ചുകൊണ്ടിരിക്കേ അപ്പോളോ ചോദിച്ചു.

"ഗോവയിൽ വന്നിട്ട് അനുരാധ ആൻസിസ്റ്ററൽ വില്ലേജ് കണ്ടുവോ...?"

ഗോവയിൽ വന്നിട്ട് അധികമൊന്നും കണ്ടില്ല അനുരാധ. അല്ലെങ്കിൽ, പോയിടത്തെല്ലാം നോക്കിയിടത്തെല്ലാം കണ്ടത് ഒന്നുമാത്രം. കണ്ണുകൾ അടച്ചുവെച്ചാലും തുറന്നുവെച്ചാലും കാണുന്നത് അത് മാത്രം. ഉറക്കത്തിലും ഉണർവ്വിലും ഒന്നുമാത്രം.

ഒരു പാതി അപ്പോളോ... മറുപാതി ഹെർക്യുലീസ്! അനുരാധയുടെ സ്വപ്നപഥത്തിലൂടെ മാത്രം നടന്നുകൊണ്ടിരുന്ന ഒരാൾ....!

ഇപ്പോൾ മജ്ജയും മാംസവും ഉണ്മയുമുള്ള മനുഷ്യനായി അവളുടെ ജീവിതപഥത്തിലേക്ക് ഇറങ്ങി നടക്കുന്നു!

"ഞാൻ അനുരാധയെ ബുദ്ധിമുട്ടിക്കുകയാണോ....?"

അവളുടെ മനസ്സ് വായിച്ചതുപോലെ അപ്പോളോ. ബുദ്ധിമുട്ടിക്കുകയോ? ജീവിപ്പിക്കുകയല്ലേ? ശ്വാസവായു ഊതിയൂതി കയറ്റി ജീവിപ്പിക്കുകയല്ലേ?

"എന്താണ് പറഞ്ഞുവന്നത്?"

"സൗത്ത് ഗോവയിലുള്ള ആൻസിസ്റ്ററൽ വില്ലേജ്, നൂറുവർഷം മുമ്പുള്ള ഗോവൻ ഗ്രാമത്തിന്റെ ലഘു മാതൃക. അവിടെയൊരു ബിഗ് ഫൂട്ട് ഉണ്ട്. അതിനു പിന്നിലൊരു ഐതിഹ്യവും. പണ്ടേതോ കർഷകൻ ഒറ്റക്കാലിൽ തപസ്സുചെയ്ത് വരം നേടിയ ഇടമാണ്. ഇപ്പോഴും ഉണ്ട് പാറക്കല്ലിൽ അയാളുടെ കാലടയാളം. അവിടെ കാൽവെച്ച് ശുദ്ധ മനസ്സോടെ എന്തു പ്രാർത്ഥിച്ചാലും ഫലിക്കുമെന്നാണ് ഗോവക്കാർ പറയുന്നത്."

ആവി പറക്കുന്ന ചോറും കറികളും അവർക്ക് മുന്നിലെത്തി.

"ഗോവയിൽ വന്നത് മുതൽ കേൾക്കുന്നതാണ് ഈ കഥ. എന്നിട്ടും പല കാരണങ്ങൾകൊണ്ട് പോകാൻ കഴിഞ്ഞില്ല. പക്ഷേ ഇത്തവണ ദാബോലിമ്മിൽ വന്നിറങ്ങിയതും നേരെ വിട്ടത് അങ്ങോട്ടാണ്."

എന്താണ് വരമെന്ന് ചോദിച്ചതെന്നു അന്വേഷിച്ചില്ല അനുരാധ. അപ്പോളോ അത് പറഞ്ഞാൽ തന്റെ ഹൃദയം നുറുങ്ങിപ്പോയേക്കുമെന്ന് അവൾ ഭയന്നു. "അവിടെ ഏക്താര വായിക്കുന്ന മീരബായി എന്നൊരു സ്ത്രീയുടെ വലിയ പ്രതിമയുണ്ട്. റോമൻ മാതൃകയിൽ നിർമ്മിച്ചത്. അന്നേരമെനിക്ക് തോന്നി അവൾ വീനസിനെപോലെ സുന്ദരിയാണെന്ന്. പിന്നീട് അനുരാധയെ കണ്ടപ്പോൾ എനിക്കവരെയാണ് ഓർമ്മ വന്നത്.

അനുരാധ മീരയെക്കുറിച്ചു പറഞ്ഞപ്പോൾ രാധയുടെ പുനർജ്ജന്മം ആയിരിക്കും മീരയുടേത് എന്ന് അപ്പോളോ ചിരിച്ചു. അങ്ങനെ വെറുതെ ചിരിച്ചുവെങ്കിലും അപ്പോളോയുടെ ഹൃദയം കനംവെച്ചു തുടങ്ങുകയാണെന്ന് അറിഞ്ഞു അനുരാധ. അല്പനേരത്തെ മ്ലാനത. മൗനത്തിൽ നിമഗ്നനായി അപ്പോളോ നൊമ്പരപ്പെട്ട സ്വരത്തിൽ മന്ത്രിച്ചു.

"വീനസ്സിന്റെ സൗന്ദര്യത്തിന്റെ മാദകത്വമില്ല അവർക്ക്. നീ പറയുന്നത് പോലെ ഭക്തിയുടെ ഉന്മാദലഹരിയുമല്ല. വല്ലാത്ത വിഷാദമാണ് ഞാനാ കണ്ണുകളിൽ കണ്ടത്. അനുരാധയുടേയും", ഒന്നും പറയാൻ വയ്യ അനുരാധയ്ക്ക്.

എല്ലാം കേൾക്കുകയാണ്. തന്റെ ശരീരത്തിലെ ഓരോ കോശത്തിലും ഓരോ കാതുകൾ തുറക്കുന്നത് അറിഞ്ഞു അനുരാധ.

"ഭക്ഷണം ചൂടാറുന്നു." എന്നിട്ടും കാല്പനികതയുടെ നേർത്ത ചൂടുപോലും ഇല്ലാത്തൊരു ശബ്ദത്തിൽ അങ്ങനെയാണ് അനുരാധ

പറഞ്ഞത്. ഭക്ഷണം കഴിക്കുവാനായി കരണ്ടിയും മുള്ളും കയ്യിലെടുക്കവേ അപ്പോളോ അവളുടെ മുഖത്തേക്ക് മിഴിയുയർത്തി.

"ഞാൻ വാക്ക് പാലിച്ചു. അനുരാധ വാക്ക് പാലിച്ചുമില്ല..."

പാലിക്കാൻ വാക്കൊന്നും കൊടുത്തിട്ടില്ലല്ലോ അനുരാധ. പാലിക്കാത്ത വാക്കുകളുടെ ഭാരവുമായി പലായനം ചെയ്യേണ്ടിവരുമെന്ന് അറിയുകയാൽ വാക്കുകളൊന്നും കൊടുക്കുകയുമില്ല അനുരാധ. പരിഭ്രമിച്ചിരുന്ന അനുരാധയുടെ ചൊടിയിലൊരു ചമ്മൽ പറ്റിയ ചിരി പൊഴിച്ചുകൊണ്ട് അപ്പോളോ പറഞ്ഞു.

"കൈകൊണ്ട് ഉണ്ണുന്ന നിങ്ങളുടെ വിദ്യ ഇനിയുമെന്നെ പഠിപ്പിച്ചില്ല." അനുരാധയും അപ്പോളോയും പൊട്ടിച്ചിരിച്ചു.

കത്തിയും മുള്ളും കരണ്ടിയും ദൂരേയ്ക്ക് മാറ്റിയിട്ട് അനുരാധയെ അനുകരിച്ച് അപ്പോളോ കയ്യിൽ ചോറുരുട്ടിയെടുക്കാൻ ശ്രമിച്ചു. പലവട്ടം അവ കയ്യിൽനിന്നുതന്നെ വഴുതിപ്പോയി. പിന്നെ വായിലേക്ക് എത്തും മാത്രയിൽ താഴോട്ട് തന്നെ പതിച്ചു. പിച്ചവെച്ചു നടക്കാൻ പഠിക്കുന്ന കുഞ്ഞിന്റെ കൗതുകവും ആവേശവുമായിരുന്നു അയാൾക്ക്.

ഒടുക്കം വിജയം കൈവരിക്കുംവരെ അയാളത് തുടർന്നുവെങ്കിലും, "ഇത് വലിയ പാട് തന്നെ.." എന്നു പിറുപിറുത്തുകൊണ്ട് അപ്പോളോ വെയ്റ്ററെ വിളിച്ച് ഫിംഗർ ബൗൾ ആവശ്യപ്പെട്ടു.

ചെറുനാരങ്ങ പിഴിഞ്ഞ വെള്ളത്തിൽ കൈകഴുകിയെടുത്ത് ടിഷ്യൂ പേപ്പറിൽ തുടച്ചു അപ്പോളോ.

അനുരാധ ഉരുട്ടിയെടുത്ത ചോറുരുള വിറയ്ക്കുന്ന കൈകൊണ്ട് അയാളുടെ വായിലേക്ക് നീട്ടി. ഒരു നിമിഷം വല്ലാതെ അദ്ഭുതപ്പെട്ടു അപ്പോളോ. അനുരാധയുടെ നീർമിഴികളിൽ നിന്ന് അരമാത്രപോലും തന്റെ കണ്ണു പറിച്ചെടുക്കാതെ അയാൾ അത് വായിലേക്ക് ഏറ്റുവാങ്ങി. അപ്പോളോയുടെ നാക്കിന്റെ ചൂടറിഞ്ഞു അനുരാധ.

അനുരാധയ്ക്ക് അനുരാധയെ വിശ്വസിക്കാൻ കഴിഞ്ഞില്ല. അപ്പോളോയ്ക്കും. രണ്ടു ഹൃദയങ്ങൾ രണ്ടു സാഗരങ്ങളായി ആർത്തിരമ്പി ഉയർന്നുപൊങ്ങി ആകാശത്തോളം.

ഉണ്ടെഴുന്നേറ്റ് മയാ തടാകത്തിലെ തണൽമരങ്ങളുടെ കീഴിലൂടെ പതിയെ നടന്ന് ഒരു സിമന്റുബെഞ്ചിൽ ഇരിപ്പുറപ്പിച്ചു അവർ, ഒന്നും മിണ്ടാതെതന്നെ. വന്നവർ ബോട്ടുസവാരി കഴിഞ്ഞ് ചിരിച്ചുല്ലസിച്ച് മടങ്ങുന്നു. ഗോവയിൽ വന്നിട്ട് മയാ തടാകം കാണാതെ മടങ്ങുന്നത് ഒരു തീരാനഷ്ടം. സ്വർഗ്ഗത്തിന്റെ നുറുങ്ങ് കഷണം ഇവിടെ കൊണ്ടുവന്ന് ഒട്ടിച്ചുവെച്ചതാണോ? ദൈവത്തിന്റെ സ്നേഹം എത്ര അപാരമെന്നു അദ്ഭുതം കൂറുകയാണ് അനുരാധ.

അല്ലെങ്കിൽ ഇതുപോലൊരു മനോഹരതീരത്ത് ഒരു സ്വപ്നം മാത്രമാണെന്നു കരുതി, അല്പം വേദനയോടെയാണെങ്കിലും, തുടച്ചു മായ്ച്ചു

കളയാൻ ശ്രമിച്ച് ഒരാളോടൊപ്പം ഇങ്ങനെയിരിക്കാൻ ഈ ജന്മത്തിൽ ഇത്തിരി നിമിഷങ്ങൾ അനുവദിച്ചുവല്ലോ ദൈവം.

"ബിഗ് ഫൂട്ടിൽ കാലമർത്തി ഞാൻ പ്രാർത്ഥിച്ചതെന്താണെന്നു ചോദിച്ചില്ല അനുരാധ...

വളരെ ഗൗരവംപൂണ്ട ശബ്ദംകൊണ്ട് അനന്തമായി നീണ്ടുപോയ നിശ്ശബ്ദതയെ മുറിച്ചുമാറ്റി അപ്പോളോ.

എന്നിട്ടും ചോദിച്ചില്ല അനുരാധ.

അവളുടെ നെഞ്ച് വിറച്ചു. കൈകാലുകൾ മരവിച്ചു. കണ്ണുകൾ നനഞ്ഞു. "ഈ വർഷം മടങ്ങുംമുമ്പ് എന്റെ പെൺകുട്ടിയെ കണ്ടെത്താൻ കഴിയണമെന്നും സ്വന്തമാക്കാൻ കഴിയണമെന്നും."

പ്രണയജലത്തിന്റെ പ്രവാഹം അണുവിട മുറിഞ്ഞതുപോലെയായി.

പിന്നെയത് പൂർവ്വാധികം ശക്തിയോടെ പൊട്ടിയൊഴുകി. "അതിൽ പാതി ഫലിച്ചു. മറുപാതി ഫലിക്കുമോ. അനുരാധയാണ് തീരുമാനിക്കേണ്ടത്.

അനുരാധ അറിയാതെയെങ്കിലും അപ്പോളോയുടെ മുഖത്തേക്ക് നോക്കിപ്പോകാതിരിക്കാനായി ബലം പിടിച്ചു.

മയാ തടാകത്തിന്നപ്പുറത്തെ കാടിന്റെ നിഗൂഢതയിലേക്ക് മിഴികൾ നീട്ടി ഇരുന്നു അനുരാധ.

തീരുമാനം അനുരാധയുടേതല്ല. അപ്പോളോയുടേതുമല്ല. മുൻപെന്നോ കുറിയ്ക്കപ്പെട്ടതാണ്. ഇതാണ് നിയോഗം.

കണ്ടുമുട്ടുക. വേദനയോടെ പൊട്ടിപ്പിളരുക. പിരിയാൻ അല്ലായിരുന്നുവെങ്കിൽ ഇങ്ങനെയല്ല അനുരാധ അപ്പോളോയെ കണ്ടുമുട്ടേണ്ടിയിരുന്നത്.

അനുരാധ ബോധപൂർവ്വം എടുത്തണിഞ്ഞിരിക്കുന്ന കഠിനമായ നിശ്ശബ്ദതയുടെ മുഖാവരണം അപ്പോളോയുടെ ഇടനെഞ്ചിലേയ്ക്കൊരു കഠാരക്കുത്തായി തുളഞ്ഞു കയറുകയാണെന്ന് അവൾക്ക് അറിയാം.

കാരണം, അയാളുടെ നെഞ്ചിലൊരു കഠാര താഴുമ്പോൾ അവളുടെ നെഞ്ചിൽ ഒരായിരം കഠാരകൾ താഴ്ന്നിറങ്ങും. അപ്പോളോയ്ക്ക് മുറിവേറ്റാൽ അനുരാധയാണ് ചോരവാർന്നു മരിക്കുക. മുത്തശ്ശിക്കഥയിലെ മന്ത്രവാദിനിയുടെ ജീവൻ കൂട്ടിലടയ്ക്കപ്പെട്ട് തത്തയ്ക്കുള്ളിൽ നിക്ഷിപ്തമായതുപോലെ അപ്പോളോയുടെ പ്രാണൻ അനുരാധയിൽ സ്പന്ദിക്കുന്നു. അനുരാധയുടെ പ്രാണൻ അപ്പോളോയിലും.

"ഞാൻ വല്ലാതെ വൈകിപ്പോയി..."

തടാകത്തിൽ കുളിച്ചുകയറിപ്പോകുന്ന അവസാനകൂട്ടം വെയിൽനാളത്തിൻ കന്യകമാരോട് പറഞ്ഞു അപ്പോളോ.

"നീ വൈകിയതല്ല. ഇനിയും സമയമായിട്ടില്ല. അപ്പോളോ ഇനിയും സമയമായിട്ടില്ല."

കന്യകമാർ ആർദ്രമായ മിഴികൾനീട്ടി അയാളെ ഒന്നു തിരിഞ്ഞു നോക്കി ആകാശപ്പടവുകളിലൂടെ കയറിപ്പോയി.

തടാകത്തിലേക്കിപ്പോൾ മഞ്ഞു പെയ്യുകയാണെന്നു തോന്നും. തടാകവും അപ്പുറത്തെ താരും തളിരും ചൂടിയ കാറ്റിന്റെ കറുപ്പും കാണുന്നത് നേർത്ത് തൂവെള്ള ശിരോവസ്ത്രംകൊണ്ട് മുഖം മറച്ചൊരു സുന്ദരിപ്പെൺകിടാവിനെ കാണുന്നതുപോലെ.

ഇളംകാറ്റ് ഇരിപ്പിടത്തിന് മുകളിലായി പന്തലിച്ചുനിന്ന വള്ളിച്ചെടികളിലൂടെ മന്ത്രണം പെയ്തുകൊണ്ട് കടന്നുപോയി.

കടന്നുപോകവേ വള്ളിച്ചെടികളിൽ മൊട്ടിട്ടുനിൽക്കുന്ന ഇളം പൂക്കെട്ടുകളിൽ ചുണ്ടുകൾ ചേർത്ത് കാറ്റ് പറഞ്ഞു.

"കാത്തിരിക്കു... അപ്പോളോ...

നീയൊരു കാമുകനാണ്. കാമുകൻ ക്ഷമയാണ്...."

"വെയിലാറി. നമ്മൾക്ക് ബോട്ടിങ്ങിനിറങ്ങാം."

അപ്പോളോ അനുരാധയെ ക്ഷണിച്ചുകൊണ്ട് നടന്നു. അപ്പോളോയോടൊപ്പം നടക്കുമ്പോൾ താനൊരു ചെറിയകുട്ടിയാണെന്നു അനുരാധയ്ക്ക് തോന്നി.

ടിക്കെറ്റെടുത്ത്, തടാകത്തിലേക്കിറങ്ങുന്ന പടവുകളിലൂടെ അവർ താഴെയെത്തി. ഓളം തല്ലുന്ന ജലവും അതിൽ നാണം കുണുങ്ങി നിൽക്കുന്ന നൗകയും. "ഒരു മണിക്കൂർ കഴിഞ്ഞാൽ മടങ്ങിവരണം...."

കല്ലുകടിക്കുന്ന ഇംഗ്ലീഷിൽ വള്ളക്കാരൻ പറഞ്ഞു.

"കൂടുതൽ എടുക്കുന്ന ഓരോ നിമിഷത്തിനും കൂടുതൽ പണം തന്നാൽ പോരേ..." അപ്പോളോ മനോഹരമായി ചിരിച്ചു.

വള്ളക്കാരന്റെ മുഖത്ത് നിഗൂഢ സ്മിതം വിടർന്നു. വിടർന്നില്ലെന്ന മട്ടിൽ കണ്ടു അനുരാധ.

"അതു ശരിയാണ്. തടാകത്തിലേക്കിറങ്ങിയാൽ പിന്നെ സഞ്ചാരികൾക്ക് കയറാൻ തോന്നില്ല. പ്രത്യേകിച്ച് നിങ്ങളെപ്പോലുള്ള യുവമിഥുനങ്ങൾക്ക്...അയാൾ ഹിന്ദിയിൽ പറഞ്ഞു.

ജലത്തൊട്ടിലിൽ ആടിക്കൊണ്ടിരുന്ന ബോട്ടിൽ കയറി ഇരിപ്പുറപ്പിക്കവേ അപ്പോളോ ചോദിച്ചു.

"എന്താണയാൾ പറഞ്ഞത്?"

"എല്ലാവരും നമ്മൾ നവദമ്പതികളാണെന്നു തെറ്റിദ്ധരിക്കുന്നു."

അനുരാധ വിമ്മിഷ്ടത്തോടെ പറഞ്ഞു. പുറത്തിരുന്ന് കണ്ടതുപോലെയല്ല മയാതടാകം. തടാകത്തിന്റെ മാസ്മരികസൗന്ദര്യം അപ്പാടെ

കാണണമെങ്കിൽ ഒരു സവാരി ബോട്ടിലേറി തടാകമദ്ധ്യത്തിലേക്ക് ഇറങ്ങുകതന്നെ വേണം. ദേഹത്തെ, മനസ്സിനെ, ആത്മാവിനെ ജ്വലിപ്പിക്കുന്ന... ഹർഷംകൊള്ളിക്കുന്ന കാഴ്ച. അല്ലെങ്കിൽ ഒന്നും പുറത്തു നിന്നും നോക്കിക്കാണുന്നത് പോലെയല്ല. അകവും പുറവും തമ്മിലുള്ള അന്തരം അളന്നുനോക്കാൻ പോലും കഴിയില്ല എന്നു പഠിച്ചുകഴിഞ്ഞു അനുരാധ.

ഓരോ മനുഷ്യമനസ്സും ഓരോ മഞ്ഞുമലകളാണെന്നു തിരിച്ചറിഞ്ഞു കഴിഞ്ഞു അനുരാധ.

"അനുരാധ എനിക്കും മനസ്സിലാകും..."

"ഓരോ ഇന്ത്യൻ പെൺകുട്ടിയും മരണംവരെ വിവാഹം കഴിച്ച ആളുടെ ഒപ്പം ഒത്തുജീവിക്കാൻ ആഗ്രഹിക്കുന്നു. അതെത്ര വലിയ പൊരുത്തക്കേടുകളോടെയാണെങ്കിലും...."

പെൺകുട്ടി മാത്രമല്ല, അവളുടെ മാതാപിതാക്കന്മാരും ഗുരുക്കന്മാരും ബന്ധുക്കളും മിത്രങ്ങളും... അവൾക്ക് ചുറ്റുമുള്ള ലോകം മുഴുവനും അവളെക്കുറിച്ച് അങ്ങനെ തന്നെ ആഗ്രഹിക്കുന്നു.

പക്ഷേ അനുരാധ!

അവൾ ലോകത്തെ പേടിച്ചോടി ഒളിക്കുന്നവളാണോ? കപടമൂല്യങ്ങളുടെ കാണാച്ചരടുകളാണോ അവളെ പുറകിലേക്ക് വലിക്കുന്നത്? "ഞാൻ അങ്ങനെയൊരു പെൺകുട്ടിയല്ല..." പെട്ടെന്ന് പരുഷമായ സ്വരത്തിൽ അനുരാധ പറഞ്ഞു. മുഖത്തു പറ്റിയ ചെളിപ്പുറ്റ് വലിച്ചെറിയുന്ന അതേ വ്യഗ്രതയോടെയും അസഹ്യതയോടെയും.

തടാകത്തിൽ നീന്തിക്കൊണ്ടിരുന്ന താറാവിൻകൂട്ടങ്ങളെ ഇപ്പോൾ കാണാനില്ല. അവയെങ്ങോട്ടാണ് കയറിപ്പോയത്?

തടാകത്തിന് അതിരിട്ടുനില്ക്കുന്ന വൃക്ഷത്തലപ്പുകൾ കാറ്റലയ്ക്കൊത്ത് ആടിത്തിമർത്തു.

തടാകത്തിനു മുകളിലേക്ക് കൈ നീട്ടി നിൽക്കുന്ന കശുമാവിൻ കൊമ്പിലിരുന്ന് കിളികൾ കാതരമായി പാടി. പെട്ടെന്ന് കറുത്ത മേൽക്കുപ്പായമെടുത്തണിഞ്ഞതുപോലെ മയാതടാകവും ചുമ്മാ നിൽക്കുന്ന ഹരിതതാരുക്കളും കറുത്തു. അതുവരെ തെളിഞ്ഞുനിന്ന നീലിമയിൽ കാളിമ പടർത്തിക്കൊണ്ട് ആകാശത്തിൽ കാർമ്മേഘങ്ങൾ ഉരുണ്ടു കയറി.

ഗോവയിൽ ഇതു മഴക്കാലമല്ല. എന്നിട്ടും!

തടാകത്തിന്റെ ഒത്ത നടുവിൽ നില്ക്കുകയാണ് തോണി. ഇതിങ്ങനെ വെള്ളത്തിലേക്കു താഴ്ന്നു താഴ്ന്നുപോയി. അനുരാധയും അപ്പോളോയും ശരീരഭാരങ്ങൾ ഉപേക്ഷിച്ച് സ്നേഹിക്കുന്ന രണ്ടു ആത്മാക്കൾ മാത്രമായി തീർന്നിരുന്നുവെങ്കിൽ എന്ന കലശലായി ആഗ്രഹിച്ചു അനുരാധ. അങ്ങനെയൊന്നുമല്ല മുത്തശ്ശിക്കഥകൾ അവസാനിക്കുക.

ഏഴുകടലും പുഴയും കരയും കടന്നു മന്ത്രവാദിനിക്കോട്ടയ്ക്കുള്ളിൽ തളയ്ക്കപ്പെട്ട രാജകുമാരിയെ രാജകുമാരൻ രക്ഷിക്കുന്നതോടെ, കഥ കേട്ടിരിക്കുന്ന കുഞ്ഞുങ്ങളുടെ മുഖത്ത് നിന്നു ആത്മനിശ്വാസം ഉണർത്തി വിട്ടിട്ടേ മുത്തശ്ശിക്കഥകൾ അവസാനിക്കൂ.

ഈ മുത്തശ്ശിക്കഥയും അങ്ങനെ തന്നെയാകട്ടെ.

അങ്ങനെ അവർ രണ്ടുപേരും സന്തോഷത്തോടെ ഏറെക്കാലം ജീവിച്ചു. പക്ഷേ, അതിനുമുമ്പുള്ള നീണ്ട കാത്തിരിപ്പുകൾ, പോരാട്ടങ്ങൾ, വിരഹവും വേദനയും പീഡനങ്ങളും. അതാണ് പ്രണയം.

ആദ്യത്തെ മഴത്തുള്ളി അപ്പോളോയുടെ മാതളമുത്തിൽ പതിഞ്ഞു.

അത് ഒപ്പിയെടുക്കാൻ അനുരാധയുടെ ചുണ്ടുകൾ തുടിച്ചു.

"മഴ പെയ്യാൻ പോകുകയാണെന്നു തോന്നുന്നു." അനുരാധ ഇനിയെന്തു ചെയ്യും എന്ന ആധിയോടെ അപ്പോളോയെ നോക്കി.

"എനിക്കറിയാമായിരുന്നു മഴ പെയ്യുമെന്ന്." അപ്പോളോ പറഞ്ഞു.

ഇന്നു മഴയ്ക്കു പെയ്യാതിരിക്കാനാവില്ലെന്ന് അനുരാധയ്ക്കും അറിയാമായിരുന്നുവല്ലോ. മഴയിൽ രണ്ടു ഐസ്കട്ടകളായി അലിഞ്ഞലിഞ്ഞില്ലാതാകും എന്ന ഒരുവേള മറന്നെന്തേ അനുരാധ...?

തിരിച്ചുതുഴയാതെ അപ്പോളോയും അനുരാധയും വ്യഗ്രതയോടെ ബോട്ട് അക്കരയ്ക്ക് നയിച്ചു.

അവിടെ പുതുമഴയേറ്റ് കോരിത്തരിക്കാൻ വെമ്പുന്ന മണ്ണും മരങ്ങളും അവരെ കൈകൊട്ടി വിളിച്ചുകൊണ്ടിരുന്നു.

കരയിൽ കണ്ടൊരു കുറ്റിയിൽ ബോട്ട് വലിച്ചുകെട്ടുമ്പോഴേയ്ക്കും മഴ പളുങ്കുമണികളായി ചിതറി വീണുതുടങ്ങി.

തലയിലേയ്ക്ക് ദുപ്പട്ട വലിച്ചിട്ട് അപ്പോളോയെ കാത്തുനിന്ന അനുരാധ പെട്ടെന്നാ കാഴ്ച കണ്ടു.

ഇരുണ്ട ഇലച്ചാർത്തുകൾക്കിടയിലൊരു വെള്ളരിപ്രാവുപോലെ അവൻ, ക്യൂപിഡ്! അനുരാധ അവനെ കണ്ട നിമിഷത്തിൽ തന്നെ അമ്പരിപ്പിക്കുന്ന ആ സ്വരം കേട്ടു.

"നീ ഇവിടെയും വന്നോ? കുറെ ദിവസമായി എന്നെ കളിപ്പിക്കുന്നു...." പറയുവാനായി അനുരാധ നാക്കിൻത്തുമ്പിലേക്ക് ഒഴുകിയെത്തിയ അതേ വാക്കുകൾ അത്രയും കുതിച്ചു ചാടിയത് അപ്പോളോയുടെ വായിൽ നിന്നും. ക്യൂപിഡ് കൈകൊട്ടി ചിരിച്ചുകൊണ്ടോടി.

"നില്ക്കവിടെ..." എന്നാർത്തുകൊണ്ട് അപ്പോളോ പുറകെയോടി. അമ്പരപ്പിന്റെ അവിശ്വസനീയതയുടെ ഒരിത്തിരി മഴ നനഞ്ഞ ശേഷം അനുരാധയും ഓടി. പൂവള്ളികൾ പരസ്പരം കെട്ടിപ്പുണർന്നു തീർത്തൊരു കൂടാരത്തിനകത്തേക്ക് ക്യൂപിഡ് ഓടിക്കയറി.

പുറത്തേക്ക് തല നീട്ടി അവരോട് ചിരിച്ചു. അപ്പോളോയും അനുരാധയും വള്ളിക്കുടിലിലേക്ക് തലകുനിച്ചു കയറുമ്പോൾ അവിടെ അവനില്ല. രണ്ടിളം തൂവലുകൾ മാത്രം ബാക്കിയാക്കി അവനെങ്ങോട്ടാണ് പോയ് മറഞ്ഞത്....? പൊടുന്നനെ ശൂന്യതയിലൊരു നിറംചേർത്ത ചിത്രം പോലെ അവൻ പൊട്ടിയുണരുന്നതിന്റെ അമ്പരപ്പും കുഞ്ഞുപാദങ്ങൾ പെറുക്കിവെച്ച് കുസൃതികാട്ടിയോടി മനസ്സിലേക്ക് ഉയർത്തുന്ന തിമർപ്പും, പിന്നെ ഒരു ഇമയിളക്കത്തിന്റെ വേഗതയിൽ അവൻ അപ്രത്യക്ഷമാകുമ്പോഴുള്ള നോവിന്റെ തീക്ഷ്ണതയും അറിയാൻ ഇപ്പോൾ അനുരാധയോടൊപ്പം അപ്പോളോയുമുണ്ട്.

അനുരാധ അറിയുന്നതെല്ലാം അതേ മാത്രയിൽ അപ്പോളോയും അറിയുന്നു. ആനന്ദത്തിന്റെ മൂർച്ഛയിൽ വേദനകൊണ്ട് പിടഞ്ഞു അനുരാധ. തളർന്ന മേനിയോടെ പച്ചപ്പുൽപരപ്പിലിരുന്നു അനുരാധ. വള്ളിക്കൂടാരത്തിനുപുറത്ത് മണ്ണും മഴയും ഇണചേരുന്നു. മഴയുടെ സ്പർശനമറിഞ്ഞ്, ചുംബനമറിഞ്ഞ്, അതിഗാഢമായ ആലിംഗനമറിഞ്ഞ് തരിക്കുകയാണ് മണ്ണ്.

അനുരാധയുടെ പുറകിലായി ഇരുണ്ട രാത്രിപോലെ പരന്നുകിടന്ന തലമുടിയിൽ വെള്ളത്തുള്ളികൾ താരകങ്ങളായി ഒളിചിന്നി.

"നിന്റെ ഈ നീണ്ട മുടി എന്നെ ശരിക്കും അതിശയിപ്പിക്കുന്നു. ഇതുമാതിരി മുടിയുള്ള പെൺകുട്ടികൾ ഇന്നൊന്നും ഞങ്ങളുടെ നാട്ടിലില്ല....."

അപ്പോളോ മുട്ടുകുത്തിയിരുന്ന് അനുരാധയുടെ കറുത്ത മുടിയിഴയിലേക്ക് ആരാധനാനിർഭരമായ ഭാവത്തോടെ നോക്കി.

"ഒരുപക്ഷേ, നീ കേട്ടിരിക്കും. രാത്രിനേരത്ത് കുതിരപ്പുറത്ത് വരുന്ന കാമുകന് മുകളിലെ മട്ടുപ്പാവിൽ നിന്നും താഴേയ്ക്ക് മുടിയിട്ടുകൊടുക്കുന്ന സുന്ദരിയെക്കുറിച്ച്...."

"ഞങ്ങളുടെ നാട്ടിലും അങ്ങനെയൊരു കഥയുണ്ട്. വടക്കൻ പാട്ടിൽ. കുളത്തിൽ കുളിച്ചുകൊണ്ടിരുന്ന പെൺകുട്ടി തലമുടിക്കുള്ളിൽ കാമുകനെ ഒളിപ്പിച്ച് രക്ഷിച്ച കഥ."

കൈപുറത്തേയ്ക്ക് നീട്ടി മഴയെ കോരിയെടുത്ത് വെറുതെ വിരലുകൾക്കിടയിലൂടെ ഒഴുക്കിക്കളയുകയായിരുന്നു അനുരാധ.

"അങ്ങനെ ഒളിച്ചിരിക്കാൻ ഏതു കാമുകനും ഒന്നു കൊതിച്ചുപോകും." നേർത്ത വിറയലോടെ അപ്പോളോ അതു പറഞ്ഞപ്പോൾ അയാളെ തിരിഞ്ഞുനോക്കി അനുരാധ "ശരിക്കും?"

"തീർച്ചയായും.

ഒരു ചിരിയോടെ അവൾ ചോദിച്ചു. ഒരു ചിരിയോടെ അയാൾ മറുപടി നൽകി. മുകളിൽ കെട്ടിപ്പിരിഞ്ഞുകിടന്നിരുന്ന വള്ളികൾ അവർക്കായി ഒരു കുട വിരിച്ചിരുന്നു. എന്നിട്ടും അതിലേയിതിലേയായി ഇത്തിരി മഴത്തുള്ളികൾ അവരിലേക്ക് ഒഴുകിയിറങ്ങി വന്നുകൊണ്ടിരുന്നു.

പൊടുന്നനെയാണ് അനുരാധ തന്റെ ഇരുകരങ്ങൾകൊണ്ട് മുടിച്ചുരുളുകൾ പിടിച്ചുയർത്തി അപ്പോളോയോട് മന്ത്രിച്ചത്.

"കയറിക്കോളു... മഴ നനയാതെ ഞാൻ നോക്കിക്കൊള്ളാം..."

അനുരാധയല്ലാ അത് പറഞ്ഞതെന്ന് തോന്നി അപ്പോളോയ്ക്ക്. മഴയുടെ വളകിലുക്കം പോലെ എന്തോ ഒന്നായിരുന്നു അത്. അല്ലെങ്കിൽ അനുരാധ തന്നെയായിരിക്കാം അത് പറഞ്ഞത്. പക്ഷേ, മറ്റേതോ ജന്മത്തിന്റെ താഴ്വരയിൽ നിന്നും വിളിച്ചുപറയുകയായിരുന്നു അവളത്.

എവിടെവെച്ച്.... എവിടെവെച്ചാണ് താനിത് കേട്ടിരിക്കുന്നത്?

പണ്ടെന്നോ പറഞ്ഞതിന്റെ പ്രതിദ്ധ്വനി വീണ്ടും തന്റെ കാതുകളിൽ വന്നുമുഴങ്ങുന്നതല്ലേ?

അര നിമിഷം പ്രജ്ഞ നഷ്ടപ്പെട്ടവനെപ്പോലെ ഇരുന്നു അപ്പോളോ. പിന്നെ അവളുടെ മുടിച്ചുരുളിലേയ്ക്ക് നൂണ്ടുകയറി. അമ്മയുടെ ഗർഭപാത്രത്തിനുള്ളിൽ തനിക്കെന്തായിരിക്കാം അനുഭവപ്പെട്ടിരിക്കുക എന്ന് അപ്പോളോ പലപ്പോഴും സന്ദേഹിച്ചിട്ടുണ്ട്.

ഇപ്പോൾ അയാൾക്ക് ഉത്തരം കിട്ടി. സുഖമുള്ള ഇരുട്ട് ഇളംചൂടും പ്രിയമുള്ളൊരുടലിന്റെ നിലയ്ക്കാത്ത സ്പന്ദനവും. ഇരുട്ടിനെ താനെന്തിനാണ് പലപ്പോഴും ഭയക്കുകയും, ശപിക്കുകയും ചെയ്തിട്ടുള്ളത്?

ഇരുട്ടത്ത് കേൾക്കുന്ന മഴയുടെ കിലുക്കം.

ഇരുട്ടത്ത് നുകരുന്ന പ്രിയയുടെ ഗന്ധം.

ഇരുട്ടിനോളം ചേതോഹരമായി മറ്റൊന്നുമില്ലല്ലോ. അപ്പോളോ തരളിതനായി. അയാളുടെ ഉച്ഛ്വാസവായു ഇക്കിളിപ്പെടുത്തുന്ന ഇളംചൂടായി അനുരാധയുടെ പിൻകഴുത്തിലിഴഞ്ഞു.

സ്വർഗ്ഗത്തിൽ ഇപ്പോൾ ദേവതാരു പൂക്കുകയാണെന്നു അറിഞ്ഞു അനുരാധ. ആ മാതളാധരങ്ങൾകൊണ്ടെന്നെ ഒന്നു ഉമ്മവെച്ചുകൂടെ? അവളുടെ ഹൃദയം കുതിച്ചുചാടി.

"എനിക്ക് നിന്നെ ചുംബിക്കുവാൻ കൊതിതോന്നുന്നു. പക്ഷെ, നീ പിണങ്ങിയോാലോ. ഈ ഇരുണ്ട സുരക്ഷിതത്വത്തിൽ നിന്നും നീ എന്നെ നിഷ്ക്കരുണം ബഹിഷ്കൃതനാക്കിയാലോ... അപ്പോളോയുടെ ഹൃദയം മിടിച്ചു.

ഭൂമിയെ കെട്ടിപ്പുണർന്നു മഴയുടെ കൈകൾ അയഞ്ഞു. അതിലോലമായ വിരലുകൾ കൊണ്ട് അതി മൃദുലമായി ഭൂമിയെ തഴുകുകയാണിപ്പോൾ മഴ.

അപ്പോളോ ഇരുളിൽനിന്നും വെളിച്ചത്തിലേക്ക് വന്നു.

"ഹാ... മഴ നനയാൻ പറ്റിയ സമയം."

അയാൾ ഒരു കുട്ടിയെപ്പോലെ മഴയത്തേക്ക് എഴുന്നേറ്റോടി. മുഖമുയർത്തി മഴയുടെ സ്പന്ദനം ഏറ്റുവാങ്ങി. അയാളുടെ അടഞ്ഞ

കണ്ണുകളിലൂടെ പാതി തുറന്ന ചുണ്ടുകളിലൂടെ ചുവന്ന കവിൾത്തടങ്ങളിലൂടെ മഴയുടെ വിരലുകൾ....

താൻ മഴയായിരുന്നുവെങ്കിലെന്ന് ആഗ്രഹിച്ചു അനുരാധ.

"വരൂ... അനുരാധാ... ഗോവയിലെ മഴകൊണ്ടാൽ പനിവരില്ല. ഇതു ഞാൻ പറയുന്നതല്ല. ടൂറിസംകാര് പറയുന്നതാണ്...."

അയാൾ കുനിഞ്ഞുനിന്ന് അവളുടെ കയ്യിൽ പിടിച്ചുവലിച്ചു. മഴച്ചാറ്റലിന്റെ സുഖമറിഞ്ഞ് കണ്ണുകൾ അടച്ചുനിന്നു അനുരാധ. അനുരാധയുടെ നീണ്ട കൺപോളകളിൽ ചുംബിച്ച്, മഴ ആകൃതിയൊത്ത നാസികത്തുമ്പിലൂടെ വാർന്നൊഴുകി...ചുണ്ടിലൂടെ....കഴുത്തിലൂടെ.... മാറിലൂടെ... ഇളംവയറിലൂടെ...

താൻ മഴയായിരുന്നെങ്കിൽ ആഗ്രഹിച്ചു അപ്പോളോ.

"അനുരാധാ...." ഒരായിരം പൂവമ്പുകളേറ്റ് വിവശനായി അപ്പോളോ.

നനഞ്ഞ മിഴികൾ തുറന്നു അനുരാധ. അപ്പോളോയുടെ കണ്ണുകളിലെ നീലനാളങ്ങൾ കണ്ടു അനുരാധ. അവർക്കിടയിൽ പെയ്തുനിന്ന മഴനൂലുകളെ വകഞ്ഞുമാറ്റി അപ്പോളോയുടെ അരികിലേക്ക് നടന്നു അനുരാധ.

ക്യൂപിഡിന്റെ ചിറകിൽ നിന്നും കൊഴിഞ്ഞൊരു ഇളംതൂവൽ പോലെ അപ്പോളോയുടെ നനഞ്ഞ ഉടലിലേക്ക് പറ്റിച്ചേർന്നു അനുരാധ. തെറ്റു ചെയ്യുകയാണോ അനുരാധ....?

അല്ല, ശരികൾ മാത്രം.

അപ്പോളോയോടും അനുരാധയോടുതന്നെയും അവൾക്ക് ഇത്രയെങ്കിലും ശരി ചെയ്യണം.

ഹെർകുലീയൻ കരങ്ങൾ വിടരുന്നതും അവളെ ആകമാനം മൂടുന്നതും അറിഞ്ഞു അനുരാധ.

അവളെ പതിയെ ഭൂമിയിൽനിന്നുയർത്തി സൂര്യതേജസ്സാകുന്ന മുഖത്തേക്കു ചേർത്തു അപ്പോളോ. ആ മാതളമുത്തുക്കൾ വിടർത്തി അനുരാധയുടെ നനഞ്ഞ ചുണ്ടുകളെ ഓമനിച്ചു അപ്പോളോ.

ആദ്യത്തെ ചുംബനമറിഞ്ഞ കന്യകയെപ്പോലെ, മണ്ണിന്റെ നിറമുള്ള പെണ്ണ്, പുതുമഴയേറ്റ മണ്ണുപോലെ നനഞ്ഞുകുതിർന്നു. സായാഹ്നത്തിലെ ആകാശംപോലെ ചുമന്നു.

അമ്പരപ്പും പരിഭ്രമവും ലജ്ജയും ആനന്ദവും കൂട്ടിക്കുഴച്ചൊരു ഭാവത്തോടെ അപ്പോളോയെ നോക്കി നോക്കി അവളുടെ പാദങ്ങൾ ഭൂമിയിലേയ്ക്കിറങ്ങി. അനുരാധയുടെ കാതരമിഴികളിൽ തുളുമ്പുന്ന സ്നേഹബാഷ്പ ബിന്ദുക്കൾക്ക് ഓരോ ഭൂഗോളങ്ങളുടെ ഭാരമുണ്ടെന്ന് തോന്നി അപ്പോളോയ്ക്ക്.

അതു താങ്ങാനാകാതെ അപ്പോളോ അവളുടെ ചെറിയ മുഖം നെഞ്ചോടമർത്തിപ്പിടിച്ചു ഒരായിരം ദേവതാരുക്കളായി പൂത്തുലഞ്ഞു അനുരാധ.

രണ്ടുടലുകൾ പറ്റിച്ചേർന്നു മഴനനഞ്ഞ് എത്രനേരം നിന്നു!

യുഗങ്ങളോളം...? ജന്മങ്ങളോളം...?

ഇപ്പോൾ മഴ തോർന്നിരിക്കുന്നു. ഇലച്ചാർത്തുകളിൽ നിന്നുമിറ്റിറ്റ് വീഴുന്ന ജലബിന്ദുക്കളുടെ മർമ്മരം മാത്രം ബാക്കി.

"പോകാം..." അപ്പോളോ അനുരാധയെ നോക്കി.

"പോകാം... പോകണം.... പോയേതീരു."

ഈ ജന്മത്തേയ്ക്കുള്ളത് തന്നു തീർന്നിരിക്കുന്നു ദൈവം.

സവാരിബോട്ടിൽ അക്കരേയ്ക്ക് സഞ്ചരിക്കുമ്പോൾ അനുരാധയും അപ്പോളോയും നനഞ്ഞ കൈകൾ കോർത്തുപിടിച്ചിരുന്നു.

കാലുകൾ യാന്ത്രികമായി പെടലിൽ ചവുട്ടി മുന്നേറിക്കൊണ്ടിരുന്നു.

"ഇനി... എന്നാണിങ്ങിനെ...?

അപ്പോളോ കാർമേഘങ്ങൾ ഒഴിഞ്ഞ ആകാശത്തിലേക്ക് മിഴികളുയർത്തി.

"ഇനി അടുത്ത ജന്മത്തേക്ക് നമ്മൾ കാത്തിരിക്കും..."

കാത്തിരുപ്പാണ് പ്രണയം.

ഏറ്റും തീക്ഷ്ണമായി... ഏറ്റവും ഗാഢമായി പറ്റിച്ചേരുന്നതിനുമുമ്പ് പലതവണ പൊട്ടിപ്പിളരണം. പലതവണ ചോരവാർന്ന് ഇല്ലാതാവണം. ഒരുപാട് കാത്തിരുന്നവർ.... ഒരുപാട് പ്രണയിച്ചവർ... ഒരുപാട് പരസ്പരം മോഹിച്ചവർ... ഒന്നാകുമ്പോഴത്തെ ആനന്ദം.... അത് അവാച്യമാണ്. അനുരാധയ്ക്ക് അതുവേണം. അപ്പോളോയ്ക്കും അതുവേണം. അതിനായി ഇനിയും കാത്തിരിക്കും അനുരാധ.... യുഗങ്ങളോളം... ജന്മങ്ങളോളം.

തുറന്ന ജീപ്പിലൂടെയുള്ള നീണ്ട സവാരി മഴനനഞ്ഞ കുപ്പായങ്ങളും കാറ്റിലാടി ഉണക്കി എടുത്തുകൊണ്ടിരുന്നു.

"എന്നെക്കുറിച്ച് അമ്മയോട് പറയുമോ?" അപ്പോളോയോട് അനുരാധ ചോദിച്ചു.

"ഞാനൊന്നും അമ്മയോട് പറയാതിരുന്നിട്ടില്ല. പക്ഷേ, ഇതുമാത്രം പറയില്ല അനുരാധ. കാരണം, ഇതെന്റെ മാത്രമാണ്... എന്റെമാത്രം...!

അനുരാധയും അതെ, ഒന്നും അമ്മേയോട് പറയാതിരുന്നിട്ടില്ല. പക്ഷെ, ഒന്നും പറയില്ല, ആരോടും.

മനസ്സിലെ, ആകാശംപോലെ, പരന്ന ആഴിപോലെ ആഴ്ന്ന, നീലിച്ച മഴത്തുള്ളിപോലെ കുളിർന്ന് ആ ഒരിടത്ത് നീഗൂഢമായ ആനന്ദമായി

തീക്ഷ്ണമായ, നോവായി ഈ സ്നേഹം, ഇതിങ്ങനെത്തന്നെയിരുന്നോട്ടെ.

ബീച്ചോലിൻ ടൗണിൽ കൂട്ടിലേക്കു ചേക്കേറുന്നവരുടെ തിക്കും തിരക്കും. "ഇവിടെയെങ്ങും മഴ പെയ്തിട്ടില്ല..." അപ്പോളോ പറഞ്ഞു. വരണ്ടുണങ്ങിയ വീഥിയും നനവുപറ്റാത്ത മരങ്ങളും നോക്കി അനുരാധ ഇരുന്നു.

മഴ പെയ്തു. അനുരാധയുടെയും അപ്പോളോയുടെയും ജീവിതത്തിൽ. അതിപ്പോഴും പെയ്തുകൊണ്ടിരിക്കുകയാണ്. ഒരിക്കലും ഇത് പെയ്തൊഴിയാതിരുന്നെങ്കിൽ, വ്യർത്ഥമായി പ്രാർത്ഥിക്കുകയാണ് അനുരാധ.

ചില ദിവസങ്ങളിൽ സമയത്തെ ഉന്തിത്തള്ളി നടന്നിട്ടുണ്ട് അനുരാധ. പാഴാക്കിക്കളഞ്ഞ സമയങ്ങൾ അത്രയും വീണ്ടും തിരിച്ചുപിടിക്കാനായെങ്കിൽ! അപ്പോളോയോടൊപ്പം ഇരിയ്ക്കാൻ... വെറുതെ വെറുതെ ഇരിയ്ക്കാൻ.

വസന്ത് ഇപ്പോൾ എവിടെയായിരിക്കും.

ഐനോക്സിലെ സുഖമുള്ള ഇരുട്ടിലും തണുപ്പിലും അയാളുടെ വിരലുകൾ മിനിസ്കേർട്ടിനു പുറത്തേയ്ക്കു വെളിവാകുന്ന വെണ്ണപോലുള്ള തുടകളെ ഓമനിക്കുകയാകുമോ?

"ഓ... നോട്ടീ.... എന്നു കൊഞ്ചി കത്രീന മൊൺടെയ്റോ അവയെ പറിച്ച് എറിയുന്നുണ്ടാകുമോ...?

പെർവോരിമ്മിൽ എത്തിയപ്പോൾ അപ്പോളോ ചോദിച്ചു. "നമ്മൾക്കെന്തെങ്കിലും കഴിക്കാം."

ഒന്നും കഴിക്കണമെന്നില്ല അനുരാധയ്ക്ക്. എങ്കിലും അവശേഷിക്കുന്ന ഓരോ നിമിഷാർത്ഥത്തിലും അപ്പോളോയോടൊപ്പം സ്പന്ദിക്കണമെന്നുണ്ട്.

"എട്ടുമണിക്ക് എനിക്ക് വീട്ടിലെത്തണം..." പരിഭ്രാന്തിയോടെ അനുരാധ പറഞ്ഞു. വലിയ കെട്ടുകാഴ്ചകൾ ഒന്നുമില്ലാത്തൊരു റെസ്റ്റോറന്റിന്റെ മുമ്പിൽ അപ്പോളോ വണ്ടിയൊതുക്കി.

'ഒ' കൊക്കെയ്റോയിലേക്ക് കയറിച്ചെല്ലുമ്പോൾ അപ്പോളോ പറഞ്ഞു.

"ആ ഇരിക്കുന്ന ആളെ അനുരാധ അറിയുമോ?"

ഒരു യുവാവിന്റെ പ്രതിമയായിരുന്നു അത്. തിരക്കൊഴിഞ്ഞ മൂലയിൽ ഇരിപ്പിടം കണ്ടെത്തുമ്പോൾ അനുരാധ ചിരിച്ചു.

"മുൻ പരിചയം തോന്നുന്നില്ല..."

"അറിയാതിരിക്കാൻ വഴിയില്ല. ഇന്ത്യയിലെ പെൺകിടാങ്ങൾ അദ്ദേഹത്തിന്റെ പുറകെയായിരുന്നുവെന്നാണ് കേട്ടുകേൾവി."

ഒരു സിനിമാതാരത്തിന്റേയോ ക്രിക്കറ്റ് താരത്തിന്റേയോ മുഖച്ഛായ അയാളിൽനിന്നു ചികഞ്ഞെടുക്കാൻ കഴിഞ്ഞില്ല അനുരാധയ്ക്ക്. "ഇന്ത്യാക്കാരുടെ പ്രിയങ്കരനായ കുറ്റവാളി ചാൾസ് ശോഭരാജാണ് അത്. ഇപ്പോഴറിയുമോ..."

മഹാന്മാരുടെ പ്രതിമകൾ പലയിടത്തും സ്ഥാപിക്കാറുണ്ട്. കാക്കകൾക്ക് കാഷ്ഠിക്കാനും, വേട്ടാളനു കൂടുകൂട്ടാനും എന്നാലും ഒരു കുറ്റവാളിയുടെ പ്രതിമ!

"കഴിഞ്ഞ വർഷം വരുമ്പോൾ ഇതിവിടെ ഇല്ല. പുതുതായി നിർമ്മിച്ചതാണ്. എന്നാലും വർഷങ്ങളായി ദ കൊക്കെയ്റോ ചാൾസ് ശോഭരാജിന്റെ പേരിൽ ഗോവയിലാകെ പ്രശസ്തമാണ്.

സപ്ലയർ വന്നു ഓർഡർ സ്വീകരിച്ചു പോയി. "ശോഭരാജും റസ്റ്റോറന്റും തമ്മിലെന്തു ബന്ധം?" അനുരാധ ചോദിച്ചു. "അതല്പം കൗതുകകരമാണ്. ഇവിടെയിരുന്നു പുസ്തകം വായിക്കുമ്പോഴാണത്രെ കക്ഷിയെ പോലീസുകാർ വന്നു പിടിച്ചുകെട്ടി തീഹാറിലേക്ക് കൊണ്ടുപോയത്. അതോടെ ഉറങ്ങിക്കിടന്ന ഒരു പാവം ഹോട്ടൽ ഉണർന്നു. കച്ചവടം കുതിച്ചുയർന്നു." 'ഒ' കൊക്കെയ്റോയിലെ സൂപ്പു കുടിച്ചുകൊണ്ടിരിക്കെ അനുരാധയ്ക്കും തോന്നി റസ്റ്റോറന്റു നടത്തിപ്പുകാരുടെ അവകാശവാദത്തിൽ കഴമ്പില്ലാതില്ല. ഒളിച്ചോടിക്കൊണ്ടിരുന്ന ചാൾസ് ശോഭരാജിനെപ്പോലും പിടിച്ചിരുത്തിയ രുചി.

ഭക്ഷണം കഴിഞ്ഞ് ബില്ലിനായി കാത്തിരിക്കുമ്പോൾ അപ്പോളോ അനുരാധയുടെ മുമ്പിലേക്ക് ഒരു സാധനം നീക്കിവെച്ചു.

ടെറാക്കോട്ടകൊണ്ട് നിർമ്മിച്ച ഒരു കൗതുകവസ്തു.

കണ്ടമാത്രയിൽ അനുരാധയ്ക്ക് അത്രയേ തോന്നിയുള്ളു. അയാൾ ഇത്രയും നേരം അതെവിടെയാണ് ഒളിപ്പിച്ചിരുന്നതെന്നും ഒരു ഇന്ദ്രജാലക്കാരന്റെ കരവിരുതോടെ പെട്ടെന്ന് എവിടെനിന്നാണ് വലിച്ചെടുത്തതെന്നും അദ്ഭുതംകൂറുകയാണ് അനുരാധ.

"ഇത് ആൻസിസ്റ്ററൽ വില്ലേജിൽ നിന്നും വാങ്ങിയതാണ്. വെറുതെ ഒരു കൗതുകം തോന്നി വാങ്ങി. പക്ഷേ ഞാനിപ്പോൾ ഇത് നിനക്ക് സമ്മാനിക്കുകയാണ് എന്നെ ഓർക്കാൻ. ഓർമ്മിക്കാൻ ഒരു സമ്മാനത്തിന്റെ സാന്നിദ്ധ്യമൊന്നും ആവശ്യമില്ല."

വേനലിലും വർഷത്തിലും ഇലപൊഴിയുന്ന ശിശിരത്തിലും വെറുതെയൊന്നു ചെവികൂർപ്പിച്ചാൽ മെർമേയ്ഡുകളുടെ മധുരസംഗീതം കേൾക്കും അനുരാധ. മിഴികൾ അടച്ചാലും തുറന്നാലും കാണുന്നത് ഈ രണ്ടു നീലത്താമരകൾ തന്നെയായിരിക്കും.

ഓർമ്മിപ്പിക്കാൻ ഒരു കാർഡോ ഈമെയിൽ സന്ദേശമോ എസ് എം എസ്സോ ഫോട്ടോയോ ഫോണിന്റെ കാണാക്കമ്പിയ്ക്കപ്പുറത്തെ സുഖാന്വേഷണമോ ഒന്നും ആവശ്യമില്ല.

ഇതെല്ലാം മനുഷ്യന്റെ പരിമിതങ്ങളായ സന്ദേശവാഹിനികൾ. ലോകത്തിന്റെ ഏതേതു കോണിലായാലും ആത്മാവും ആത്മാവും സംവേദിച്ചുകൊണ്ടേയിരിക്കും. അപ്പോളോ നൽകിയ സ്നേഹസമ്മാനം അനുരാധ അത്യാഹ്ലദത്തോടെ കയ്യിലെടുത്തു. താഴെ പരന്നു മുകളി ലേക്ക് ഗോപുരാകൃതിയിൽ നീളുന്ന ഒരു കൊച്ചു വസ്തു. എന്താ ണിത്...?

“ഇതാണ് അദ്ഭുതവിളക്ക്. അലാവുദീന്റെയല്ല. ഗോവക്കാരന്റെ....”

മുകളിലെ കൊത്തുപണികൾക്കിടയിലെ ചെറിയ വിടവിലൂടെയാണ് തിരിവെക്കേണ്ടത്. വിളക്കു കമഴ്ത്തുമ്പോൾ അടിഭാഗത്ത് വെളിവാകുന്ന ദ്വാരത്തിലൂടെയാണ് എണ്ണ ഒഴിക്കേണ്ടത്.

പൂർവ്വസ്ഥിതിയിൽ വിളക്ക് തിരിച്ചുവെച്ചാലും അടയ്ക്കാത്ത ദ്വാരത്തി ലൂടെ എണ്ണ പുറത്തേയ്ക്കൊഴുകുകയില്ല. അതുതന്നെയാണ് ഈ മൺവി ളക്കിനെ അദ്ഭുതവിളക്കാക്കുന്നത്.

എണ്ണ പുറത്തേയ്ക്ക് എടുക്കണമെങ്കിൽ തിരിവെയ്ക്കുന്ന ദ്വാരത്തി ലൂടെ ഒരു ജഗ്ഗിൽനിന്നെപോലെ പകർന്നെടുക്കാം.

തീർത്തും അവിശ്വസീയം.... അനുരാധ അദ്ഭുതാദരങ്ങളോടെ ആ മൺവിളക്കിനെ തിരിച്ചും മറിച്ചും നോക്കി.

ഗോവയിൽ വന്നതിൽ പിന്നെ അനുരാധയുടെ ജീവിതത്തിലെ ഓരോ നിമിഷവും അവിശ്വസനീയതയുടെ തടശിലകളിൽ തട്ടിത്തട്ടി അല്ലേ മുമ്പോട്ടൊഴുകുന്നത് അതുപോലെ മറ്റൊന്ന്.

“ഏറെ നേരം കത്തിക്കൊണ്ടിരിക്കുമെന്നതാണ് ഇതിന്റെ മറ്റൊരു പ്രത്യേകത.” അപ്പോളോ പറഞ്ഞു.

അണയാതെ... അമരാതെ അത് കത്തിക്കൊണ്ടിരിക്കട്ടെ. നമ്മുടെ സ്നേഹംപോലെ. അനുരാധ മനസ്സിലുരുവിട്ടു.

വീണ്ടും വണ്ടിയിൽവന്നു കയറുമ്പോൾ അനുരാധ ഓർത്തു. താനിനി ഇവിടെനിന്നും എഴുന്നേറ്റ് ഇറങ്ങിപ്പോകുന്നത് അപ്പോളോയുടെ ജീവിത ത്തിൽ നിന്നും എന്നെന്നേയ്ക്കുമായിട്ടാകുമല്ലോ. അനുരാധ കൊടിയ വേദനയുടെ ചുഴിയിലകപ്പെട്ടുപോയി... ഒരു വേള. എന്നെന്നേയ്ക്കു മായോ....?

വരും ജന്മങ്ങളിൽ വീണ്ടും വീണ്ടും കണ്ടുമുട്ടുവാൻ വേണ്ടി മാത്രം. നീണ്ട വിരഹത്തിനൊടുവിലെ സുഖദായകമായ സമാഗമത്തിനുവേണ്ടി മാത്രം അനുരാധ സ്വയം നിയന്ത്രിച്ചു.

മാണ്ഡോവിപ്പാലത്തിന്റെ ഇരുവശങ്ങളിലുമായി അസംബ്ലിക്ക് നിരന്നുനിൽക്കുന്ന കുട്ടികളെപ്പോലെ മെർക്കുറി ലാമ്പുകൾ. രാത്രികാ ലങ്ങളിൽ മാണ്ഡോവി കൂടുതൽ സുന്ദരിയാവുന്നു. ഏതൊരു കാമുകി യേയുംപോലെ.

പഞ്ചിം നഗരം ദീപപ്രഭയുടെ സ്വർണ്ണത്തിളക്കത്തിൽ ഉണർന്നുതന്നെ കിടന്നു. "കഴിഞ്ഞവർഷം കണ്ട നഗരമല്ല... ഈ വർഷം കാണുന്നത്. ഇവിടെ നടന്ന ഫിലിം ഫെസ്റ്റിവലോടെയാണ് നഗരമാകെ അണിഞ്ഞൊരുങ്ങിയതെന്ന് എന്റെ പാചകക്കാരൻ പറഞ്ഞു. എന്തോ ഇവിടെ ആദ്യമായാണത്രെ ഫെസ്റ്റിവൽ നടന്നത്." അപ്പോളോയ്ക്ക് എങ്ങനെ ഇത്ര സാധാരണമായി സംസാരിക്കാൻ കഴിയുന്നുവെന്ന് അമ്പരക്കുകയാണ് അനുരാധ.

"ഒന്നോർത്തുനോക്കു... അനുരാധ. നമ്മൾ കണ്ടുമുട്ടിയ ഈ വർഷം ഗോവക്കാരനു സംബന്ധിച്ച് ഒരുപാട് പ്രത്യേകതകൾ ഉള്ളതാണ്. പത്തുവർഷത്തിനുശേഷം സെന്റ് ഫ്രാൻസിസ് സേവിയറുടെ ഭൗതികദേഹം പുറത്തേയ്ക്കെടുത്തു. നമ്മൾ ചരിത്രത്തിന്റെ ഭാഗമാവുകയാണ്."

അപ്പോളോ പൊട്ടിച്ചിരിച്ചു. പൊട്ടിച്ചിരിയിൽ അയാളുടെ കണ്ണുകൾ നനയുന്നുണ്ടായിരുന്നു. അനുരാധയുടെ ഹൃദയമിടിപ്പ് ദ്രുതഗതിയിലായി. ഹൃദയമിപ്പോൾ വീർത്തുവീർത്ത് ഒരു ഹൈഡ്രജൻ ബലൂണാകുമെന്നും പൊട്ടിത്തകരുമെന്നും ഭയന്നു അനുരാധ.

എങ്ങോട്ടാണീവണ്ടിയുടെ ചക്രങ്ങൾ ധൃതിവെച്ചുരുളുന്നത്? ഒരു ഒച്ചിനെപ്പോലെ സഞ്ചരിച്ചുകൂടെ ഇതിന്?

"ഒരുപാട് മുറിവേറ്റ മണ്ണാണിത്. അനുരാധ. ഈ ചെറിയ കഷണം ഭൂമിക്കുവേണ്ടി എത്ര യുദ്ധങ്ങൾ! എത്ര രക്തസാക്ഷികൾ! എത്ര കുഞ്ഞുങ്ങളുടെയും സ്ത്രീകളുടെയും ഒരിക്കലും വറ്റാത്ത കണ്ണീർപുഴകൾ. ചിലപ്പോഴെനിക്ക് തോന്നും സുവാരിയും മാണ്ഡോവിയും കണ്ണീർച്ചാലുകളാണെന്ന്. ഇപ്പോൾ നമ്മൾ കാണുന്ന ഗോവയുടെ ശാന്തയ്ക്കും ആഘോഷങ്ങൾക്കും പിന്നിൽ എത്രയെത്ര നോവുകൾ! ഒരു കാര്യത്തിൽ നമ്മൾക്ക് സന്തോഷിക്കാം. ഈ നോവുതിന്ന ഭൂമിയിൽ പ്രണയത്തിന്റെ മഴപെയ്യിച്ചല്ലേ നമ്മൾ മടങ്ങിപ്പോകുന്നത്."

അപ്പോളോ... നീ സംസാരിക്കു. സംസാരിച്ചുകൊണ്ടിരിക്കു..

രണ്ട് അപരിചിതർ കണ്ടുമുട്ടിയതുപോലെ. അല്ലെങ്കിൽ, എന്നും കാണുന്ന രണ്ടുപേർ... നാളെ കാണാമെന്നു പറഞ്ഞ് പിരിയുന്ന രണ്ടുപേർ സംസാരിക്കുന്നതുപോലെ.... നീ സംസാരിച്ചുകൊണ്ടിരിക്കു. അനുരാധ കേൾക്കുകയാണ്.... അനുരാധ കേൾക്കുകയാണ്. മീരാമാറിലേക്ക് ജീപ്പ് അടുത്തുകൊണ്ടിരിക്കെ അപ്പോളോയുടെ ഗിയർ നിയന്ത്രിക്കുന്ന തുടുത്ത കൈത്തണ്ടയിൽ ധടുതിയിൽ വിരലമർത്തി അനുരാധ "ഒന്നു പതുക്കേ..." അത് പറഞ്ഞത് താനല്ല. മറ്റാരോ ആണെന്ന് തോന്നി അനുരാധയ്ക്ക്.

പച്ചോലകൾക്കിടയിലൂടെ നൂഴഞ്ഞെത്തുന്ന കാറ്റെന്നപോലെ വല്ലാതെ പതറി.... വല്ലാതെ വിറച്ചു.

അപ്പോളോ നിശ്ശബ്ദനായി. അനുരാധ മുമ്പേ നിശ്ശബ്ദ. നിശ്ശബ്ദതയും നിശ്ശബ്ദതയും ചേർന്നലിയുമ്പോൾ മരണംപോലത്തെ നിശ്ചലത.

അനുരാധയുടെ കൈകാലുകൾ കുഴഞ്ഞു. അടിവയറ്റിൽ അഗ്നിശലഭങ്ങൾ പാറി പറന്നു.

സൂക്ഷിച്ചുവെച്ചിരുന്ന ഗണപതിവിഗ്രഹമെടുത്ത് അപ്പോളോയ്ക്ക നീട്ടി അനുരാധ.

"ഇതെന്റെ സംഭാവന."

"ഞങ്ങളുടെ വിശ്വാസപ്രകാരം എല്ലാ വിഘ്നങ്ങളും തീർക്കുന്നവനാണ് ഗണപതി. എല്ലാ വിഘ്നങ്ങളും തീരട്ടെ... ഈ ജന്മത്തിലേയും വരുംജന്മത്തിലേയും..." എങ്ങനെയാണ് അത്രയ്ക്ക് പറഞ്ഞൊപ്പിച്ചുവെന്നത് അറിഞ്ഞുകൂട അനുരാധയ്ക്ക്. വണ്ടി മീരാമാറിലെ പോർച്ചുഗീസ് ഭവനത്തിന് മുമ്പിലെത്തി നിന്നു.

"പോകട്ടെ ഞാൻ...."

നിറഞ്ഞു കവിയുന്ന കണ്ണുകൾ അപ്പോളോയിൽനിന്നും തിരിച്ചുപിടിച്ച് അനുരാധ ചോദിച്ചു.

"ശരി...." നീറിപ്പിടയുന്ന കൺകോണുകൾ വിദൂരതയിലേക്ക് നീട്ടിപ്പിടിച്ച് ഇടമുറിഞ്ഞൊരു നിശ്വാസത്തോടെ പറഞ്ഞു അപ്പോളോ.

അനുരാധ കലമ്പിമറയുന്ന കടൽപോലെ വീട്ടിലേക്ക് നടന്നു. അവൾ വീടിനകത്തേക്ക് മറയുന്നതുവരെ ഇമപൂട്ടാതെ അയാൾ അവളെ കണ്ടിരുന്നു.

തുറന്നുപിടിച്ച വാതിൽപാളി ചാരി പൂജ തിരിഞ്ഞുനോക്കി.

"മേംസാബ് തിരിച്ചുവരരുതേ എന്ന് ഞാൻ ആഗ്രഹിച്ചിരുന്നു...." ലിവിംങ് റൂമിലെ ക്ലോക്കിൽ എട്ടു മണിയടിച്ചു നിന്നു. കരകവിഞ്ഞൊഴുകുന്ന മാണ്ഡോവിയായി അനുരാധ പൂജയുടെ മടിയിലേക്ക് വീണു.

എത്രനേരം അവൾ അണപൊട്ടിയൊഴുകി?

ഒരിറ്റു കണ്ണീരില്ലാത്തവിധം വറ്റിവരളുംവരെ അനുരാധ പ്രവഹിച്ചുകൊണ്ടിരുന്നു. അനുരാധ എഴുന്നേറ്റു.

"പോയി മുഖം കഴുകി കിടന്നുറങ്ങു. നന്നായി പ്രാർത്ഥിച്ചാൽ മതി. ഉറക്കം വരും. ഉണരുമ്പോൾ ചിരിയോടെ ഉണരണം. ഈ വീട്ടിലേയ്ക്കു ആദ്യമായി കയറിവരുമ്പോൾ മുഖത്തുണ്ടായിരുന്ന അതേ ചിരിയോടെ..."

പൂജ അവളെ ഗോവണിച്ചുവട്ടിലേയ്ക്കു നയിച്ചു.

മുകളിലെത്തിയ അനുരാധ കുപ്പായങ്ങൾ ഒന്നൊന്നായി അഴിച്ചുമാറ്റി. ഇനി ഇത് ഒരിക്കലും അണിയുകയില്ല അനുരാധ. കഴുകുകയുമില്ല. ഉണക്കിയെടുത്ത് മടക്കിവെയ്ക്കും. ഒരു സുമംഗലി തന്റെ വിവാഹവസ്ത്രം സൂക്ഷിക്കുന്ന കരുതലോടെ.

നേർത്ത നിശാവസ്ത്രമണിഞ്ഞ് അനുരാധ മുടി ചീകിക്കെട്ടി. ബാൽക്കോവിൽ ചെന്നു മൈതാനത്തേക്കു നോക്കിനിന്നു.

കാറ്റിന്റെ നേർത്ത അലകൾ അനുരാധ എന്ന സൗഗന്ധികപ്പൂവിനെ തൊട്ടുണർത്തി. വെറുതെ ഒരു ദിവസത്തേക്കു മാത്രം, വീണ്ടും സമാധിയിലാഴ്ന്നുപോകുവാൻ മാത്രമായി വിടർന്നു സൗരഭ്യം പരത്തി അനുരാധ.

ഈ പ്രപഞ്ചത്തിന്റെ ആയുസ്സിൽ ഒരു ദിവസമെത്ര നിസ്സാരം...! എങ്കിലും അനുരാധയുടെ സമാധിയിൽ ഒരു യുഗദൈർഘ്യമായി അതവളെ പിൻതുടരും. അപ്പോളോ.... നീ ആകാശവും... ഞാൻ ഭൂമിയുമാകുന്നു. പരസ്പരം മോഹിച്ച്... ഒരിക്കലും ഒന്നിക്കാതെ.

അനുരാധ കുന്നിൻപുറത്തെ ബംഗ്ലാവിന്റെ മുകളിലത്തെ മുറിയിലെ നുറുങ്ങുവെളിച്ചത്തിലേയ്ക്ക് നോക്കിനിന്നു.

"ലോകത്തെവിടെയായാലും നീ കാണുന്ന സൂര്യനേയും ചന്ദ്രനേയും ഞാൻ കാണുന്നു. നീ കാണുന്ന താരകങ്ങളെ ഞാനും കാണുന്നു... പിന്നെയെന്തിനീ വേദന... അപ്പോളോ ജനാലയ്ക്കൽ നിന്നും താഴ്വാരത്തെ പോർച്ചുഗീസ് ഭവനത്തിലേക്ക് ഉറ്റുനോക്കി.

പ്രിയപ്പെട്ട സഞ്ചാരി..., ഏതേതു ദൂരങ്ങൾ താണ്ടി നിൻ തേർചക്രമുരുണ്ടാലും.... ഏതേത് ചക്രവാളങ്ങൾ തേടി നീ പറന്നുപോയാലും നിന്നോടൊപ്പം ഞാനുമുണ്ടാകും. ഓരോ സ്പന്ദനത്തിലും... ഓരോ നിശ്വാസത്തിലും." അനുരാധ പറഞ്ഞു.

കുന്നിൻപുറത്തെ നുറുങ്ങുവെട്ടം അണഞ്ഞു.

അനുരാധ ബാൽക്കോവിലേയ്ക്കുള്ള വാതിൽ കൊട്ടിയടച്ചു. ഇനിയൊരിക്കലും തുറക്കാതിരിക്കുവാനായി.

അപ്പോളോയുടെ അദ്ഭുതവിളക്ക് കയ്യിൽപിടിച്ച് അവൾ കണ്ണുകളടച്ച് കിടന്നു.

"അമ്മേ.... അനു നാളെ പോരുന്നു, ഗോവയിൽ നിന്നും. ഒരാഴ്ചയ്ക്കുള്ളിൽ വസന്ത് പോയിക്കഴിയുമ്പോൾ അനു അമ്മയ്ക്കരികിലേക്ക് ഓടിയെത്തും.

കോളേജിൽ പോകാൻ, കൂട്ടുകാരെ കാണാൻ, അമ്മയുടെ സ്പെഷൽ ചെമ്മീൻവട തിന്നാൻ, തൊട്ടതിനും പിടിച്ചതിനും ശണ്ഠകൂടി പിന്നെ അമ്മയുടെ മടിയിൽകയറിയിരുന്ന് കൊഞ്ചിച്ചിണുങ്ങാൻ.

അമ്മയുടെ പഴയ അനുവാകുവാൻ എനിക്ക് കഴിയുമോ? അനുരാധ ഇരുട്ടിനോട് ചോദിച്ചു. അടുത്തുകിടക്കുന്ന പപ്പയുടെ നേർത്ത കൂർക്കംവലിയുടെ താളത്തിൽ അനുരാധയെ ഓർത്തുകിടക്കുന്ന അമ്മ ഇരുട്ടിനോട് പറഞ്ഞു.

"നീയൊരു മൊട്ടായിരുന്നു. പൊടുന്നനെ നീയൊരു പൂവായി വിരിഞ്ഞിരിക്കാം. വീണ്ടും പഴയ മൊട്ടായി ചുരുണ്ട് എന്റെ മോളു അമ്മയുടെ മടിയിലേക്കുതന്നെ പോരുക. പഠിപ്പുകഴിഞ്ഞ് കാലിഫോർണിയായിൽ

പോയി ഒരുണ്ണിയെ പ്രസവിച്ച് എന്റെ മടിയിലിരുത്തുന്നതുവരെ ഈ മടിത്തട്ട് നിനക്കുള്ളതല്ലേ അനൂ...”

താഴെ കാറിന്റെ ശബ്ദം. അനുരാധ എഴുന്നേറ്റ് ജനാലയിലൂടെ എത്തിനോക്കി. വസന്ത് വഴുവഴുത്ത നാക്കുകൊണ്ട് ആരെയോ പ്രാവിക്കൊണ്ടിരുന്നു. കാലുകൾ പതറിപ്പോയപ്പോഴൊക്കെ ആഗ്നെലോ അയാളെ താങ്ങി.

“അനുരാധ...?” ആഗ്നെലോ പൂജയോട് ചോദിച്ചു.

“ഉറങ്ങുകയാണ്.” പൂജ പറഞ്ഞു.

“ബ്ലഡീ ചീറ്റ്... അവളാരാന്നാ അവളുടെ വിചാരം? ക്ലിയോപാട്രയോ...? അതോ ഐശ്വര്യാറായിയോ? ഫൂ! ബുൾഷിറ്റ്! എത്ര പെണ്ണുങ്ങളെ കണ്ടിരിക്കുന്നു ഈ വസന്ത്.... കറുത്തതും വെളുത്തതും. അവരോടൊന്നും തോന്നാത്ത ഒരു കമ്പം തോന്നിപ്പോയി. അവളുടെ ഒടുക്കത്തെ പെർഫ്യൂമാണ് എല്ലാറ്റിനും കാരണം...”

അനുരാധ ഗോവണിയുടെ മുകളറ്റത്തുനിന്നും താഴേയ്ക്കുനോക്കി. സോഫയിൽ മലർന്നുകിടന്ന് ഷർട്ടൂരി എറിയുകയാണ് വസന്ത്. ആഗ്നെലോ വല്ലാതെ പരിഭ്രാന്തനായിരിക്കുന്നുവെന്ന് തോന്നി.

“യൂ...ഡെർട്ടി പിഗ്... ഫില്ത്തി മോൺസ്റ്റർ... എന്തു പറഞ്ഞാലും നാളെ നാളെ.... അവളാരാ ലോട്ടറി വില്പനക്കാരിയോ...? ഒടുക്കം ഈ രാത്രി വീട്ടിലേക്ക് വരില്ലെന്ന്...”

ആഗ്നെലോ വിഹ്വലതയോടെ മുകളിലേക്കു നോക്കി. അയാളുടെ കണ്ണിൽ പെടാതെ അനുരാധ തെന്നിമാറിക്കളഞ്ഞു.

“ഐ ആം എ ഡാംഫൂൾ. പോയി ഐനോക്സിൽ നിന്നും അവളുടെ ചപ്പടാച്ചി വണ്ടിയുടെ പിന്നിലിരുന്ന്....”

“ഒന്നു പതുക്കെ വസന്ത്... ഇനിയതൊക്കെ പറഞ്ഞിട്ടെന്തിനാ...?” ആഗ്നൊലോയുടെ യാചനയൊന്നും വസന്ത് കേട്ടില്ല.

“എന്തിനെന്നോ? അവളുടെ നൃത്തക്കാരി തള്ളയേയും ഗുസ്തിക്കാരൻ അനിയനേയും പരിചയപ്പെടുത്താൻ. ഒന്നിച്ചിരുന്ന് ഡിന്നറ് കഴിക്കാൻ. ഫൂ... ആർക്കുവേണം... അവളുടെ ഒടുക്കത്തെ ഡിന്നർ? ദോഷം പറയരുതല്ലോ... ഷീ ഗ്ലട്ടഡ് മീ വിത്ത് ലിക്കർ... ഐ ആം ചീറ്റഡ്... ഐ ആം ചീറ്റഡ്....” വസന്ത് കരയുകയാണെന്ന് തോന്നി.

അനുരാധ കട്ടിലിൽചെന്ന് കിടന്നു.

“വസന്ത് പതുക്കെ. അനുരാധ കേൾക്കും...”

ശാസിക്കുന്നു ആഗ്നെലോ. “ഹൂ...? ഓ - അനുരാധ. മൈ അനൂ. അവളെവിടെ...?”

വസന്ത് മുകളിലേക്ക് ഇഴഞ്ഞുകയറുകയാണെന്ന് അനുരാധ അറിഞ്ഞു. “വേർ ആർ യു മൈ പ്രിൻസസ്. മൈ സ്വീറ്റി. പൈ.”

ആഗ്നെലോയുടെ കാർ അകന്നകന്ന് പോകുന്നതും പൂജ വാതിലടച്ച് ബന്ധിക്കുന്നതും അറിഞ്ഞു അനുരാധ.

“കമോൺ മൈ ഡാർലിങ്ങ്. എന്റെ സുന്ദരിക്കുട്ടി എഴുന്നേറ്റ് വാ.”

അനുരാധയുടെ മുമ്പിൽ ഒരു കിരാതനായി നിന്നു വസന്ത്.

ഭയം തോന്നി അനുരാധയ്ക്ക്.

മദ്യം അയാളെ അശക്തനാക്കിയിട്ടുണ്ടാകും. പക്ഷേ പ്രതികാരം അയാളെ ഭ്രാന്തനാക്കിയിട്ടുണ്ട്. മദ്യത്തെ വെല്ലുന്നതാണ് ഭ്രാന്തിന്റെ ശക്തി.

കത്രീന മൊണ്ടെയ്റോവിനോട് ആകാത്തത് അനുരാധയോട് ആകണം. അവളോടുള്ള തൃഷ്ണയും കാമവും ക്രോധവും അഗ്നിജ്വാലയായി ഉള്ളിൽ നീറിപ്പിടയ്ക്കുമ്പോൾ അനുരാധയിലേക്ക് അത് ആളിപ്പടർത്തി അവളെ നക്കിത്തുവർത്തി ഒരുപിടി ചാരമാക്കണം അയാൾക്ക്.

അനുരാധയ്ക്ക് അത് ഊഹിക്കാം. പക്ഷേ അനുവദിക്കുകയില്ല അനുരാധ. ഈ ഒരു രാത്രി അനുരാധയുടെ ചുണ്ടിൽ ചുംബിക്കരുത് വസന്ത്. കാരണം, അതിൽ അപ്പോളോയുടെ മാദളാധരങ്ങളുടെ മധുരമുണ്ട്. ഈ ഒരു രാത്രി അനുരാധയുടെ മുടിച്ചുരുളിൽ മുഖമമർത്തരുത് വസന്ത്. കാരണം, അതിൽ അപ്പോളോയുടെ ഉച്ഛ്വാസവായുവിന്റെ നേർത്ത സുഗന്ധമുണ്ട്.

“വേണ്ട..” അനുരാധ വസന്തിന്റെ കൈ തട്ടിമാറ്റി ചാടിയെഴുന്നേറ്റു. വസന്തിനെ തള്ളി കട്ടിലിലേക്കിട്ടു.

“അനൂ. യൂ ടൂ... ഓൾ വിമൺ ഗോ ടു ഹെൽ...” അയാൾ പ്രാകി പ്രാകി ഉറങ്ങി.

എട്ട്

കാർമ്മലിപോലെയല്ല മഡ്ഗാവ് സ്റ്റേഷൻ.

കൂടുതൽ വണ്ടികൾ വരികയും പോവുകയും, കൂടുതൽ യാത്രികർ കയറുകയും ഇറങ്ങുകയും ചെയ്യുന്നൊരു വലിയ സ്റ്റേഷനായതുകൊണ്ടാവാം കർമ്മലിയുടെ അടുക്കും ചിട്ടയും സൗന്ദര്യവും അവിടെ കണ്ടില്ല. അനുരാധ ചുറ്റിനും തിക്കിത്തിരക്കുന്ന വിവിധതരം മനുഷ്യരെ വീക്ഷിച്ച് ഒരു സിമന്റ് ബെഞ്ചിലിരുന്നു.

പൂജയിപ്പോൾ എന്തു ചെയ്യുകയായിരിക്കും?

മീരാമാറിലെ വീട് അടിച്ചുതുടച്ച് വൃത്തിയാക്കി പട്ടികളോട് യാത്രപറഞ്ഞ് ബിച്ചോലിമ്മിലെ സ്വന്തം വീട്ടിലേക്ക് പോയ്ക്കാണും. അവിടെ

ഒറ്റക്കിരുന്ന് കൈവിരലിലെ സ്വർണ്ണമോതിരത്തിൽ അനുരാധയെ കാണുകയായിരിക്കും അവൾ.

“എന്താണ് മേംസാബ് കാണിക്കുന്നത്? എനിക്കുള്ള ശമ്പളം റോഡ്രിഗീസ് സാബ് തന്നുകഴിഞ്ഞു.” മോതിരം കൈവിരലിൽ അണിയിച്ചപ്പോൾ അവൾ അത് വലിച്ചൂരി അനുരാധയ്ക്കു നേരെ തന്നെ നീട്ടി.

“ഇതെന്നെ ഓർക്കാൻ....” അനുരാധ ചിരിച്ചു.

“മേംസാബിനെ ഞാനൊരിക്കലും മറക്കില്ല. എത്ര വിരുന്നുകാർ വന്നാലും പോയാലും....”

എന്നിട്ടും അനുരാധ നിർബന്ധപൂർവ്വം പൂജയുടെ കയ്യിലണിയിച്ചു.

“കല്യാണത്തിന് ഞാനൊരുപാട് ഇഷ്ടത്തോടെ വാങ്ങിയതാണ്. ഇപ്പോൾ അതിലേറെ ഇഷ്ടംതോന്നിയ ഒരാൾക്ക് കൊടുക്കുകയാണ്.

അച്ഛനുമമ്മയ്ക്കും ഞാനൊറ്റ മോളാണ്. ഇപ്പോൾ ഗോവയിൽ എനിക്കൊരു സഹോദരിയുണ്ടല്ലോ...”

അനുരാധ അത് പറഞ്ഞപ്പോൾ പൂജയുടെ കണ്ണുകൾ നിറഞ്ഞൊഴുകി. അതുവരെ അവളെടുത്തണിഞ്ഞിരുന്ന തന്റേടക്കാരിയുടെ മുഖം മൂടി പിന്നിപ്പോയി.

എൻക്വയറിയിൽ പോയിരുന്ന വസന്തും ആഞ്ചെലോയും മടങ്ങിയെത്തി. “ഭാഗ്യം... ഏസിയിൽ ടിക്കറ്റ് ഓകെയായിട്ടുണ്ട്. അവിടുന്ന് വരുമ്പോഴത്തെ യാത്ര... ഓർക്കാനെ വയ്യ. ശരിയ്ക്കും പാടുപെട്ടു.” വസന്ത് വാച്ചിലേക്കു നോക്കി.

“ഇവിടെ കാന്റീൻ ഉണ്ട്. നമ്മൾക്കെന്തെങ്കിലും കഴിക്കാം. ട്രെയിൻ ലെയ്റ്റാണ്....”

“എനിക്കൊന്നും വേണ്ട.” അനുരാധ ഒഴിഞ്ഞുമാറി.

“സത്യംപറഞ്ഞാൽ, എനിക്കും ഒന്നും വേണ്ട. അത്ര ഗംഭീരമായിരുന്നില്ലേ ഇവന്റെ വീട്ടിലെ ലഞ്ച്... ദഹിക്കാൻ സമയമെടുക്കും.” ആഞ്ചെലോ റോഡ്രിഗീസിന്റെ വയറ്റിൽ മുഷ്ടി ചുരുട്ടിയിടിച്ച് വസന്ത് പൊട്ടിച്ചിരിച്ചു.

എട്ടരക്ക് തനിക്ക് ഒഴിവാക്കാനാകാത്ത ഒരു പരിപാടിയുണ്ടെന്നും ട്രെയിൻ വരുന്നതുവരെ കാത്തുനിൽക്കാനാവില്ല എന്നും ആഞ്ചെലോ ക്ഷമാപൂർവ്വം പറഞ്ഞു.

“ഇടയ്ക്ക് വിളിക്ക്...”

“വിളിക്കാം... മെയ്ൽ ഐഡി ഉണ്ടല്ലോ. സോ കീപ്പ് ഇൻ ടച്ച്...”

വസന്ത് വേദനാനിർഭരമായ ഒരു ചിരിയോടെ അയാളുടെ പുറത്തു തട്ടി. അനുരാധയോട് ‘ബായ്’ പറയുമ്പോൾ ആഞ്ചെലോയുടെ കണ്ണുകളിൽ കുറ്റബോധത്തിന്റെ നീർക്കെട്ട് കണ്ടു.

രാവിലെ മീരാമാറിലെ ഭവനത്തിലെത്തി അവരെ കൂട്ടിക്കൊണ്ട് ബ്രിട്ടോനയിലേക്ക് പോയപ്പോഴും ബ്രിട്ടോനയിലെ വീട്ടിൽ ചിലവിട്ട് മണിക്കൂറുകളത്രയും അയാൾ തന്നിൽ നിന്നും ഒളിച്ചിരിക്കാൻ വെമ്പുകയാണെന്ന് തോന്നിയിരുന്നു അനുരാധയ്ക്ക്.

പാവം ആഗ്നെലോ റോഡ്രിഗീസ്!

വസന്തിനില്ലാത്ത കുറ്റബോധം അയാൾക്ക് എന്തിന്?

വസന്തിന് പാപബോധം ഒരിക്കലും ഉണ്ടാകരുതേ എന്നുതന്നെയാണ് അനുരാധയുടെ പ്രാർത്ഥന.

ഉണ്ടായാൽ അത് അവൾക്ക് ചുമക്കാനാകാത്ത ഭാരമായിത്തീർന്നേക്കും. വസന്ത് അനുരാധയ്ക്കരികിൽ ഇരുന്നു.

"എത്ര പെട്ടെന്നാണ് ദിവസങ്ങൾ കടന്നുപോയത്. അല്ലേ അനൂ....?"

"ഉം.

"എനിക്കറിയാം. നിനക്ക് വല്ലാതെ ബോറഡിച്ചുകാണും. സീ... ആഗ്നെലോയെ എത്ര വർഷം കഴിഞ്ഞാണ് കാണുന്നത്. ഞാൻ വല്ലാതെ എക്സൈറ്റഡ് ആയി. പഴയ ബാച്ചിലർഹുഡിലേക്ക് തിരിച്ചുപോയ പോലെ..."

"എനിക്ക് മനസ്സിലാക്കാം..."

"യൂ ആർ ഗ്രേയ്റ്റ് അനൂ. ഒരു മാതിരി നാട്ടിൻപുറത്തുകാരി പെണ്ണുങ്ങളെപ്പോലെ തൊട്ടതിനും പിടിച്ചതിനും പരിഭവവും പിണക്കവും കരച്ചിലും... അതൊന്നുമല്ല. നിന്നെപ്പോലൊരു പെൺകുട്ടിയെത്തന്നെയാണ് ഞാൻ ആഗ്രഹിച്ചിരുന്നത്."

വസന്ത് വികാരതരളിതനായി അനുരാധയുടെ വിവാഹമോതിരമണിഞ്ഞ വിരലിൽ തിരുപ്പിടിച്ചുകൊണ്ടിരുന്നു.

"അനുവിന് ഒന്നും വാങ്ങിത്തരാൻ പറ്റിയില്ല. ഒന്നിനും സമയം കിട്ടിയില്ല. ഐ ആം റിയലി സോറി..."

"ഓ. ലീവ് ഇറ്റ് വസന്ത്... എന്തിനാണ് എന്നോടിങ്ങനെ ഫോർമലാകുന്നത്..." അനുരാധ വീണ്ടും വീണ്ടും വസന്ത് കയ്യിലെടുത്ത അച്ചിലേക്ക് വാർന്നൊഴുകി അയാളുടെ സങ്കല്പ ഭാര്യയായി പുറത്തുവന്നു കൊണ്ടിരുന്നു.

ഡെൽഹിയിൽ നിന്നും മംഗളാ എക്സ്പ്രസ്സിന്റെ വരവ് അറിയിച്ചു കൊണ്ട് ഉച്ചഭാഷിണി മുഴങ്ങി.

"പിന്നെ... അനൂ..." എഴുന്നേറ്റ് നിന്ന് അനുരാധയുടെ കയ്യിൽ പിടിച്ച് ഒരു കൊച്ചുകുട്ടിയെപ്പോലെ വസന്ത് പറഞ്ഞു.

"ഇവിടെ വച്ച് ഞാനല്പം കഴിച്ചതൊന്നും വീട്ടിൽ പറയേണ്ട. അനുവിന് അത് മനസ്സിലാകും. പക്ഷേ അച്ഛനും അമ്മയും.... ദേ വിൽ നെവർ എക്സെപ്റ്റ് ഇറ്റ്...."

അനുരാധ വസന്തിന്റെ കണ്ണുകളിലേക്ക് മന്ദഹസിച്ചു. "ഡോൺട് വറി... ഞാൻ ആരോടും ഒന്നും പറയുന്നില്ല."

കിതച്ചുകിതച്ചുനിന്ന മംഗളാ എക്സ്പ്രസ്സിലേക്ക് വസന്തും അനുരാധയും ഗോവയുടെ മണ്ണിൽ നിന്നും വലഞ്ഞുകയറി.

നാളെ നേരം വെളുക്കുമ്പോൾ വണ്ടി ഷൊർണൂരിലെത്തും. അപ്പോൾ സത്യനന്തിക്കാടൻ നായകന്റെ പാവത്താൻ കുപ്പായമണിഞ്ഞ് വസന്തും, അവന്റെ അനുസരണയുള്ള ഭാര്യയായി അനുരാധയും തീവണ്ടിയിൽ നിന്നിറങ്ങും.

പെട്ടിയും ബാഗും ഒതുക്കി ഉറക്കംവരുന്നു എന്ന് പറഞ്ഞ് അനുരാധ അപ്പർ ബർത്തിലേക്ക് ചാടിക്കയറി.

കണ്ണുകളടച്ച് അവളങ്ങനെ മെർമേയ്ഡുകളുടെ ലോകത്തിലേക്ക് ഇറങ്ങിപ്പോയി. നിലാവു പതഞ്ഞുപെയ്യുന്ന കടൽക്കരയിൽ മുത്തുപതിച്ച കണ്ഠാഭരണം ധരിച്ച് മത്സ്യാംഗനയായി മെർമാന്റെ നെഞ്ചിൽ പറ്റിക്കിടന്ന് ഉറങ്ങി അനുരാധ.

ഒമ്പത്

വണ്ടു പണ്ട് വിഷ്ണുവിന്റെ ആറാം അവതാരപുരുഷനായ പരശുരാമൻ യാഗം നടത്തുവാനായി ആരും തൊടാത്ത മണ്ണ് തേടിയിറങ്ങി.

സഹ്യാദ്രിയുടെ അഗ്രത്ത് നിന്നും കടലിലേയ്ക്കൊരു മഴുവെറിഞ്ഞപ്പോൾ പൊന്തിവന്നു ഗോമന്തകം.

പരശുരാമൻ അവിടെ തൊണ്ണൂറ്റിയാറ് ബ്രാഹ്മണകുടുംബങ്ങളെ താമസിപ്പിച്ചു.

പിന്നീട് ഗോമന്തകത്തെ മോഹിച്ച് മൗര്യന്മാരെത്തി. അവർക്കു പുറകെ സത്വാഹനന്മാരും ഭോജന്മാരും ചാലൂക്യന്മാരും കദംബന്മാരും....

അങ്ങനെയങ്ങനെ എണ്ണമറ്റ രാജാക്കന്മാർ ഗോവപുരിയിലേക്ക് തിരിച്ചു. അവളെ സ്വന്തമാക്കി അധീനതയിൽ വെച്ചു. കാരണം, അവൾ അത്ര സുന്ദരിയായിരുന്നു.

കൈമറിഞ്ഞ് കൈമറിഞ്ഞ് അവൾ ആദിൽഷാമാരുടെ കരങ്ങളിലെത്തി. യൂസഫ് ആലി ആദിൽഷായിൽ നിന്നും ഗോമന്തകത്തെ തട്ടിയെടുത്തു പോർച്ചുഗീസുകാരനായ അൽഫോൻസോ ഡി. ആൽബൂക്കർക്ക്. നൂറ്റാണ്ടുകൾ പിന്നിടവെ ഇന്ത്യക്ക് സ്വന്തമായി ഗോവ. പിന്നെ സഞ്ചാരികളുടെ പ്രിയ സങ്കേതമായി.

അവളെ ഒരുനോക്കുകാണാൻ കൊതിച്ച് ലോകത്തെമ്പാടുനിന്നും മനുഷ്യർ മലവെള്ളമായി ഒഴുകി.

പരശുരാമന്റെ മഴുവെറിയലിൽ ഉയർന്നുപൊങ്ങിയ കേരങ്ങളുടെ മറ്റൊരു നാട്ടിൽ നിന്നും അനുരാധയെന്ന പെൺകിടാവും നയാഗ്രയുടെ നാട്ടിൽ നിന്നും അപ്പോളോ ഹെർക്കുലീസ് എല്ലിസൺ എന്ന യുവാവും ഗോവയുടെ മണ്ണിൽ എത്തിച്ചേർന്നു.

അവരവിടെ പ്രണയമഴ പെയ്യിച്ചുകൊണ്ട് കടന്നുപോയി.

ആ മഴ ഇനി ഗോവയെ വിട്ടുപോവില്ല. അതു തോരാതെ തോരാതെ പെയ്യും.

■

www.ingramcontent.com/pod-product-compliance
Lightning Source LLC
LaVergne TN
LVHW090411051026
849518LV00006B/2317

* 9 7 8 8 1 8 4 2 3 2 1 9 6 *